கவிதையின் அந்தரங்கம்

கவிதையின் அந்தரங்கம்
க.வை. பழனிசாமி (பி. 1951)

பிறந்த ஊர் சேலம் மாவட்டத்திலுள்ள ஆட்டையாம்பட்டி. பாரத ஸ்டேட் வங்கியில் பணியாற்றி ஓய்வு பெற்றவர். 'சேலம் வயல்' என்ற அமைப்பைத் தொடங்கிப் புத்தக விமர்சனம், கருத்தரங்கம், ஆய்வரங்கம், கவிதைப் பட்டறைகள் நடத்தியவர். இருபது ஆண்டுகள் சேலம் தமிழ்ச் சங்கத்தில் தற்காலத் தமிழ் இலக்கியத்தை முன்னிறுத்திப் பணியாற்றியுள்ளார்.

இவரது கவிதை நூல்கள்: பொற்கைப்பாண்டியன் இல்லை, கவி, காதல்வெளி, பிஞ்சுவிழிகளில், வெண்மை ஒரு நிறமல்ல, கவிதைகளிலிருந்து கவிதை, வேறு வேதம், உடலோடும் உயிர், காற்றில் கரையும் கணினி.

சிறுகதைத் தொகுப்பு: இடமாற்றம்.

நாவல்கள்: மீண்டும் ஆதியாகி, ஆதிரை.

குழந்தைகளுக்கான புத்தகம்: கண்மணிக்கு அப்பாவின் கதைகள், ஆதிரையின் கதசாமி.

கட்டுரைத் தொகுப்பு: அந்த நேரத்து நதியில் (நாவல், சிறுகதை குறித்த கட்டுரைகள்). இந்நூலுக்கு 'மேலும்' அறக்கட்டளையின் 2018ஆம் ஆண்டுக்கான விமர்சன விருது வழங்கப்பட்டது.

ஆங்கிலத்தில் மொழிபெயர்க்கப்பட்ட இவரது கவிதைகள் இரண்டு தொகுதிகளாக வெளியாகியுள்ளன.

தற்போது கோவையில் வசித்துவருகிறார்.

மின்னஞ்சல்: kavai.palanisamy@gmail.com

க.வை. பழனிசாமி

கவிதையின் அந்தரங்கம்

காலச்சுவடு பதிப்பகம்

● அன்பார்ந்த வாசகருக்கு,

வணக்கம்.

காலச்சுவடு நூலை வாங்கியமைக்கு நன்றி.

நூலின் உள்ளடக்கம், உருவாக்கம், அட்டைப்படம் இன்ன பிற அம்சங்கள் பற்றிய உங்கள் கருத்துகளையும் ஆலோசனைகளையும் காலச்சுவடு வரவேற்கிறது. தகவல், எழுத்து, வாக்கியப் பிழைகள் தென்பட்டால் கட்டாயம் தெரிவித்து உதவுங்கள். நூல் தயாரிப்பில் கடும் குறைபாடு இருப்பின் மாற்றுப் பிரதி உங்களுக்குக் கிடைக்கக் காலச்சுவடு ஏற்பாடு செய்யும்.

மின்னஞ்சல்: **publisher@kalachuvadu.com**

காலச்சுவடு நாகர்கோவில் தலைமையகத்துக்கும் கடிதம் அனுப்பலாம்.

தங்கள்
எஸ்.ஆர். சுந்தரம் (கண்ணன்)
பதிப்பாளர் — நிர்வாக இயக்குநர்

கவிதையின் அந்தரங்கம் ❖ கட்டுரைகள் ❖ ஆசிரியர்: க.வை. பழனிசாமி ❖ © க.வை. பழனிசாமி ❖ முதல் பதிப்பு: ஜூலை 2022 ❖ வெளியீடு: காலச்சுவடு, 669, கே.பி. சாலை, நாகர்கோவில் 629001 ❖ கோட்டோவியங்கள்: ட்ராட்ஸ்கி மருது

காலச்சுவடு பதிப்பக வெளியீடு: 1084

kavitaiyin antarankam ❖ Essays ❖ Author: Ka.Vai. Palanisamy ❖ © Ka.Vai. Palanisamy ❖ Language: Tamil ❖ First Edition: July 2022 ❖ Size: Demy 1 x 8 ❖ Paper: 18.6 kg maplitho ❖ Pages: 216

Published by Kalachuvadu, 669, K.P. Road, Nagercoil 629001, India ❖ Phone: 91-4652-278525 ❖ e-mail: publications@kalachuvadu.com ❖ Line Drawings: Trotsky Marudu ❖ Clicto Print, Jaleel Towers, 42 KB Dasan Road, Teynampet Chennai 600018

ISBN: 978-93-5523-080-5

பேத்தி ஆதிரைக்கு

பொருளடக்கம்

முன்னுரை: தற்காலக் கவிதையின் முதல் வாசம் 15

சி. மணி: யார் அந்த மனிதன் 22

பிரமிள்: கவிதையின் புது வெளிச்சம் 27

ஞானக்கூத்தன்: வாசகனோடு உரையாட
விழையும் கவிதைகள் 36

நகுலன்: சொல்முறையே கவிதையாகும் அழகு 44

எஸ். வைதீஸ்வரன்: சொற்களின் கொண்டாட்டம் 50

சு.ரா.: எளிய விடைகளால் கடந்துபோக விரும்பாதவர் 56

தேவதச்சன்: கவிதையின் அந்தரங்கம் 75

ஆத்மாநாம்: தற்காலக் கவிதையின் முகம் 127

ஆனந்த்: மனவெளிப்பறவை 134

சுகுமாரன்: கவிதைகள் மீட்டும் தனித்த ராகங்கள் 142

க. மோகனரங்கன்: மோகனரங்கனின் மீகாமம் 151

ஷாஅ: கண்புகாவெளிக்குள் கவிதை 163

பெருந்தேவி: கவிதையின் இன்னொரு முகம் 172

மாலதி மைத்ரி: மொழியைச் சந்திக்கும் போராளி 188

அனார்: உருவேற முயலும் சொற்களின் பெருந்திரள் 204

முன்னுரை

திறக்க முடிகிற சாளரம்

மனித உரையாடல்களுக்கு வெளியே சொற்களுக்கு ஒரு பயனும் இல்லை. மொழியின் சொற்களில் மனித அனுபவம் மட்டுமே சேகரமாகிக் கிடக்கிறது. நிலா என்ற சொல்லில் பிற உயிர்களின் அனுபவம் அல்லது பார்வை ஏது? பட்டாம்பூச்சியும் மலரும் கொள்ளும் உறவில் சொற்களேது? ஆனால் வேறு ஏதோ இருக்கிறது. அனுபவத்தைப் பொது உயிர்வெளிக்குக் கொண்டுசெல்கிற சாத்தியம் கூடக்கூட மனித அனுபவம் மேலும் விரிகிறது. இப்படியான உள்மன யாத்திரை கவிதையின் ஆகச் சிறந்த பண்பு. கவிதை திறக்க முடிகிற சாளரம். திறக்கிற சாளரத்திலிருந்து வாசகன் பார்வை கொள்வதே கவிதை வாசிப்பு.

நவீன கவிதைகள் வரத் தொடங்கியதும் வாசிப்பில் ஆகப் பெரும் சவாலாக எதைக் கருதி னோம்? சொற்களைத்தான். பழக்கமான பொருளில் அவை இல்லை. சொற்கள் கவிதைக்குள்ளிருந்து புதிதாகப் பிறந்தன. பொருள் கொள்வதையும் கவிதைகளே தீர்மானித்தன. ஒவ்வொரு கவிதையும் தனித்த அடையாளங்களைக் கொண்டிருந்தது. அகச்சூழலும் அதன் அடர்த்தியும் கவிதைக்குக் கவிதை வேறானதாக இருந்தது. அகம், புறம் என்று சுட்டமுடிந்த சங்ககாலம் தொடங்கிப் பிறகான பாடல்களும் வகைமாதிரிகளைக் கொண்டிருந்தன. பக்தி இலக்கியங்கள், தனிப்பாடல்கள், பாரதி, பாரதிதாசன் என்று வாசிக்கும்போது கவிதையின்

இயங்கு தளங்கள் வாசகன் அறிந்தவை. ஆனால் தற்காலக் கவிதைகள் உரையாடுகிற தளங்கள் ஒவ்வொன்றும் வெவ்வேறானவை.

கருத்து ரீதியாக அல்லது சமூக நிகழ்வுகளை அடிப்படை யாகக் கொண்டு எழுதப்படுகிற கவிதைகளை விட்டுவிடுவோம். அவற்றில் யூகித்து உணர வேண்டிய இடம் குறைவு. ஆனால் தனக்குள் ஒரு அனுபவத்தை நிகழ்த்தி வாசகரைச் சந்திக்க வருகிற நவீன கவிதைகள் மீதான வாசிப்பு சற்றுச் சிக்கலானது. அவை வாசகரின் பங்களிப்பைக் கோருபவை. ஒவ்வொரு கவிதைக்குள்ளும் இருக்கிற அகச் சூழல் முற்றிலும் வேறானது. நவீன கவிதையின் ஈர்ப்பே வெவ்வேறு அகச் சூழல்தான். வாசிப்பில் அறியவரும் ஒவ்வொரு கவிதையும் ஒரு பொக்கிஷம். அதனால் கவிதைமீது மதிப்பும் வாசிக்கும் ஆர்வமும் கூடுகிறது.

உரைநடையில் எழுதப்பட்ட கவிதைகளுக்குத் தவிர்க்க முடியாத பிரச்சினை, படைப்பைக் கவிதை என்று நிலைநாட்ட வேண்டிய அவசியம்தான். முக்கியமான கவிஞர்களிடம் அதற்கான கவனம் இயல்பாகவே இருக்கிறது. கவிஞர்களின் இந்த அக்கறைதான் கவிதை குறித்துப் பேசத் தூண்டியது. ஒவ்வொரு கவிதையாக்கமும் கவிதைக்கு ஒரு புதிய பரிமாணத்தைத் தந்துள்ளது. கவிதைக்குள்ளிருந்து கவிதையைப் பேசுவதையே படைப்பை, படைப்பாளியை மதிக்கும் செயலாகக் கருதுகிறேன். கவிதை தனக்கேயான அந்தரங்கத்தை வைத்திருக்கிறது. நேர்மையான வாசிப்பு இல்லாமல் அந்தரங்கத்தை நெருங்க முடியாது.

எண்ணற்ற கவிஞர்களின் பங்களிப்புகளிலிருந்து மதிப்பீடு செய்து தனக்கானதைத் திரட்டி வைத்திருக்கிறது கவிதை. இந்தச் சேகரமே கவிதையின் செல்வம். எழுதப்படும் ஒவ்வொரு கவிதையும் கவிஞரால் எழுதப்படுகிறது என்று சொன்னாலும் உண்மையில் கவிதைக்கு உரியவர் கவிஞர் அல்ல. கவிதைசொல்லிதான் கவிதைக்கு உரியவர். கவிஞரிடமிருந்து பிரிந்து கவிதைசொல்லி அந்தக் கவிதைக்காகப் பிறக்கிறார். கவிதைசொல்லி பிறக்கவில்லையென்றால் கவிதையில் கவிஞனின் அனுபவம் மட்டுமே இருக்கும். கவிதைசொல்லி எல்லாருக்கு மானவர். கவிதைசொல்லியின் மொழி அகராதியின் மொழியல்ல. கவிதைக்குள் அந்த நேரம் பிறக்கிற மொழி. அதனால்தான் மொழி புதுப்பிக்கப்பட்டு வேறுவேறு அர்த்த அலைகளை எழுப்புகிறது. கவிதைசொல்லியால்தான் கோப்பைத் தண்ணீரை நாளைய பிரளயத்தின் சிறு துளியாகப் பார்க்க முடிகிறது. இலையின் முன்பக்கத்தையும் பின்பக்கத்தையும் ஒரே நேரத்தில் பார்க்க

முடிகிறது. கவிதைசொல்லியின் வரலாறுதான் கவிதையின் வரலாறு. கவிதைசொல்லியின் குரல் மூலம்தான் உண்மையான வரலாறு பதிவாகிறது. ஒவ்வொரு காலத்துக்குமான குரலாகக் கவிதைசொல்லிதான் பிறக்கிறார். கவிதைசொல்லி வழியாகத்தான் கவிதையின் பயணத்தைப் பார்க்க முடியுமெனத் தோன்றுகிறது. கவிதைசொல்லி கவிதைக்குள்ளேயே வசிப்பவர். வாசிக்கிற அந்த நேரத்தில் வினைப்படுபவர். கணியன் பூங்குன்றன் இப்போது இல்லை. ஆனால் அந்தக் கவிதையின் கவிதைசொல்லி எப்போதும் இருப்பவர்.

நூலில் இடம்பெறும் கவிஞர்களின் அருமையான கோட்டோவியங்களை வரைந்திருக்கும் ஓவியர் ட்ராட்ஸ்கி மருதுவுக்கு என் மனமார்ந்த நன்றி. புத்தகத்தை வாசித்துச் செம்மையாக்க உதவிய நண்பர் மோகனரங்கனுக்கு அன்பும் நெருக்கமும். இதில் உள்ள சில கட்டுரைகளை வெளியிட்ட 'தமிழ் இந்து' இதழுக்கும் காலச்சுவடு அலுவலக நண்பர்களுக்கும் நன்றி. நண்பர் கண்ணனுக்கு மனதில் அழியாத இடம் தருகிறேன்.

கோவை
05.04.2022

க.வை. பழனிசாமி

ந. பிச்சமூர்த்தி:
தற்காலக் கவிதையின் முதல் வாசம்

கவிதையில் ஒரு உரையாடலைக் காண முடிகிறது. கவிதை நம்மிடம் உணர்த்த விரும்பும் உரையாடல் அது. வாசகனும் படைப்பாளியும் இணைந்து பயணிக்கிற சுதந்திரத்தை அது வழங்குகின்றது. வாசித்து முடித்த பின்பும் நீளும்

உரையாடலின் சாத்தியம் கவிதைகள். பிச்சமூர்த்தியின் 'பெட்டிக்கடை நாரணன்'தற்காலக் கவிதையின் முதல் வாசம்.

ஏதுமற்ற மனிதன் பிழைக்க வழி தேடுகிறான். பெட்டிக்கடை ஒன்றைத் திறக்கிறான். இன்று கடன் இல்லை என்ற வாசகத்தோடு வியாபாரம் நடக்கிறது. தேனாகப் பேசி வாடிக்கையாளர்களை ஈர்க்கிறான். பெட்டிக்கடை நாரணனின் இருபது ரூபாய் முதலீடு இருநூறாகமாறி உருமாலை நாரணன் ஆகிறான். மெல்ல வளர்ந்து பணம் சேர்த்து மளிகைக் கடை வைக்கிறான். மண்ணெண்ணெய்ப் பங்கீடு வருகிறது. அடுத்தவன் பணம், முயற்சி இல்லாமலேயே இவனிடம் சேரத் தொடங்குகிறது. கவிதையின் ஆரம்ப வரிகள் ஒருவன் இருத்தலுக்காகச் செய்கிற முயற்சிகள். அந்த எல்லைவரை யாரும் குற்றம் சொல்ல முடியாது.

> எண்ணைக்குப் பின்னர்
> அரிசிக்கும் பங்கீடு
> தானாகத் தங்கம்
> தடத்தில் கிடைத்தால்
> ஓடென்றொதுக்க நான்
> பட்டினத்தாரா?

இந்த மனம் வந்த பின்பு சும்மா இருப்பானா? பணத்தைப் பின்தொடர்கிறான். பிறகு வருகிற வார்த்தைகள் அனைத்தும் முழுமையின் அங்கமாவதால் கவிதையாகின்றன. இதிலிருக்கும் பகடியே கவிதையின் அழகியல். 'தானாகத் தங்கம் தடத்தில் கிடைத்தால் ஓடென்றொதுக்க நான் பட்டினத்தாரா?' என்ற கேள்வியை இன்றைய அரசியலோடு பொருத்திப்பார்க்கத் தூண்டுகிறது.

> மீன்கொத்தி ஒன்று
> உள்ளே இருந்ததால்
> பங்கீட்டுக்கடை ஒன்று
> பட்டென்று வைத்தேன்:
> பணக்காரன் ஆனேன்.

உண்மைக்கும் வாழ்க்கைக்கும் உள்ள முரண்களை மனத்தில் போடுகிறார். பதில் ஏதும் பெரிதாகக் கிடைக்கவில்லை. சமூகம் அதன் போக்கில் நகர்கிறது. வாழ்க்கையின் நெருக்கடியை ஒவ்வொரு மனிதனும் தன் அளவில் சந்தித்தாக வேண்டும். இதில் அறம் சார்ந்தும் அறம் ஒதுக்கியும் நடப்பது தனிமனித மனத்தின் விழைவு.

'பெட்டிக்கடை நாரணன்'தான் உண்மையான அரசியல் கவிதை. வெளியிலிருக்கும் அரசியல் அல்ல. கவிதைக்குள்

இருக்கிற அரசியல். பெட்டிக்கடை நாரணன் மனத்தில் ஓடும் எண்ண ஓட்டத்தைக் கவனியுங்கள்.

பங்கீட்டுக் கடைகளால்
பணக்காரர் ஆனால்
பாவம் என்றேதேதோ
பேப்பரில் வந்தது
பாவமொன்றில்லாவிட்டால்
பாருண்டா?
பசியுண்டா?
மண்ணில் பிறப்பதற்கு
நெல் ஒப்பும்போது
களிமண்ணில் கலந்திருக்க
அரிசி மறுப்பதில்லை.

'பாவமொன்றில்லாவிட்டால் பாருண்டா? பசியுண்டா?' இந்தக் கேள்வி கவிதையை வாசித்து முடித்த பின்பும் காதில் ஒலித்துக்கொண்டே இருக்கிறது. மறைந்திருக்கும் பகடிக்குள் கவிதை அழிக்க முடியாது நெஞ்சில் பதிகிறது. பெட்டிக்கடை நாரணன் இடத்தை இன்று பெரிய வணிக நிறுவனங்கள் பிடித்துக்கொண்டன. பெட்டிக்கடைகளை வணிக நிறுவனங்கள் விழுங்கத் தொடங்கிவிட்டன. இந்த இடமிருந்து 'பெட்டிக்கடை நாரணன்' கவிதையை மீண்டும் படிக்கும்போது பிச்சமூர்த்தியின் கவிதை ஆழம் வியக்க வைக்கிறது.

கவிதையின் இறுதிவரிகள் . . .

மூட்டையைப் பிரிக்கு முன்னர்
முந்நூறு பேரிருந்தால்
சலிப்பதெங்கே?
புடைப்பதெங்கே?
புண்ணியம் செய்யத்தான்
பொழுது எங்கே?

இந்த மனம்தான் தற்கால வாழ்தல். இன்றைய வாழ்தலுக்கும் பொருந்துவது கவிதையின் ஆற்றல். வரலாறு பதிவு செய்யாத வற்றைக் கவிஞன் பதிவு செய்கிறான். 'பெட்டிக்கடை நாரணன்' கவிதை இந்த நூற்றாண்டின் கவிதை. 'புண்ணியம் செய்யத்தான் பொழுது எங்கே?' என்ற கேள்வி நாம் கடந்து வந்த வாழ்க்கையின் சகல இடங்களையும் காட்டிவிடுகிறது. பகடி பெருவலியாய் மனத்தில் நிலைக்கிறது. பிச்சமூர்த்தியின் இந்தக் கவிதைதான் நவீனக் கவிதையை வாசிப்பதற்கான முதல் வெளிச்சம். உரைநடைக்குக் கவிதை நகர்ந்த ஆரம்பகால முயற்சியாகத்தான் இவரது கவிதையைப் பார்க்க வேண்டும். இந்த முயற்சி

குறித்துத் தனது கருத்தாகப் பிச்சமூர்த்தி தெரிவித்தவற்றையும் கவனத்தில்கொள்ள வேண்டும்.

'காட்டு வாத்து'

விடுதலைப் போராட்டங்கள் தீவிரமாக இருந்த காலகட்டத்தில் வாழ்ந்த பிச்சமூர்த்தி, அகம் சார்ந்தும் இயற்கை சார்ந்தும் இயங்கியது ஒரு முரண்தான். இந்த முரண்தான் புதிய கவிதைகளுக்கு வழித்தடம். மொழிக்குப் பன்முகம் தேவையாகிறது. அவரது மனம் வேர்விட்டிருந்த இடம் மனித வாழ்வுக்கானது. இன்றைய அற நெருக்கடிகளுக்கு மத்தியில் வாழ்வுக்கான வெளிச்சத்தை நாடிப் பயணித்தன அவரது கவிதைகள்.

'காட்டு வாத்து' கவிதையின் ஆரம்ப வரிகள்... 'பூட்டியிருந்தால் பேர்த்தெறிய முயலாதே குடைக் கம்பி தேடாதே...' என்று நெருங்கி அன்போடு பேசுகிறது. வார்த்தைகளை நம்பாமல் பொய்யான மனிதர்களைப் புறம்தள்ளி உன்னை நீயே மேய்க்க வழி தேடி அலைகிறது கவிதை. பிச்சமூர்த்தியின் மனஈரமே வார்த்தைகள்.

மனுக்கால வெள்ளம் போச்சு,
மார்க்ஸ் கால வெள்ளம் போகும்,
பூமித்தாய் கருணை வெள்ளம்
எக்காலும் வடியாதோடும்.

தத்துவங்கள், மத போதனைகள், விஞ்ஞானம், அரசியல் பார்வைகள் எதுவும் தனக்கு உதவாதபோது திகைத்து நிற்கும் மனிதனிடம் பேசுவதே 'காட்டு வாத்து'. எல்லாம் பழங்கதையாய் ஆயிற்று. அற நெருக்கடிகளுக்குத் தீர்வு இல்லை. வஞ்சகத்துக்கு எதிராக மாற்று இல்லை. விழுமியங்களுக்கு மதிப்பில்லை. இந்தச் சூழலில் என்னை எப்படி நான் கூட்டிப்போவது? இருள் மட்டுமே வெளியாக இருக்கும் இடத்தில் நான் எப்படிப் பயணிப்பது? உள்ளொளி ஒன்றை அறியக் கவிதைக்குள் பயணிக்கிறார். இவரது அகவெளிப் பயணம்தான் காட்டு வாத்து.

உள்ளுக்குள் இருந்து
கணத்திற்குக் கணம்
உசுப்பாமல் வழிகாட்டும்
உணர்வாய் உணர்ந்துவிட்டால்
முன்னும் இல்லை
பின்னும் இல்லை
தொடர் சங்கிலி.
முழுதும் இன்பம்.

க.வை. பழனிசாமி

தன்னிலிருந்து தான் உணரும் சக்தியை விஞ்ஞானிகள் வியக்கும் சக்தி என்கிறார். இந்தச் சக்தியின் இடத்தைக் காட்டுவதே 'காட்டு வாத்து'. சைபீரியாவிலிருந்து வேடந்தாங்கல் வந்து ஏரியின் நடுமரத்தில் முட்டை இட்டுக் குஞ்சு கண்டு மீண்டும் சைபீரியா திரும்பும் காட்டு வாத்து உள் இருக்கும் சக்தியை உனக்கு உணர்த்தவில்லையா என்கிறார். 'காட்டு வாத்துகளுக்குப் பறந்து வரப் பாதை உண்டா? பார்த்துத் தெளிவுபெறப் படங்களுண்டா? தவறைத் திருத்தப் பகுத்தறிவு உண்டா?' என்று கேட்கும் கேள்வியில் உள்ளிருக்கும் ஒளியைக் காட்டுகிறார். புற வெளியின் இருட்டை அக வெளிச்சத்தில் கடக்கச் சொல்கின்றன கவிதையின் வார்த்தைகள். மேலுமான வரிகளைப் பார்ப்போம்.

பாடம் கேட்காமல்
பாதை காட்டாமல்
குஞ்சுகளும் தாமாய்
சைபீரியா செல்லும்
இயல்புணர்வைக் கண்டபின்னும்
ஒளியைக் காணாயோ ?'

மனிதத் துயரங்களுக்கு இயற்கையிலிருந்து மருந்து தருகிறது கவிதை. சமூக வீழ்ச்சிக்கு மாற்று இயற்கையை நாடுவதே. வானத்தில் வீதி காணும் பறவையே வாழ்வின் சிக்கலுக்கு வெளிச்சம் என்கிறார். அறிவுக்குள்ள பயன்பாட்டு எல்லையைப் 'பாடம் கேட்காமல்/பாதை காட்டாமல்' என்கிற வரி உணர்த்தி விடுகிறது. நவீன வாழ்தலை எதிர்கொள்வதற்கான மனவலிமையைக் 'காட்டு வாத்து' வழங்கத் துடிக்கிறது. இது மனித உயிரியைப் பொது உயிரின் இடமிருந்து பார்க்கத் தூண்டுகிறது. இதுவும் கருத்தியல் ரீதியான பார்வைதான். ஆனால் பிற்காலக் கவிதைகள் இப்படியான வழிகாட்டுதல்களை உதறிவிட்டே வாசகனைச் சந்திக்க விழைகின்றன.

கிளிக்கூண்டு

'கவிதை அறிவுடன் தொடர்புகொள்ள முயல்வதில்லை. உணர்வுடன்தான் உறவாட முயல்கிறது. கவிதை மன நெகிழ்ச்சியை அடிப்படையாகக் கொண்டது' இது கவிதை குறித்த பிச்சமூர்த்தியின் பார்வை. காதை நம்பாமல் கவிதையைத் தோற்றுவிக்க முடியாதா என்று தனக்குள் கேட்டு அந்த இடத்திற்குக் கவிதையை நகர்த்த முயன்றவர். அன்று அது அவருக்கே அவ்வளவு எளிதானதாக இருக்கவில்லை. 'முதலில் வசன கவிதை போலும் பின்னர் மரபொலிகள் கலந்தவை போலும் அமைந்திருப்பது மறுகண்ணோட்டத்தில் தெரிந்தது.

புதுக்கவிதை முயற்சிக்கு இவை ஒவ்வாதென்று உறுத்திற்று. இதன் விளைவாகத்தான் பின்னர் எழுதிய கவிதைகளில் இந்தத் தன்மைகளைக் கூடியவரையில் ஒதுக்க முயன்றிருக்கிறேன்' என்று அவரே சொல்கிறார். இது அவரது கவிதைப் பயணம். இப்படியான பயணங்களின் வழியாகத்தான் உரைநடையை ஏற்றுக்கொண்ட கவிதை பல மாற்றங்களைக் கண்டது.

பிச்சமூர்த்தியின் கவி ஆழத்தை அறிந்துகொள்ள அவரது கிளிக்கூண்டு கவிதை ஒன்று போதும். அவரது காலத்தில் இவ்வளவு தெளிவாகக் கவிதை குறித்து அறிந்து சொன்னவர் யாருமில்லை. கவிதைக்குள் உரைநடையை ஏற்றுக்கொண்ட மனத்தின் பரவசத்தை இதில் காணலாம். இன்று பேசுகிற நவீனக் கவிதைக்கு அவரது அன்றைய முயற்சி பெரும் சக்தி என்று சொல்லலாம்.

காவிரி மணலில் குழந்தைகளின் கும்மாளம். இரவில் கிளி வந்தடைய மணலில் கிளிக்கூண்டு கட்டுகிறார்கள். கோவைப்பழ மூக்கும், பாசிமணிக் கண்ணும், சிவப்புக் கோட்டுக் கழுத்தும், வேப்பிலை வாலும் காட்டி... கிளி மயக்குமென மகிழ்கிறார்கள். 'காலையில் வருவோம், கிளியைப் பிடிப்போம்' என்று வீடு திரும்புகிறார்கள். இதைப் பார்த்துக் கவிஞனும் பாட்டால் ஒரு கிளிக்கூண்டு கட்டுகிறான். குழந்தைகளுக்குக் காவிரி ஒரு ஆறு. கவிஞனுக்கு? வாழ்க்கையே காவிரி.

வாழ்க்கையும் காவிரி,
அதிலெங்கும் கிளிக்கூண்டு.
நானொன்று கட்டினேன்.
வார்த்தையே மணல், ஓசையே ஜலம்
என் தீராத வேட்கையே குவிக்கும் விரல்கள்,
பாட்டென்னும் கூண்டொன்றமைத்தேன்,
அழகென்னும் கிளியை அழைத்தேன்

பாடல் நீள்கிறது. குழந்தைகள் வந்து பார்க்கின்றன. மணல் குவித்து ஆசையாய்க் கட்டிய கூண்டில் கிளி இல்லை. வருந்திய இரு குழந்தைகள் சொல்கின்றன.

இரவில் கிளி வந்து இறகை ஒடுக்கியும்
இடமில்லை யென்றே பறந்து போய்விட்டது.

இதைக் கேட்ட மற்ற குழந்தைகள் பரிகாசம் செய்கின்றன, 'கிளியேது சுவடேது மூடரே' என்று. கவிதையில் இந்த மூன்று வரிகளும் பிச்சமூர்த்தியின் கவித்துவக் கண்டுபிடிப்பு. கவிதைக்குள் ஒவ்வொரு சொல்லும் தனித்தும் இணைந்தும் வாசிப்பில் சுவையேறி மயக்குகின்றன. 'என் தீராத வேட்கையே குவிக்கும் விரல்கள்' இந்த வரியிலிருக்கும் சொற்கள் எண்ணற்ற

க.வை. பழனிசாமி

பொருள் தந்து மயக்குகின்றன. கவிதையில் சொற்கள் தனித்தும் இணைந்தும் வசீகரிக்கும். மொத்தக் கவிதைக்குள் வைத்தும் வரியில் நீட்டியும் வாசித்து வாசித்து மகிழலாம்.

கிளி இங்கு அழகியலின் குறியீடு. கவிதா அழகு. கலையின் உருவத்தினதும் உண்மையினதுமான பேரழகு. யாப்பில் அடங்காது கவிதை என்றும் கட்டற்ற வெளியே பறவையின் வாழ்விடம் என்றும் சொல்கிறது கவிதை. சிறுவர்களின் உரையாடல் கவிதையை உணர்த்திவிடுகிறது. "உள்ளத்தின் வேட்கை வார்த்தை யில் தோணுமா" என்கிறார். இந்த எண்ணம்தான் கவிதைக்குள் அவரை வழிநடத்தியது. தனக்குள் சொல்லிக்கொள்கிறார்:

ஆ! ஆசை அழைத்தால் போதுமா?
அழகென்ன மீனா?
ஓசையின் தூண்டிலில் சிக்குமா?

பிச்சமூர்த்தி வைக்கிற கேள்வி முதலில் அவருக்கு. பிறகு நம் எல்லாருக்குமானது. இந்தக் கேள்வி வெளிச்சத்தில்தான் பிச்சமூர்த்தியின் கவிதைப் பயணம் தொடர்கிறது. கவிதை ரகசியம் பிடிபட்ட பரவசத்தில் எழுதுகிறார்:

அழகுப்பித்தே வாழ்க
சிறியோர்கள் வார்த்தையைப் போற்றினேன்,
பெரியோர்கள் இரங்கலைத் தள்ளினேன்,
ஆறெங்கும் கிளிக்கூண்டு கட்டுவேன்,
அழகினை அழைப்பேன்
எந்நாளும்.

பறத்தலே பறவை அல்லவா? பறவைக்கு வானத்தை வழங்கினால் மட்டுமே பறத்தல் அழகைக் காண முடியும் என்று அவர் காலத்தில் சொன்னது புதுமை. காதை நம்பாமல் கவிதையைத் தோற்றுவிக்க முடியாதா என்று தனக்குள் கேட்டு அந்த இடத்திற்குக் கவிதையை நகர்த்த முயன்றவர். அன்று அது அவ்வளவு எளிதானதல்ல. 'இரவில் கிளி வந்து இறகை ஒடுக்கியும்/இடமில்லை யென்றே பறந்து போய்விட்டது'. இந்த வரிதான் நவீனக் கவிதை வினைப்படுகிற இடத்தைச் சுட்டுகிறது. இதன்மீது பேசாதே வினைப்பட வேண்டும். அது எப்படி என்று கேட்டால், 'சும்மா இரு சொல்லற' என்று சொல்லத் தோன்று கிறது. சொல்லுக்கு முந்தைய இடத்தில் மனம் தோய வேண்டும்.

சி. மணி:
யார் அந்த மனிதன்

அறிவைப் புறம் தள்ளிய தேடல். கற்றுக் கொண்டவற்றுக்கு வெளியேயும் பயணம் செய்கிற மனம். லாவோட்ஸுமீது மோகம். முடிவிலாத பெருவெளியில் அலையும் உள்மனம். கற்பிதங்களை ஒதுக்கிய ஞானவெளி இருப்பு. ஜென் துறவியோ என்று எண்ணத் தோன்றும் உரையாடல்.

க.வை. பழனிசாமி

தரையில் குத்துக்காலிட்டு உட்கார்ந்தபடி அல்லது திண்ணை யில் அமர்ந்தபடி உரையாடுகிற எளிய மனிதர். வாழ்வின் அனுபவத்தை ஆழ்மனத் தீண்டலிலிருந்து கவிதையாக்கியவர். மொழியை வசீகரமாகவும் புதிதாகவும் பயன்படுத்தியவர். இரண்டு பெயர்ச் சொற்களை இணைக்கத் தெரிந்தவர். வார்த்தைகள், வரிகள் எல்லாவற்றிலும் புதிய பிறப்பின் ஈரம். ஆக தமிழ்க் கவிதை யில் புதுவெளி சி. மணி; வாழ்ந்த காலத்தில் அறியப்படாத பொக்கிஷம் . . . சி. மணியை இப்படிச் சொல்லிக்கொண்டே போகலாம். அவரை நேரில் சந்தித்த ஒவ்வொரு நாளும் வாழ்வின் பேறு. உரையாடிய ஒவ்வொரு பொழுதும் உயிருக்குப் புது ருசி. விளிம்புடைந்து பெருவெளியே உடலாகும் வெளியீட்டு மொழி. அனுபவத்துக்கு வெளியேயும் பயணப்படுகிற சாத்தியம். சி. மணியின் அற்புத இடம் இதுவே. ‘படைப்பு’ என்ற தலைப்பில் உள்ள கவிதை இவரது படைப்பின் ரகசிய வெளியைத் திறந்து காட்டுகிறது.

அருங்கல்லொன்று கிடைத்தபோது
அகத்திலூறிச் சுழல்கின்ற
நிழலைச்
செதுக்கவந்தேன் . . .

இந்த வார்த்தைகளுக்குப் பொருள் சொல்வது கவிதையைச் சிதைத்துவிடும். ஒவ்வொரு சொல்லையும் அதுவாக வினைப்பட அனுமதித்தால் போதும். மனத்தில் இறங்கும் சொல் வேறொன்றாவதே வாசிப்பு. சொல்லை வினைப்பட வைப்பதே கவிதை. நிழலைச் செதுக்க வந்தேன் என்ற வரிகளை வாசிக்கிற பொழுது விரிகிற மனவெளியில் தொலைந்துபோவோம். நான்கு வரிகளில் கலையின் முழுமுகம் சற்றே நிழலாடி மறைகிறது. அரூபமும் ரூபமும் ஓடிப்பிடித்து விளையாடுகிற அற்புத இடம் இது. கவிதையின் இறுதிவரிகள் சி. மணியைப் பிரபஞ்ச மனிதனாய் அதிரவிடுகின்றன.

சாத்திரக் கோட்பாடுகளை
நெஞ்சில் கரையவிட்டு
குறித்தபடி கோவில்
எழுப்ப வரவில்லை
நிறைந்த அனலாவியை
விழைந்த கோலமாக்கும்
விரிந்த பாழ்வெளியில்
பால்வெளியாய்ப்
படைக்க வந்தேன்

வாசிப்பில் ஒவ்வொரு சொல்லும் பெருவெடிப்பாய் இறங்கு வதைத் தாங்காத மனம் விளிம்புடையும். இங்கே படைப்பின்

ரகசியம் மட்டும் அவிழவில்லை. படைப்பாக்க வினையும் சேர்ந்தே ஒலிக்கிறது. 'நிறைந்த அனலாவியை / விழைந்த கோலமாக்கும்' என்பதில் இயற்கையின் படைப்பு மேன்மையோடு எழுத்தின் ஆக்கத்தை இணைப்பதால் கவிதைக்குள் எண்ணற்ற பார்வைகள். விரியும் வெளியும் அதனுள் படைப்பின் வினையும் கவிதையாகும் அற்புத நிகழ்வு பேசப்படுகிறது.

> பால்வெளியாய்ப்
> படைக்கவந்தேன்

என்ற வரிகள்,

> அகத்திலூறிச் சுழல்கின்ற
> நிழலைச்
> செதுக்கவந்தேன்...

என்ற வரிகளில் மோதித் தெறிக்கிறது அரூப உரு. இந்தக் கவிதை முழுவதிலும் படைப்பு குறித்த எல்லாமும் முன்வைக்கப்படு கின்றன. எல்லாமும் என்பதில் கலைஞன் வினைப்படுகிற இடம் பிரதானமானது.

இன்னொரு கவிதை "யார் அது?"

> வளர்ந்தாலும் தேய்ந்தாலும்
> நிலவு நிலவே. அது போல
> மனிதன் மனிதனே.
>
> போட்டாய் ஒரு போடு, மாலி.
> அது சரி,
> யார் அந்த மனிதன்?

மாலி என்ற பெயரிலும் சி. மணி எழுதுவார். இந்தக் கேள்வி அவர் தன்னிடமே கேட்டுக்கொள்கிற கேள்வி என்பதே இதன் அழகியல். இதில் 'வளர்ந்தாலும் தேய்ந்தாலும்' என்று சொல்வது நிலவுக்குத் தொடர்பில்லாதது. இதில் உள்ள பகடி முதலில் ஈர்த்தாலும் பகடிக்கு வெளியே காத்திருக்கிறது கவிதை. இதில் வளர்தலும் தேய்தலும் பார்க்கும் இடத்தால் கிடைக்கிற தோற்றம் நாம் அறிந்ததே. ஆனால் நிலவு நிலவே/மனிதன் மனிதனே என்கிற இணைப்பு சொல்லுக்கு வெளியே நம்மைத் தூக்கி எறிந்து உணர்தலின் ஆழத்தில் கிடத்திவிடுகிறது. 'யார் அந்த மனிதன்' என்ற கேள்விக்குப் பதில் சொல்ல முயன்று பாருங்கள். ஒவ்வொரு பதிலிலும் நமது போதாமைதான் வெளிப்படும். அறிந்த ஒன்றை நாளையும் அறிய முடியாத பேருண்மையில் மோதவிட்டு அமைதியாகிறது கவிதை. அதனால்தான் இந்தக் கவிதையில் மணி இரு நிலைகளில் (மணி ... மாலி) வருகிறார். கவிதையில் பல உத்திகளை முதலில் உருவாக்கியவர் அவர்தானே.

க.வை. பழனிசாமி

சி. மணியின் பல கவிதைகள் வார்த்தைகளால் ஆனவை அல்ல. வார்த்தைகள் கூட்டிப் போகிற அறிந்திராத இடமும் வாசக அக்கறையும் இணைந்து பெறுகிற மனவெளியே இவரது கவிதைகள்.

"பழக்கம்" தலைப்பில் உள்ள கவிதை...

பழக்கத்திற்கு இவனொரு அடிமை.
பழக்கமற்ற எதையும் இதுவரை
செய்ததில்லை – இனிமேல்
செய்யப்போவதில் பழக்கமற்றது
சாவது ஒன்றுதான்.
சாவதும்
பழக்கமானதோ என்னவோ,
அதுவும் நாள்தோறும்.

வாசித்து முடிக்கும்போது முதல் வரியும் இறுதி வரியும் இணைந்து கவிதைமீது அறியாத வெளியின் வினைவெளிச்சம் படிகிறது. இந்த அனுபவத்தை அவரது எந்தக் கவிதையிலும் காணலாம். பழக்கம் என்ற சொல்லை ஒலிக்கவிடுகிற அழகு இவருக்கே ஆனது. கவிதையை வாசித்த பின்பு பழக்கம் என்ற சொல் முன் பழக்கம் இல்லாத வேறு அர்த்தத்தைத் தருகிறது.

சி. மணியின் 'பிரக்ஞை உடல்' விளிம்பற்றது. அந்த உடலிலிருந்துதான் தாவோவைப் பேச முடியும். நவீன வாழ்வின் சிக்கல்களைச் சந்திக்கவல்ல புதிய பார்வையைத் தேடிக் கவிஞர்கள் அலைந்தபோது அறிந்திராத மனிதனைக் காட்டி வியக்கவைத்தவர் மணி. நவீன அன்றாடத்தையும் (வரும் போகும்) ஆன்ம வாழ்வையும் (முக்கோணம்) கவிதையில் கொண்டாடியவர். மரபையும் நவீனத்துவத்தையும் ஒரு புள்ளியில் சந்திக்கவைத்து முன் அறிந்திராத கவிதையைக் காட்டி வியக்கவைத்தவர். 'வரும் போகும்' கவிதை மொழி அத்தகையது. 'காதடைக்கும் இரைச்சலுடன்/டவுன் பஸ்கள் வரும்போகும் . . .' என்று தொடங்கும் கவிதை நவீன அன்றாடத்தில் தொடங்கி மனித வெளியின் அன்றாடத்தில் கலக்கும் நீள்கவிதை.

"இதுவரை" கவிதைத் தொகுப்பிலிருக்கும் முதல் கவிதை 'முக்கோணம்'. பழைய இலக்கியங்களின் வரிகளை டி.எஸ். எலியட் போலத் தமது கவிதையில் இவரும் பயன்படுத்துகிறார். அவை உரு மாறி வேறு உயிர் கண்டு உரையாடுவது இவரது கவிதைவினை. சில விளைவுகளுக்காகத் தான் அப்படிச் செய்வதாக அவரே குறிப்பிடுகிறார்.

"முக்காலம் தொடர்பில்லா முக்கூடு" என்பவரும்
"போனது வராது, வருவது தெரியாது,

நடப்பதைக் கவனி" என்பவரும் அறிவிலிகள்:
நினைவும் நம்பிக்கையும் உள்ள மட்டும்
போவது எதுவுமில்லை, வருவது ஒன்றுமில்லை,
எல்லாம் இருப்பதுவே, நடப்பதுவே.

மனத்திலிருக்கும் அறிவை, கற்பிதங்களைத் துடைத்து எறிந்துவிடுகிறது. அறிந்திராத வெளியை நிறைக்கின்றன வினைப் படுகிற வார்த்தைகள். சரி, இது எப்படிக் கவிதையாகிறது? மொழியைப் பொருள்கொள்வதிலிருந்து விடுவித்து உணர்தல் தளத்திற்கு வாசகனை நகர்த்துவதால் கவிதையாகிறது. அறிந்த உலகிலிருந்து அறியாத வெளியில் மனத்தைச் சற்றே நிறுத்துகிற மாயம்தான் கவிதையை நிகழ்த்துகிறது. மற்ற வரிகளை வாசித்தால் சி. மணியின் மனம் நமக்கும் வசப்படலாம்.

முற்றிய வித்து
பழமையின் திரட்டு; புதுமையின் பிறப்பிடம்.
மின்னும் விண்மீன்
சென்றதன் தண்ணொளி; வருவதன் சின்னம்.
பிறந்த குழந்தை
முன்னோரின் வாரிசு; புது மனிதனின் மூலம்.

முக்கால வினையை ஒரு புள்ளியில் நிறுத்தி முன்னும் பின்னும் அசைத்து ஒரு கலைக் கூத்தை நிகழ்த்துவது இங்கே கவிதையாகிறது. பழைமையின் திரட்டு என்று முற்றிய விதையைச் சொல்லும் அழகு புதுவண்ணம்தானே. முந்தைய வார்த்தையின் ஓசை அடங்குவதற்குள் சொல்கிறார் புதுமையின் பிறப்பிடம் என்று. மற்றுமான வரிகளைக் கொஞ்சம் கொஞ்சமாகச் சுவைக்கிறது மனம். ஒரு விண்மீனை, பிறந்த குழந்தையை இவரால்தான் இப்படிப் பார்க்க முடியும்.

முக்காலம் மூன்றல்ல
ஒன்று – ஓரே முக்கோணம்;
மனித இனத்தைச் சுற்றி வளைத்திருக்கும்
முக்கோணம்.

இறுதிவரியில் காலத்தை முக்கோணம் ஆக்கி மனித இனத்தைச் சுற்றி வளைக்கும் இந்தப் பார்வை முன் எழுதாத கவிதையை எழுதி முடிக்கிறது. நிகழ் உலகின் காலவினையை முடக்கிவிடுகிறது. கவிதைக்குள் பிறக்கிறது புதிய வெளி. இந்தக் கவிதை 1959இல் எழுதப்பட்டது. புதிய எழுத்து, புதிய கவிதை என்று கவிஞர்கள் கொண்டாடிய கவிஞர் அன்று சி. மணியே.

பிரமிள்:
கவிதையின் புது வெளிச்சம்

பிரமிள் என்று அழைக்கப்பட்ட தருமு சிவராம் உலக இலக்கியத்தையும் தமிழ் இலக்கியத்தையும் அறிந்தவர். நவீனக் கவிதை குறித்து அவருக்கேயான ஒரு பார்வை இருந்தது. இவரது வார்த்தைக் கொடுக்கில் சிக்காதவர்கள் அபூர்வம். மௌனியின் கதைக்கு முன்னுரை தந்தவர். அவரது பாராட்டையும்

விமர்சனத்தையும் கவிதைகளின் மீதான வெளிச்சமாகவே பார்த்தனர். படிமத்தைக் கவிதையின் சக்தியாக மாற்றியவர். வாழ்வின் எண்ணற்ற உணர்வுகளின் வெளிப்பாடே இவரது கவிதைகள். இது பிரமிளின் கவிதை எனச் சுட்டக்கூடிய மொழிநடைக்கு உரியவர்.

அடிமனம்

முட்டித் ததும்பியென்ன?
மாலையில் பகல் வடிகிறது
ஒளி ஒதுங்கி இரவாகிறது

கதிர்
எங்கோ சொட்டி
விளைந்தன தாரகைகள்,
பகலின் துளிகள்.

என் மன அகலிகையின்
நிறைவின்மை முடிவுற்று
வாழ்வு கரவாகிறது

கவிதையின் ஆரம்ப வரிகள் வண்ணங்கள் தெறிக்கும் கித்தானாகக் காட்சியாகின்றன. நிறங்கள் வடிவமாகி உயிர் கண்டு முடிவில்லாத வெளியில் அலைகின்றன. இதிலிருக்கும் ஒவ்வொரு வார்த்தையும் புதுப்பிக்கப்படுவது கவிதையால் நிகழ்கிறது. படிமம் மனத்தில் வேர்பிடித்து வளர்கிறது. முட்டித் ததும்பியென்ன என்று பரிதியை விளித்து, மாலையில் பகல் வடிகிறது என்று இயற்கையின் அன்றாடத்தோடு இணைக்கிறார். பின்வருகிற ஒவ்வொரு சொல்லும் கவிதையின் அங்கமாக மாறிவிடுகிறது. இந்த நிகழ்வால் சொல் தனித்தும் கவிதையோடு இணைந்தும் வேறுவேறு பொருள்தரக் காத்திருக்கிறது. வாசித்து முடிக்கும்போது ஆரம்ப வரிகள் வேறுபொருள் தந்து கவிதையை மீண்டும் மீண்டும் படிக்கத் தூண்டுகின்றன. ததும்பி, வடிந்து எனும் சொற்கள் பரிதி மீதும் அது வினைபடுகிற வெளிமீதும் படிகின்றன. 'கதிர் எங்கோ சொட்டி விளைந்தன தாரகைகள்' என்று வாசிக்கிறபோது மனமே மலராக விரிகிறது. 'மனஅகலிகை'... இந்தச் சொற் சேர்க்கையை பிரமிள் தெரிந்தே செய்கிறார். நிறைவின்மை, கரவு என்ற இரண்டு சொற்களில் மையம்கொள்கிறது கவிதை. தொன்மத்தை நிகழ்காலத்திற்குக் கடத்துகிறார். மனித மனத்தின் வினையாகிறது அகலிகை கதை.

இனி என்ன?
கோதம உக்கிரத்திற்கு
ஒரு போலி,
போலிப்பரிதி
ஒரு போலி வைகறை

க.வை. பழனிசாமி

போலிப்பரிதி, போலி வைகறை எனும் வார்த்தைகளைக் கவனிக்க வேண்டும். இங்கே காட்சியாகும் போலி முற்றிலும் மனத்தோடு தொடர்புடையது. எது சரி என்ற கருத்தைப் பேசவரவில்லை பிரமிள். உணர்வின் பெருவெள்ளத்தைக் கவிதையெங்கும் ஓடவிடுகிறார். கவிதையின் மேலுமான வரிகள் போலிப்பரிதி, போலி வைகறை என்ற சொற் சேர்க்கைக்குக் கூடுதல் உணர்வைத் தருகின்றன.

உதிக்கிறது எங்கும் ஒரு
திருட்டுத் தெளிவு
இந்திர நிலவு.

பாதி தெளிந்து
ஆடை களைந்து
வெளிர்கிறது மனவெளி

ஓலியற்றுச் சிரித்து
மனம் பதைக்கும் புணர்ச்சிக்கு,
தனித்து,
வெறிச்சோடிய தெருவெங்கும்
அழுகி வடியும் விளக்கின்
வாழ்த்தொளி

இது நிகழ்ந்த சமயம்
இடமற்ற
மனோவேளை

மொழியைக் கவிதையே ஆள்கிறது. இந்தக் கூற்றுக்கு பிரமிளின் கவிதை ஒரு நிரூபணம். தெரிந்த பழக்கமான சொற்கள் நாம் அறிந்த பொருளில் இல்லை. பரிதி, நிலவு இந்த இரண்டும் கவிதைக்குள் வேறுவேறு உருவங்கள் காண்கின்றன. 'திருட்டுத் தெளிவு / இந்திர நிலவு' இந்த வரிகளில் குவியும் உணர்வுகளை மென்று தீராது மனம். நாம் அறிந்த கோதமன், இந்திரன், அகலிகை மூவரும் கவிதைக்குள் அடிமன வினை களாக மாறுகிறார்கள். மனித மனத்தின் ரகசியக் கதவுகள் கவிதைக்குள் திறக்கப்படுகின்றன. உள்ளே நுழையும் வாசகன் யாருடைய உதவியுமின்றி உரையாடலாம். எல்லாமும் இடமற்ற மனோவேளையின் எண்ண அதிர்வுகள்.

வாழ்ந்த காலத்தில் பிரமிள் பிரமிப்பூட்டுபவராகவே இருந்தார். நகுலன், பிரமிள் இருவரோடும் உரையாடுவதற்கென்றே சென்ற படைப்பாளிகள் நிறைய உண்டு. இலக்கியம், குறிப்பாகக் கவிதையே இவர்களைத் தேடிச் சென்றதற்கான காரணம். கவிதையைத் தனித்தும் சொற்களாகவும் கொண்டாடலாம். பிரமிளின் சில வரிகளின் சொற்கள் அந்தக் கணம் பிறந்த ஈரத்தோடு இருக்கும். இனவலியைப் பேசுகிற அவரது ஆறு

கவிதைகள் முக்கியமானவை. வாசக வெளிச்சம் அதிகம் படாத கவிதைகள் இவை.

கடல்களைத் தாண்டிக் கேட்கிறது
வீறிட்ட சிசுக்குரல்,
காப்புடைந்த பெண்ணின் கதறல்,
கனன்றெரியும் வீட்டின் குமுறல்

இப்படித் தொடங்குகிறது ஒரு கவிதை. மரணம் மட்டுமே என்றபின் மரணம்தான் என்ன என்ற கேள்வியை வைக்கிற கவிதை. நூறு ஆண்டுகளின் துயர வரலாற்றில் நாம் அறியாத வலியின் இடங்களைப் பேசுகிற கவிதைகள். வலியும் வீரமும் கலந்த வார்த்தைகள்.

மனித வர்க்கத்தின்
மனச்சாட்சியினுள்
பாய்கிறது அதன்
உதிரநதித் துடிப்பு

இப்படியான வரிகள் ஏராளம். வலியை அனுபவித்தவர்கள் மட்டுமே எழுத முடிகிற எழுத்து. இச்சூழலை உதவியற்ற அமைதிப் பிராந்தியமென்கிறார். உதிரநதித் துடிப்பு என்கிற வரியில் குருதியின் விரிதலை மனித வர்க்கத்தின் விளிம்புவரை நகர்த்துகிறார். பாய்தல் என்ற சொல் கவிதைக்குள் பிறக்கிற இடத்தை யாரும் கடந்துபோக முடியாது. இதிலுள்ள எல்லாச் சொற்களுமே சூழலால் அடர்த்திபெறுகின்றன. அவருக்கேயான கவிதை மொழியிலிருந்து விலகித் துயரத்தின் வலியை, காப்புடைந்த நிலையை, வாசிக்கிற மனத்தில் நேரடியாகத் தைக்கவிடுகிறார். கவிதை முழுவதும் நேரடித் தன்மையை விரும்பியே வைக்கிறார். சூழல் மீதான கவனக் குவிப்பு பிரதானமாகிறது.

குழந்தமை கற்பிழந்து
பயங்கரம் முதிர்கிறது

இந்த வார்த்தைகளை மனித குலம் வாங்க முடியுமா?

ஒவ்வொரு வார்த்தையும் இணைந்து விரிகிற வெளியில் உலகம் வெட்கப்பட்டு மறைவிடம் அல்லவா தேட வேண்டும்? ஆனால் அப்படி எதுவும் நிகழவில்லை. அதனால்தான் பயங்கரம் முதிர்கிறது என்ற அடுத்த வரி வருகிறது. தமிழ் ஈழப் போராட்டத்தின் வரலாற்றிலிருந்து தனிமனிதத் துயரங்களைப் பேசுகிற வார்த்தைகள். அதே கவிதையில் இன்னொரு வரி 'உலகின் ஊமைச் சட்டங்கள்' என்கிறபோது மனித நாகரிகம் அம்மணமாகத் தெருவில் நிற்கிறது. 'இருபத்திநாலு மணிநேர இரவு' என்ற கவிதையின் ஒவ்வொரு வரியும் இந்தியத் தமிழ்க் கவிதையுலகம் காணாதது; நாம் அனுபவிக்காத வாழ்க்கை.

பிஞ்சுக் கை பிடித்த
துப்பாக்கி இரும்பில் மட்டும்
நட்சத்திரங்களின்
ஒளிக் கண்ணீர்த்துளி ஒன்று
உதயத்தை நோக்கிப்
பிரவஹிக்கிறது நெருப்பாக

இனப் போராட்டத்தின் கவிதைகள் பிற மொழிகளில் ஏராளம் உண்டு. அவற்றின் ஆகச் சிறந்த கவிதைகளில் பிரமிளின் கவிதைகளுக்கு இடம் உண்டு. வாழ்வை முழுதாக இழந்து தவிக்கிற இன்றைய சூழலில் இந்த வரிகளைக் கடக்க முடியாமல் மனம் வலிக்கிறது.

விடிவின் திசையற்று
ஒரு சமூகத்தின் உயிரைச் சூழ்கிறது
இருபத்திநாலு மணிநேர இரவு

என்ற வரிகளை வாசிக்கிறபோது எழுகிற குற்ற உணர்வில் மூழ்கித் தவிக்கிறோம். கவிதையின் தொடக்க வரியிலிருந்து 'இருபத்திநாலு மணிநேர இரவு' என்று முடிகிறவரை ஒவ்வொரு சொல்லும் கடந்துவந்த வரலாற்றின் ஒட்டுமொத்த இருள்வெளியிலும் பட்டுத் தெறிக்கிறது. கவிதைக்குள்ளும் அது நிகழ்வதால் பின் வருகிற கவிதையில் அதன் உதிரவெளி/மானுட இரவாகி/உலகை மூடுகிறது என்று வருகிறது.

'காலமுகம்' என்ற கவிதையின் இறுதிவரிகள் . . .

ராஜீயக் கடப்பாறைத்
தாக்குதலில் எங்கோ
வீறிடுகிறது ஓர்
சின்னஞ்சிறு குழந்தை.
அதன் உதிரவெளி
மானுட இரவாகி
உலகை மூடுகிறது

வார்த்தைகளின் பின்னே இருக்கிற அனுபவ நிகழ்வில் நாம் இல்லை. வேறு யாரோ இருந்திருக்கிறார்கள். அந்த யாரோ வேறு யாருமில்லை. நம்மைப் போலவே இன்னோர் உயிர். அதனால்தான் மானுட இரவு என்கிறார். மதமும் மொழியும் அழிந்து, தேச எல்லைகள் கரைந்து, முழு மானுட அனுபவத்திற்குக் கவிதை நகர்கிறது. 'ராஜீயக் கடப்பாறை' என்று வாசிக்கிறபோது அதிகாரத்தின் எல்லா அத்துமீறல்களும் புரிந்துவிடுகின்றன. 'அதன் உதிரவெளி/மானுட இரவாகி/உலகை மூடுகிறது' என்கிறார். இதுவரையிலுமான மனித வாழ்தல் எவ்வளவு பொருளற்றது என்பதை ஒலித்துக்கொண்டே இருக்கிறது குழந்தையின் உதிரவெளி. பிரமிளின் வாசிக்காத

கவிதைகளின் மீது கவனம் கொள்கிறோம். வரலாற்றிலிருந்து மனிதனை விடுவித்துத் தனித்துப் பார்க்கிறபோது மனித வாழ்வின் இருத்தல் வலிகளைக் கூடுதலாக உணரலாம். வாழ்வின் உண்மை அப்போதுதான் தெரியவரும். பிரமிளின் கவிதையை அப்படி வாசிக்கிறபோது தனி மனித வாழ்வின் இருத்தல்வெளி எதுவென்று புரிகிறது.

பசி

சித்திரை முதல் நாள்
காலை
மேஷத்தில்
பரிதி உதிக்கப்
பார்த்தேன்
பார்த்தவுடன்
கண்களை மூடிக்
கண்டேன்

'நேர்மையான கவிதை அர்த்தம் புலப்படாவிட்டாலும் தொற்றிவிடும்' என்கிற எலியட்டின் வார்த்தையை பிரமிள் தனது கட்டுரை ஒன்றில் குறிப்பிடுகிறார். இந்தக் கவிதைக்கு இது மிகவும் பொருந்தும். சித்திரை, மேஷம், பரிதி இந்த மூன்றுக்கும் ஏதோ ஒருவகையில் தொடர்புள்ளதாக அறிகிறோம். சித்திரை மாதமும் மேஷமும் ஜோதிடப் பார்வையில் இணையலாம் அல்லது வேறாகவும் பார்க்கப்படலாம். இதில் கட்டாயம் ஏதுமில்லை. கண்களைத் திறந்துதானே எதையும் பார்க்க வேண்டும். கண்களை மூடிக் கண்டேன் என்கிறபோது அகவயமாகத் திரும்புகிறது பார்வை. மேஷத்தில் பரிதி உதிப்பது எனக்கு ஒரு ஆடு பசியோடு வாடுவதாகப்படுகிறது. பசி நெருப்பு, பரிதியைவிடச் சூடானது. இந்த எண்ணம் கவிதையைக் காட்டுகிறது. பிரமிள் குறுக்கிட வேண்டியதில்லை. எனக்கான கவிதைதான் முக்கியம்.

பரிதி
இமைகளின் செவ்விருளில்
பச்சையாய்த் துளிர்த்தது
பசித்து மெலிந்த மேஷம்
– அதுதான், ஆடு –
துளிர்த்ததை மென்றது

திடுக்கிட்டு கண்விழித்தால்
எங்கும் – வானெங்கும்
இருட்டு!
உதித்திருந்த
சூரியனைக் காணேன்

இமைகளின் செவ்விருள் என்பது வசீகர அழகில் ஒளிர்கிறது. சூரியனைப் பார்த்துக்கொண்டே இமைகளை மூடினால் தெரிவது செவ்விருள். உள்ளேயும் வெளியேயும் சட்டென்று நிகழ்கிறது ஒரு பயணம். கிழக்கே சூரியன் உதிக்கிறபோது காணுகிற நிறத்தோடு ஒத்துப்போகிறது இமைகளின் செவ்விருள். பரிதி பச்சையாகத் துளிர்க்கிறது. ஆடு அதை மென்றுவிடுகிறது. துளிர்த்த சூரியன் இப்போது ஆட்டின் வயிற்றில். கண்விழிக்க வானெங்கும் இருட்டு. பசி நெருப்பு மனத்தில் தங்கிவிடுகிறது. வார்த்தைகளில் கிட்டும் பொருள் அல்ல கவிதையில் முக்கியம். மனத்தில் இறங்கும் உணர்வே கவிதையின் வெற்றி.

கவிதையை வாசிப்பது வார்த்தைகளைப் படிப்பதல்ல. குறிப்பிட்ட கவிதைக்குள் சென்று முழுமையாக வாசித்துக் கவித்துவத்தை அறிவது. யாருடைய கவிதைகளைப் பற்றி நாம் பேசினாலும் பழக்கமான சில கவிதைகளையே திரும்பத் திரும்பச் சொல்லி மகிழ்கிறோம் அல்லது ஒரு மதிப்பீட்டைப் பதிவு செய்கிறோம். ஆழமாகச் சென்று வாசிக்காத பல கவிதைகள் தேங்கிக் கிடக்கின்றன. கவிதை வாசிப்பு அவ்வளவு எளிதானதல்ல. தேர்ந்த வாசகனுக்கு மட்டுமே திறந்துகாட்டவென வைத்திருக்கும் அந்தரங்கமே கவிதை. சங்கப்பாடல்கள் தொடங்கி இன்றுவரை எழுதப்பட்ட பல கவிதைகள் அந்தக் கோணத்திலிருந்து பார்க்கப்படவே இல்லை. நமது மதிப்பீடெல்லாம் வாசித்த அல்லது புரிந்துகொண்ட கொஞ்சமான கவிதைகளில் இருந்தே வழங்கப்படுகிறது.

கவிதை எண்ணற்ற மடிப்புகளைக் கொண்டிருக்கிறது. வாசிக்கும் மனமும் பல அடுக்குகளைக் கொண்டிருக்கின்றன. கவிதைக்குள்ளிருக்கும் சொற்கள் ஒருபோதும் அகராதியின் பொருளை மட்டுமே குறிப்பதில்லை. ஒவ்வொரு கவிதையும் அந்தக் கவிதைக்கான தனித்த வாசிப்பைக் கோருகின்றன. கவிதைக்குள் சொல் தனித்தும் சேர்ந்தும் இயங்கவல்லது. கவிதையின் ஒவ்வொரு சொல்லும் அந்தக் கணம் பிறப்பன. இப்படியான கவிதைகளை ஞானக்கூத்தன், பிரமிள், தேவதச்சன் ஆகியோரிடம் அதிகம் காணலாம். காரணம் கவிதையின் அடர்த்தி; அல்லது வார்த்தைக்கு முந்தைய இடம். வாசித்து அவ்வளவு எளிதாக அறிய முடியாத பிரமிளின் ஒரு கவிதையைப் பார்ப்போம் ...

கன்னி

ஒரு நூற்றெட்டு
அரிவாள் நிழல்கள் பறக்கும்
அறுவடை வயல்வெளியில்

ஏதோ ஒரு ஆள்நிழல்
மிதிக்க மடங்கி
சிரம் பிழைத்துக் கிடந்து
அறுவடை முடிய ஆள்நகர
மெல்ல வளைந்தெழுந்து
தனித்து நாணிற்று
ஒரு கதிர்; உச்சியில்
ஒரு நெல், சுற்றிலும்
வரப்பு நிழல்களின்
திசைநூல்கள்–

இன்று நிழல்நகரும்
நாளை உதயம்;
உனக்கும்
நாணத் திரை நகரும்
உயிர் முதிரும்; உன்
கூந்தலின் உமிநீக்கி
வெடித்தெழும் வெண்முகம்.

ஒரு அணுத் தான்யத்தின்
பகிரங்கம்

இந்தக் கவிதையை அறுவடையில் தப்பித்த ஒரு கதிரைப் பற்றிய பதிவாகக் கடந்து போவதில் கவிதை நிகழ்வே இல்லை. கவிதை நம்மோடு எதையோ உரையாட விழைகிறது? கவிதைக்குள் அதற்கான சாத்தியங்கள் என்ன? 'நூற்றெட்டு/அரிவாள் நிழல்கள்' என்று வாசிக்கும்போது எண்ணிக்கை எதைச் சொல்கிறது... அரிவாள் என்று சொல்லாமல் அரிவாள் நிழல் என்பதற்கு என்ன தனித்த காரணம்? ஆள் என்று சுட்டாமல் ஆள் நிழல் என்பதேன்? நிழல் என்ற சொல் பல இடங்களில் வருகிறது.

'அரிவாள்நிழல்கள்'

'ஆள்நிழல்'

'வரப்பு நிழல்களின்

திசைநூல்கள்'

'நிழல் நகரும்' .... இவையெல்லாமும் கவிதைக்குள் என்ன பொருள் தருகின்றன? கவிதைக்குள் வரும் எல்லாச் சொற்களும் இப்படி கேள்வி எழுப்புகின்றன. 'தனித்து நாணிற்று/ ஒரு கதிர்' இந்த வரியைத் திறப்பாகக் கருதினால் சொற்கள் கவிதைக்குள் தருகிற பொருள் சற்றே புரிகிறது. கதிர் அப்போது பெண்ணின் குறியீடாகிறது. நாணம் ... வெண்முகம் காட்சியாவது எல்லாமும் ஒருவகையில் பொருள் தருகின்றன. இருந்தும் கவிதை அதன் முழுமைக்குள் பிடிபடவில்லை.

க.வை. பழனிசாமி

கவிதை பல அனுபவங்களின் திரளாகவும் வாசிப்பில் மோதுகிறது. சொல் தனித்தும் ... வரியாகவும் ... நிகழ்வாகவும் ... உணர்வில் தோன்றி மேலும் மேலும் வாசிக்கத் தூண்டுகிறது. அனுபவ அடர்த்திதான் கவிதைக்கான சொற்களைத் தீர்மானிக்கின்றது. நிழல் என்ற சொல் உளவியல் பார்வையில் பேசப்படும் shadowவாகவும் பொருள் தருகிறது. கவிதைக்குள் shadow தனித்தும் சேர்ந்தும் பேசப்படுகிறது. இப்போது காட்சியில் விரியும் சொற்களின் பிம்பங்கள் மறைந்து வளரும் பெண்ணின் சமூக வாழ்வைப் பேசுவதாக மாறுகிறது. கவிதையின் தலைப்பு மேலும் உதவுகிறது. அறுவடை சார்ந்த நிகழ்வாகத் தோன்றும் கவிதை மெல்ல நகர்ந்து பெண்ணின் வாழ்வெளிமீது கவிகிறது. 'திசை நூல்கள்' ரூபமாக ஒரு பொருள் தந்தாலும் அரூபமாக உணர்த்தும் எல்லை கவிதைக்குள் விரிக்கும் வெளி பிரமிக்க வைக்கிறது. கவிதையின் இறுதிவரிகளில் தான்யத்தின் பகிரங்கம் என்று சொல்லாமல் அணுத் தான்யத்தின் பகிரங்கம் என்கிறபோது கவிதையின் அந்தரங்கம் வாசகனுக்கு நெருக்கமாகிறது. ஒருவேளை அது அந்த நேரம் அறிந்த அந்தரங்கமாகவும் இருக்கலாம்.

ஞானக்கூத்தன்:
வாசகனோடு உரையாட விழையும் கவிதைகள்

கவிதை எப்போதும் கவிஞனின் அடையாள மாகத்தான் இருக்கிறது. பாரதியின் கவிதை என்றுதான் வாசிக்கிறோம். ஆனால் வாசிக்க வாசிக்க கவிதை வாசகனின் கவிதையாக மாறி விடுகிறது. இந்த நிகழ்வே கவிதையின் வெற்றி. இது எப்படி நிகழ்கிறது? வாசகன் தனக்கான

க.வை. பழனிசாமி

அனுபவத்தோடுதான் கவிதையை வாசிக்கிறான். அப்போது வாசகனின் தனித்த அனுபவங்களும் கவிதைமீது படிகின்றன. படைப்பாளியும் வாசகனும் தம்மை அறிந்துகொள்கிற இடமாகிறது கவிதை. கவிதைகுறித்து ஞானக்கூத்தன் நிறைய பேசியிருக்கிறார். ஒரு நிகழ்வு கவிதையாகிறபோது இருக்கும் சிக்கல் எதுவெனக் குறிப்பிடுவது கவனத்திற்குரியது. ஒரு நிகழ்வின் பின்னே எண்ணற்ற நிகழ்வுகள் உள்ளன. கவிதைக்குள் மொத்த நிகழ்வுகளின் தாக்கத்தையும் கொண்டுவருவது அவ்வளவு எளிதல்ல என்கிறார். இரயில் நிலைய நிகழ்வொன்றைக் கவிதையாக்குகிறார். இந்தக் கவிதையில் அவர் குறிப்பிடும் நிகழ்வின் அடர்த்தியைக் காணலாம். கவிதைக்குள் காட்சியாகாத பிம்பங்களும் வாசிப்பில் கூடவே வருகின்றன. காரணம், ஞானக்கூத்தனின் கவிதைத் தீண்டல். 'கடைசீப் பெட்டி' வாசகனை மதிக்கிற கவிதை.

கடைசீப் பெட்டி

வண்டி புறப்பட நேரம் இருக்கிறது
இரயில் நிலையத்துக் கடிகாரத்தின் பெரியமுள்
திடுக்கிட்டுத் திடுக்கிட்டு நகர்கிறது
பிறந்தகம் போகும் புதுமணப் பெண்ணுக்கு
ஆரஞ்சு தோலுரித்துத் தருகிறான் மாப்பிள்ளை
தொட்டுக் கொள்கிற துவையல் பற்றாமல்
எஞ்சிய இட்லியோடு ஒருவன் ஓடுகிறான்
பெட்டிகள் வராத தண்டவாளத்தின்மேல்
நிலைய விளக்குகள் ப்ரகாசிக்கின்றன
திடுக்கிட்டுத் திடுக்கிட்டு நகர்ந்த முள்
ரெயிலின் புறப்பாட்டு நேரத்தைத் தொட்டது
செண்ட்ரல் ஸ்டேஷன் ரயில் நிலையத்தில்
சிந்திய எனது கண்ணீர் உன்னை மறைக்கிறது
இரயிலின் கடைசிப் பெட்டியின் பின்புறம்போல்
சோகம் தருவது உலகில் வேறேது?

நவீனக் கவிதையின் பல சாத்தியங்களை இக் கவிதையில் பார்க்கலாம். கவிதையில் நம்மோடு பேசுபவர் யார்? கவிதை சொல்லியும் கவிதைக்குள்ளே இருப்பவரும் ஒருவரோ! பேசுவது ஆணா பெண்ணா? யார் வேண்டுமானாலும் இருக்கலாம். கவிதையில் உரையாடலைத் தூண்டுகிற இடம் 'திடுக்கிட்டுத் திடுக்கிட்டு நகர்கிறது' என்கிற வரி. இரயில் நிலையத்திலிருக்கும் கடிகாரத்தின் பெரிய முள் ஏன் திடுக்கிட்டுத் திடுக்கிட்டு நகர்கிறது? பெரிய கடிகாரத்தின் முள் இயல்பிலேயே ஒரு அதிர்வில்தான் நகரும். திடுக்கிடல் காண்பவரின் மனம் சார்ந்தது. சற்று நேரத்தில் ரயில் கிளம்பிவிட இருப்பதால், ரயிலின் உள்ளே இருக்கும் உறவின் பிரிவும் வலியும் பெரிய முள்ளில் அதிர்கிறது.

‘ஆரஞ்சு தோலுரித்துத் தருகிறான்’ என்ற வரி உறவின் நெருக்கத்தைக் காட்டுகிறது. ‘எஞ்சிய இட்லியோடு ஒருவன் ஓடுகிறான்’ என்ற வரியில் அவசரமும் போதாமையும் தெரிகிறது. ரயிலில், ரயில் நிலையத்தில் காட்சிப்படுத்த ஏராளமான நிகழ்வுகள் இருக்க, கவிதைக்குள் இந்த இரண்டு நிகழ்வுகள் மட்டுமே வருகின்றன. கவிஞனின் மனம் எந்த உணர்வை வாசகனுக்கு ஏற்படுத்த விழைகிறது? அன்பு, அவசரம், போதாமை போன்ற உணர்வுகள் இந்த இரண்டு நிகழ்வுகளிலும் வெளிப்படுகின்றன. சற்று நேரத்தில் ரயில் போய்விடும் என்பதில் ஒரு வலியை உணர்கிறோம். ரயிலில் யார் போகிறார்கள். வழியனுப்ப வந்தது யார்? கவிதைக்குள் குறிப்பேதுமில்லை. அவரவர் அனுபவம் சார்ந்து யாரையும் இட்டுநிரப்பிக்கொள்ளலாம்.

வாழ்வின் குறுக்குவெட்டுத் தோற்றம் இந்தக் கவிதை. சொற்களிலிருந்து கசியும் உணர்வு மனத்தில் தேங்கித் ததும்புகிறது. ரயில் நிலையம், பஸ்நிலையம் எல்லாமும் மனித வாழ்வின் வெளிப்பாட்டு மையங்கள். ‘ரயில் நிலையத்தில் சிந்திய எனது கண்ணீர் உன்னை மறைக்கிறது’ என்று வாசிக்கும்போது உறவின் ஆழம், பிரிவின் வலி இரண்டையும் உணர்கிறோம். ரயிலுக்கு உள்ளேயும் வெளியேயும் இருக்கும் இருவர் ஆணா, பெண்ணா என்று சுட்டப்படாதிருப்பது கவிதையின் அழகு. வாசகன் பல தளங்களில் உரையாடலை நிகழ்த்தவல்ல சாத்தியம் இதனால் நிகழ்கிறது. கவிதைக்குள் பேசாத இடங்கள் கவிதையின் சக்தியாக மாறுகிறது. கவிதைக்குள் சொல்லாத நிகழ்வுகள்தான் மேலும் அதிகமாகக் காட்சியாகின்றன. விலகலும் இணைதலும் நகர்தலின் வினைதானே. கவிதை காட்டுகிற வெளியும் . . . காணாத வெளியும் கடைசீ இரண்டு வரிகளில் சேர்ந்தே காணும் அதிசயம்தான் கவிதை. ‘இரயிலின் கடைசிப் பெட்டியின் பின்புறம் போல்/சோகம் தருவது உலகில் வேறேது?’ பின்புறம் என்று சொல்கிறபோது பார்க்க முடியாத ஒன்றும் கூடவே பிறக்கிறது. இருந்தும் உணர்வுகள் தீண்ட முடியாத ரயில் வண்டி எப்போதும் ஓடிக்கொண்டே இருக்கிறது. வாசித்துமுடித்தபின் நீளும் உரையாடல் அந்தரங்கமாக மாறுவது ஞானக்கூத்தனின் கவிதை ஆக்கம். ‘பெட்டிகள் வராத தண்டவாளத்தின்மேல்/ நிலைய விளக்குகள் ப்ரகாசிக்கின்றன’ என்பதில் இடம் பெயராத அல்லது நகராத ஏதோ ஒன்று கவிதை சொல்லியைப் பார்க்கத் தூண்டுகிறது. பெட்டிகள் ஒவ்வொன்றாய் நகர நகர கடைசீப் பெட்டி காட்சியாகி அதுவும் ஒரு புள்ளியாகிக் காட்சியில் மறைகிறது. ஆனால் நிலையத்திற்கு வழியனுப்ப வந்தவர்கள் மனத்தில் தேங்கி வழியும் பிம்பங்கள்மீது வாசக மனம் படிகிறது.

விளிம்பு காக்கும் தண்ணீர்

கொட்டிவிட்டதண்ணீர்
தரையில் ஓடியது. ஓடி
சற்றுத் தூரத்தில் நின்றுவிட்டது
வழி தெரியாதது போல.
தொங்கும் மின்விசிறியின் காற்று
தண்ணீரை அசைக்கிறது
மேலே தொடர்ந்து செல்ல
தண்ணீருக்கு விருப்பமில்லை
அங்கேயே நிற்கிறது தண்ணீர்.
காற்றினால் கலையும்
தன் விளிம்புகளை
இறுகப் பிடித்துக்கொண்டு
அங்கேயே நிற்கிறது தண்ணீர்

நீரைக் கொட்டிவிடுவது இயல்பாக நடப்பது. அப்படியான ஒரு நிகழ்வு இங்கே கவிதையாகிறது. எளிய நிகழ்வு ஞானக்கூத்தனின் பார்வையால் கவிதையாகிறது. காணும் அனுபவம் கவிதை அனுபவமாக மாறி எப்படி ஒரு கவிதையைத் தருகிறது என்று அறிந்துகொள்ள இந்தக் கவிதை மிகச் சரியான எடுத்துக்காட்டு. முதலில் நிகழ்வைக் கவனிப்போம். யாரோ கொட்டிவிட்ட நீர் தரையில் ஓடுகிறது. ஓடுகிற நீர் சற்றுத் தூரம் சென்று நின்று விடுகிறது. இதுவரையிலான விஸ்தரிப்பு கொட்டியதால் ஓடுகிற நீரைப் பேசுகிறது.

சற்று தூரத்தில் நின்றுவிட்டது
வழி தெரியாதது போல.

இந்த வரிதான் நீரின் ஓட்டத்தைக் கவிதைக்கான நிகழ்வாக்குகிறது. வழி தெரியாததுபோல என்கிறபோது கவிதை நம்மோடு உரையாடத் தொடங்குகிறது. ஓடாது அங்கேயே நிற்கிற நீரை, வழி தெரியாது நிற்பதாகப் பார்க்கிறார் ஞானக்கூத்தன். எல்லா வினையையும் ஒரு பொதுவினைக்குள் கவிஞனால் பார்க்க முடிகிறது. கவிஞனின் இந்தப் பார்வைதான் கவிதை மீது நாம்கொள்கிற காதல். எந்தக் கவிதையும் யாருக்குமான கவிதையாக மாறுவது பொதுவினையால்தான். வாசக அனுபவமே கவிதையின் வண்ணம். அதனால்தான் வெவ்வேறு வண்ணச் சேர்க்கை ஒவ்வொரு வாசிப்பிலும். கவிதைக்குள் தனது பங்களிப்பு இருப்பதால்தான் தொடர் வாசிப்பு இருந்துகொண்டே இருக்கிறது.

நீரின் ஓட்டத்தை மனித வாழ்வின் பயணமாக அல்லது மனத்தின் எண்ணமாக மாற்றுகிறது கவிதை. இன்னொரு வாசக அனுபவம் இதை வேறாகவும் வாசிக்கலாம். இதே

கவிதை எனக்கு நாளை இன்னொரு உணர்வைத் தரலாம். அதற்கான சாத்தியம் கவிதையில் அதிகம். கொட்டியதால் நீர் ஓடுகிறது. இடமும் நீருக்குள்ளிருக்கும் உந்தலும் ஓட்டத்தைத் தீர்மானிக்கின்றன. நின்றுவிட்ட நீரை அசைக்கிறது மின் விசிறியி லிருந்து வருகிற காற்று. நீருக்கோ மேலும் பயணிக்க விருப்பம் இல்லை. காற்றினால் கலையும் தன் விளிம்புகளை இறுகப் பிடித்துக்கொண்டு அங்கேயே நிற்கிறது தண்ணீர். கொட்டியதால் நிகழ்ந்த நீரின் ஓட்டத்தை மனிதவாழ்வோடு இணைக்கிறது கவிதை.

வழி தெரியாததுபோல என்கிற வரி வாழ்வின் பயண நடுவில் நிகழ்கிற ஸ்தம்பிப்பு; அல்லது ஒரு தயக்கம். அதனால்தான் 'வழி தெரியாதது போல' என்கிறார். வாசிப்பில் நீரோடு மனமும் பயணிக்கிறது. சட்டென்று நீரின் இடத்தில் வாசிக்கிற மனம் உட்கார்ந்துகொள்கிறது. இப்போது நீர் வேறு மனம் வேறல்ல. அதனால் கவிதை எல்லாருக்குமானதாகிறது. கடந்துவந்த வாழ்வை அசைபோடுகிறது மனம். புறம் அந்த இடத்தைக் கலைக்க விரும்பலாம்; மனம் அதே இடத்தில் இருக்க விரும்பலாம்.

தொங்கும் மின்விசிறியின் காற்று
தண்ணீரை அசைக்கிறது
மேலே தொடர்ந்து செல்ல
தண்ணீருக்கு விருப்பமில்லை
அங்கேயேநிற்கிறது தண்ணீர்.

இந்த வரிகள் கவிதையோடு மேலும் உரையாட வழி வகுக்கிறது. தண்ணீருக்கு விருப்பமில்லை என்கிறபோது நீரைச் சாக்காக வைத்துக்கொண்டு வேறு ஒன்றைப் பேச விரும்புவது தெளிவாகிறது. அந்த வேறு ஒன்றை அறியும் சுதந்திரத்தை வாசகனுக்கு வழங்குகிறார் ஞானக்கூத்தன். 'தன் விளிம்புகளை இறுக்கிப் பிடித்துக்கொண்டு' என்ற வரியிலிருந்து வாசகன் எளிதாக மீள முடியாது. எல்லா உயிரும் உடலின் விளிம்பில் கட்டுண்டே இருக்கின்றன. கூடவே ஒரு கேள்வி எழுகிறது 'ஆனால் மனம்?' கவிதை வாசகனின் மனத்தில் பட்டுத் தெறிக்கவே காத்திருக்கிறது.

அம்மா குந்தும் இடம்

எனக்குத் தெரிந்தவன்
கிராமத்துப் பையன்
ரெயிலைப்பற்றிச்
சொல்லுங்கள் என்றான்
'காரும் பஸ்ஸும்
சக்கரங்கள் உள்ள பெட்டிதான்
ஆனால் ரெயிலை மட்டும்
பெட்டி என்கிறார்களே' என்றான்

காரும் பஸ்ஸும் ஒற்றைப் பெட்டி
ட்ரெயினில் எஞ்சின் தனியாய் இருப்பதும்
நிறையப்பேர் பயணம் செய்வதால்
பெட்டிகள் நிறைய இருப்பதும் . . .
என்ற என் மனத்தில் கல்கத்தா
பயணம் ஒன்று நினைவில் வந்தது
எக்ஸ்பிரஸ்
மெயில்
பாசஞ்சர் . . . பாஸ்ட் பாசஞ்சர்
சதாப்தி
தூங்க வசதிகள்
உணவு வசதிகள்
போர்வை, தலையணை வசதிகள் இவற்றைக்
கேட்டு கேட்டு வியந்தவன் தனது பாஷையில்
'கழிவறைகள் இல்லையா' என்றான்
உண்டென்று சொன்னேன். அவன் சொன்னான்:
அதுக்குப் பக்கத்தில்தான் அம்மா குந்தும்'
அவன் மனதில் ஒரு வண்டி ஓடியது
என் மனதில் ஒரு வண்டி ஓடியது
வெவ்வேறுதடத்தில்

தேவதச்சனின் 'இரண்டு சூரியன்' என்கிற கவிதை நினைவில் வருகிறது. ஒரே நேரத்தில் உதிக்கிற இரண்டு சூரியன்களுக்குக் கீழே . . . இரண்டுவகையான வாழ்தலைப் பேசத் தலைப்படும் கவிதை. இப்போது வாசிக்கிற கவிதை . . . இதுவரையிலும் எழுதப்பட்ட எல்லா கவிதைகளோடும் உரையாடவல்லது. அனுபவம்தான் இங்கே ரயில். இரு மனங்களின் அனுபவங்கள் எதிர்பாராத ஒரு கணத்தில் மோதிக்கொள்வது கவிதையின் உருவம் அப்போது பெறுகிற உயிர். கிராமத்துப் பையனின் அனுபவம்சார்ந்த ஒரு ரயில். ரயிலை எல்லாவகையிலும் அறிந்து வைத்திருக்கிற, மனிதரின் அனுபவத்திலிருக்கிற ரயில். இருவேறு வண்டிகள் ஒரே நேரத்தில் வாசிப்பில் ஓடுகின்றன.

கிராமத்துப் பையனின் கேள்விக்கு அறிவுபூர்வமாக விளக்கம் தருவதாகத் தொடங்குகிறது கவிதை. அறிவின் தளத்தில் செல்லும் மனம் சட்டென்று உணர்வுத் தளத்தில் வியாபிக்கிறது. உணர்தல் வெளியில் நிகழ்கிற சலனம்தான் கவிதை. அப்படியானதொரு சலனத்தை நோக்கி நகர்கிறது கவிதை. பயண அனுபவத்தை விளக்கமாகச் சொல்கிற கவிதை சொல்லியின் பாதையில் குறுக்கிடுகிறது இன்னொரு ரயில். இன்னொரு ரயில் வண்டி எது? ஓடுகிற ரயிலுக்குள் ஓடுகிற இன்னொரு ரயிலைப் பேசுகிறது கவிதை. இந்தப் பார்வைதான் கவிதையாகிறது. 'கழிவறைகள் இல்லையா' என்கிற கேள்விக்கு முன்பாக இரயில் குறித்து பேசுகிறப் தகவல்கள் யாவும் மௌனமாக்கப்படுகிறது. வாழ்வின் நிகழ்வுகள் யாவிலும் ஊடுருவுகிறது கவிதை.

'கழிவறைகள் இல்லையா?' என்ற கேள்விதான் கவிதையி லிருக்கும் வார்த்தைகளை இணைத்து உருவம் சமைக்கிறது. அறிந்த வார்த்தைகளை ஒலிக்கவைத்துத் தீவிர உணர்தலைச் சட்டென்று விதைத்துவிடுகிறது. 'அதுக்குப் பக்கத்தில்தான் அம்மா குந்தும்'... கிராமத்துப் பையனின் வழியாக நிகழும் உரையாடல் இப்படி முடிகிறது. வாழ்க்கை எல்லாருக்கும் பொதுவானதல்ல. கவிதை இந்த இடத்தைச் சந்திக்க விழை கிறது. இதுகுறித்துப் பேசத் தொடங்கினால் அது கட்டுரை. வாழ்க்கையின் உள்முகங்களைக் காட்டுவதும் கூடவேஅவர் அவர் அனுபவம்சார்ந்து அதன் வேர்களை அறிந்துகொள்வதற்கு இடமளிப்பதுமே கவிதை. கவிதையின் ஒவ்வொரு வார்த்தையும் கவிஞனை மௌனமாக்கவே முயல்கின்றன. அதனால் கவிஞன் பேசாது கவிதை மட்டும் ஒலிக்கிறது. காட்சியைப் பேசவிட்டுப் பொருள் தருகிற வார்த்தைகளை அழிக்க முற்படுகிறது கவிதை.

அம்மாவின் பொய்கள்

பெண்ணுடன் சினேகம் கொண்டால்
காதறுந்து போகும் என்றாய்

தவறுகள் செய்தால் சாமி
கண்களைக் குத்தும் என்றாய்

தின்பதற் கேதும் கேட்டால்
வயிறுக்குக் கெடுதல் என்றாய்

ஒருமுறை தவுட்டுக்காக
வாங்கினேன் உன்னை என்றாய்

எத்தனைப் பொய்கள் முன்பு
என்னிடம் சொன்னாய் அம்மா

அத்தனைப் பொய்கள் முன்பு
சொன்ன நீ எதனாலின்று
பொய்களை நிறுத்திக்கொண்டாய்

அம்மாவின் பொய்களைப் பட்டியலிடுகிறது கவிதை. ஒவ்வொரு பொய்யிலும் அன்பும் பிரியமும் ஒளிர்கிறது. பொய்யை நெருங்க உண்மையே தயங்குகிறது. தாயால் மட்டுமே இப்படியான பொய்களைச் சொல்ல முடியும். கவிதை ஏன் அழியாதிருக்கிறது? கவிதையின் பயன் என்ன? ஞானக்கூத்தனை இன்றும் ஏன் கொண்டாடுகிறோம்? எல்லாக் கேள்விகளுக்கும் இந்தக் கவிதையில் பதில் இருக்கிறது. உணர்தலை வீணைபோல மீட்டுகிறது கவிதை. உயிரில் இசையைக் கலந்தால் கவிதை எப்படி அழிய முடியும்? தாயின் ஒவ்வொரு பொய்யிலும் மனம்விட்டுப் பேச முடியாதத் தவிப்பின் வலி இருக்கிறது.

க.வை. பழனிசாமி

அந்த வயதில் வறுமையைச் சொல்ல முடியுமா? ஒழுக்கத்தை உபதேசிக்க முடியுமா? கோபத்தை உணர்த்த முடியுமா? அறத்தை இன்னதென்று விளக்க முடியுமா? பிள்ளையிடம் பேச முடியாத இந்த இடங்களைப் பொய்களால் நிரப்புகிறாள்.

அத்தனைப் பொய்கள் முன்பு
சொன்ன நீ எதனாலின்று
பொய்களை நிறுத்திக் கொண்டாய்

அம்மா பொய் சொல்வது சட்டென்று ஒருநாள் நின்று விடுகிறது. வளர்ந்த பையன் இப்போது சந்திக்கும் பொய்கள் வலிக்கின்றன. தாயிடம் வைக்கிற கேள்விகள்தான் கவிதையின் பயன். ஒவ்வொரு வார்த்தையும் சமூக வாழ்தலில் இருந்து கவித்துவ வெளிக்கு வருகிறது. வாசிக்கும் நம்மையும் இணைத்துக்கொண்டு ஞானக்கூத்தன் மற்றுமான வரிகளில் பேசுகிறார்.

தவறு மேல் தவறு செய்யும்
ஆற்றல் போய்விட்டதென்றா ?
எனக்கினிப் பொய்கள் தேவை
இல்லையென் றெண்ணினாயா ?

அல்லது வயதானோர்க்குத்
தகுந்ததாய்ப் பொய்கள் சொல்லும்
பொறுப்பினி அரசாங்கத்தைச்
சார்ந்ததாய்க் கருதினாயா ?

தாய்ப்பாலை நிறுத்தல் போலத்
தாய்ப் பொய்யை நிறுத்தலாமா

உன்பிள்ளை உன்னை விட்டால்
வேறெங்கு பெறுவான் பொய்கள் ?

இந்த வரிகள் ஞானக்கூத்தனை ஏன் இன்றும் கொண்டாடுகிறோம் என்பதற்கான வரிகள். வளர்ந்த மனிதன் பிள்ளைப் பருவத்து நினைவுகளில் தோய்வதையும் பொய்களின் மாற்றத்தையும் கவிதை பேசுகிறது. 'எனக்கினிப் பொய்கள் தேவை இல்லையென் றெண்ணினாயா?' இந்தக் கேள்வி யாரிடம் கேட்கப்படுகிறது என்பது வாசிக்கும் அழகு. இறுதியாகப் பொய்யை நேற்றிலும் இன்றிலும் அம்மாவின் இடத்திலிருந்து காட்டுகிறது. தாய்ப்பாலை நிறுத்தல்போலத் தாய்ப் பொய்யை நிறுத்தலாமா' என்கிறபோது 'தாய்ப் பொய்' என்கிற வார்த்தையின் இணைப்பில் கிடைக்கிற வேறு அர்த்தம் சமூக மனத்திற்கானது. கவிதையை மீண்டும் மீண்டும் வாசிக்க அம்மாவும் அம்மாவின் பொய்களும் அமிர்தமாய்த் தங்கிவிடுகிறது. அம்மாவின் பொய்களைச் சாக்காக வைத்துக்கொண்டு கவிதை நம்மோடு உரையாட விரும்புவது எது என்பது அவரவர் அனுபவம் சார்ந்தது.

நகுலன்:
சொல்முறையே கவிதையாகும் அழகு

நகுலனைப் பேசுவது எல்லாருக்கும் பிடிக்கிறது. அவரது கவிதைவரிகளைச் சொல்லி மகிழ்வது இலக்கிய உலகில் ஒரு கொண்டாட்டம். 'யாருமில்லாத பிரதேசத்தில்/என்ன நடந்துகொண்டிருக்கிறது? / எல்லாம்.' இந்த வரிகளை உச்சரிக்காத கவிஞரே இல்லை. முன் பார்த்திராத எதோ ஒரு இடத்தில் கொண்டு நிறுத்தியதால் ஏற்பட்ட இன்ப அதிர்ச்சி. இப்படியான பல வரிகள் நகுலனின்

க.வை. பழனிசாமி

தனி அடையாளம். கவிதைக்குள் நகுலன் அப்படி என்ன செய்து விட்டார்? அவர் எழுதியது எல்லாமும் கவிதைதானா அல்லது கவிதை போன்ற மயக்கமா? கேள்விகளை ஒதுக்கி வைத்துவிட்டு நேரடியாகக் கவிதைக்குள் மூழ்கித் திளைப்பதே இலக்கிய நேர்மை.

தமிழ்க் கவிதையில் பயணிக்கிற வாசகன் கண்டுகளிப்பதற்கு இடங்கள் ஏராளம் உண்டு. சங்கப் பாடல்களில் கவிதையின் அழகியல் சொல் முறையிலேயே ஈர்த்துவிடும். கொன்றை மரங்களில் பூத்திருக்கும் மலர்கள் பொய் சொல்கின்றன எனத் தன் உள்ளத்தை ஆற்றும் தலைவியின் கூற்று கவிதையாகிறது. நகுலனிடம் அவருக்கேயான ஒரு சொல்முறை உண்டு. சொல்முறை அழகே கவிதையாகுமா? ஆகிறது நகுலனிடம். ஆனால் அந்தச் சொல்முறை அவரது தனித்த மொழி.

பார்த்தேன் என்ற தலைப்பிட்ட கவிதை...

என் நாற்காலியில்
இருந்துகொண்டு
ஒரு பிடிபடாத வேளையில்
இதை எழுதிக்கொண்டே
இருந்தவன்
மனம் அசைபோட
அகஸ்மாத்தாகக்
கீழே
நாற்காலி அருகில்
அந்த மஞ்சள்நிறப் பூனை
என்னையே
பார்த்துக்கொண்டிருப்பதைப்
பார்த்தேன்.

இந்தக் கவிதையில் அப்படி என்ன இருக்கிறது? ஒன்றுமில்லை என்று யாரும் வாசிக்காமல் போக முடியாது. மஞ்சள் நிறப் பூனையின் ரகசியம் அறியாது மனம் அமைதிகொள்ளாது. மனத்தில் பிடிபடுவது நகுலனின் பூனையாக இருக்கலாம் அல்லது வேறாகவும் இருக்கலாம். அகஸ்மாத்தாக என்ற சொல்மீது கவியும் மனதையும் விடுவிக்க முடியாது. நகுலனின் ஒவ்வொரு கவிதையும் வசீகர அவஸ்தைதான். எனவேதான் மீண்டும் மீண்டும் வாசிக்கிறோம். 'ஒரு பிடிபடாத வேளையில்/இதை எழுதிக்கொண்டே' என்ற வரியில் கவிதை ஆக்கத்தின்போதான ஒரு மனோவேளையும் கூடவே வருகிறது. 'அந்த மஞ்சள் நிறப் பூனை' என்கிறபோது பரிச்சயமான பூனையாகிறது.

இவைகள் கவிதையில்...

என் வருகைக்காகக்
காத்துப் பதுங்கி

முகம் பதித்து
கண்கள் நட்டுக்
காத்திருக்கும்
அந்த மஞ்சள்நிறப்
பூனை ...

என்கிறார். கண்கள் நட்டுக் காத்திருக்கும் என்கிறபோது விரிகிற காட்சி மனத்தை வருடுகிறது. இவரது கவிதையில் அடிக்கடி வரும் சுசீலாபோலத்தான் மஞ்சள் நிறப் பூனையும். அது வேறு யாருமல்ல. நகுலனிடம் அந்த நேரம் உரையாடும் ஒரு உறவு. வாசித்து, கூடவே பயணித்து, வழியில் நகுலனை இறக்கிவிட்டுவிட்டால் பூனை நமக்கு உறவாகிவிடும்.

நகுலன் தனது தனிமையை இன்னொரு உலகமாகச் சமைத்து விடுகிறார். இந்தப் படைப்பு வினைதான் கவிதையாகிறது. கவிதையில் நகுலன் காட்டிய வெளி புதிது. இந்த வெளி முற்றிலும் அகவயமானது. நம்மை நாமே நமக்குள் எட்டிப் பார்ப்பது. கண்ணாடிக்குள் காட்சியாகிற எண்ணற்ற பிம்பங்கள் நகுலனின் கவிதைகள். சிலநேரங்களில் பிம்பங்களை அகற்றிக் கண்ணாடியைப் பார்க்கவைத்துவிடுகின்றன நகுலனின் கவிதைகள்.

நகுலனுக்கும் நமக்கும் என்ன தொடர்பு? அவரே சொல்கிறார்.

ஒரு கட்டு வெற்றிலை
பாக்கு சுண்ணாம்பு
புகையிலை
வாய்கழுவ நீர்
ஃப்ளாஸ்க்
நிறைய ஐஸ்
ஒரு புட்டிப்
பிராந்தி
வத்திப்பெட்டி
ஸிகரெட்
சாம்பல் தட்டு
பேசுவதற்கு நீ
நண்பா
இந்தச் சாவிலும்
ஒரு சுகம் உண்டு

'பேசுவதற்கு நீ' என்ற வரியைக் கவிதையிலிருந்து எடுத்து விட்டால் கவிதையின் உருவம் குலைந்துவிடும். நகுலன் சுட்டுகிற 'நீ' உண்மையில் யார்? நகுலன் தனது உரையாடலை இந்த 'நீ'யுடன்தான் சதா நேரமும் நிகழ்த்துகிறார். கவிதைக்குள்

க.வை. பழனிசாமி

இந்த 'நீ' சிலநேரங்களில் மறைந்தும் இருக்கும். ஆனால் நகுலன் எப்போதும் அந்த 'நீ'யோடுதான் இருக்கிறார். நகுலனின் இருத்தல் வெளியே இந்த 'நீ'தான். அதனால்தான் 'நண்பா இந்தச் சாவிலும் ஒரு சுகம் உண்டு' என்கிறார். அந்த 'நீ'யை நான் என்று யாரும் சொந்தம் கொண்டாட முடியாது. அந்த நீ அந்த நேரம் ஜனிக்கிற நீ. அதில் நீயும் வேண்டுமானால் கொஞ்ச நேரம் அமர்ந்து நகரலாம் என்கிறது கவிதை.

நகுலனுக்குத் தான் வேறு, உலகம் வேறு அல்ல. நாற்காலியில் அமர்ந்தபடிப் பல மணிநேரம் தனக்குள் உரையாட முடிகிறது. அப்படியான உரையாடல்களைத்தான் அவரது கவிதையில் காண்கிறோம். 'மழை: மரம்: காற்று' நகுலனின் கவிதை மனத்தை அறிந்துகொள்வதற்கு எல்லா வகையிலும் உதவ வல்லது. 'அம்மா சொன்னது நினைந்து மனமோடுகிறது' என்று இடையில் வரும் வரி நகுலனின் புதிர். வாழ்க்கையின் புதிரை வார்த்தைகளில் ஒலிக்கவிட்டு வாசக மனத்திலும் ஓர் அலையை எழுப்பிவிடுகிற சாமர்த்தியமே நகுலன். நகுலனுக்கு நகுலனே போதும். அந்தக் கவிதையின் சில வரிகள் . . .

பார்ப்பதற்கு ராமநாதன்
மாதிரி இருந்தார்
என்னைக் கேட்டார்
"நீங்கள் ஏன் எழுதுகிறீர்கள் ?"
"நான் என்னையே தேடிக்
கொண்டிருக்கிறேன்"
அவர்
"ஏன்" என்று என்னை மீண்டும் என்னைக்
கேட்டார்.
மௌனம் என்னைக் கைதட்டி அழைத்தது

இந்தக் கடைசி வரி நகுலனின் கவி மொழி. இந்த மௌனத்தை அவரது எல்லாக் கவிதைகளிலும் காணலாம். நகுலனின் இந்த மௌனம்தான் அவரது கவிதை ஆற்றல். 'மௌனம் என்னைக் கைதட்டி அழைத்தது' என்கிற வரியை வாசிக்கிறபோது மௌனம் ஒருவித உறவாக நெருங்கியிருப்பதை உணர்கிறோம். இந்தக் கவிதை 'நான் என்னையே தேடிக் / கொண்டிருக்கிறேன்' என்ற பதிலை மௌனமாக்குகிறது. அதனால்தான் மௌனம் என்னைக் கைத்தட்டி அழைத்தது என்கிறார். இந்தக் கவிதையை வாசிப்பதற்கு முன்பு நகுலனின் 'கையெழுத்து' கவிதையைப் படித்துவிட்டால் 'மௌனம் என்னைக் கைதட்டி அழைத்தது' என்ற வரி கூடுதலாக உரையாடும்.

சுசீலாவின் கைவிரல்கள்
பார்த்த பரவசம்

அறையில் மீண்ட பிறகும்
அதன் பாதிப்பு:

என்று தொடங்குகிற கவிதையில்

பாஸ்டர்நாக் கவிதை ஞாபகம் வந்தது
உனக்கு உரியவை அனைத்தையும் கொடுப்பது–
இதுதான் படைப்பு.

இந்தக் கவிதையைப் படித்து முடிக்கும்போது சுசீலா நகுலனுக்குள் அந்த நேரம் தோற்றம்கொள்கிற அர்த்த உருவம் என்று புரிந்துகொள்கிறோம். கவிதையை மீண்டும் மீண்டும் வாசிக்கையில் நகுலனும் சுசீலாவும் மறைந்து படைப்புமீது சிறுவெளிச்சம் படிந்து மறைகிறது. இறுதிவரி அதை நமக்குக் கடத்திவிடுகிறது.

அடுத்த கணம் ஒரு பிரமை
என் கையில் தொழுநோய் பிடித்துவிட்டது போல்.
இந்தக் கையை வைத்துக்கொண்டு நான்
எவ்வாறு சுசீலாவை அணுக முடியும்?

படைப்புகுறித்து வாசகனைச் சிந்திக்கவைத்துவிட்டு நகர்ந்து கொள்கிறார். தோள்மீது உட்காரவைத்துக் குழந்தையைத் தானே பார்க்கவிடுகிற தந்தை மனம்.

பிற்பகலில்
என் அறையில்
நான் தனியாக
"கூ கூ"
என்று குரல் கொடுக்கும்
இந்தக் குயில்
யாருக்கு
எதைச் சொல்கிறது

'லயம்' என்ற தலைப்பிட்ட கவிதை. இந்தச் சொல்முறை அழகே நகுலன். குயில் அதன் இயல்பில் கூவுகிறது. மொத்த இயற்கையும் அப்படித்தான். ஆனால் அவற்றின் இருத்தல் எப்போதும் ஒரு பயன்பாட்டில் இருந்துகொண்டே இருக்கிறது. நகுலனின் கவிதை நம்மை உயிர்களின் பொதுவெளிக்கு நகர்த்து கிறது. நகுலனின் தனிமை தனிமையே அல்ல. அது ஒருவகையான மனோவேளை (நன்றி: பிரமிள்) இதை அறிந்துகொள்ள அவரது ஒரு கவிதை...

இப்பொழுதும்
அங்குதான்
இருக்கிறீர்களா?"
என்று

க.வை. பழனிசாமி

கேட்டார்
"எப்பொழுதும்
அங்குதான்
இருப்பேன்

இந்தக் கவிதை சுட்டுகிற 'அங்கு'தான் நகுலன் எப்போதும் இருக்கிறார். அங்குதான் எல்லாமும் நடக்கிறது. குயிலின் கூ... கூ விலிருந்து பிரபஞ்சத்தின் முழு வெளியும். அதனால்தான் தேகத்தை உரித்து கோட்—ஸ்டாண்டில் நகுலனால் தொங்கவிட முடிகிறது. எல்லா உயிர்களோடும் உறவுகொண்டு களிக்கிறது நகுலனின் மனம். நகுலன் தன்னைச் சுற்றிக் கட்டமைத்துக்கொண்ட அரூப உலகின் பொருள்கள்தான் அவரது எழுத்துக்கள். சில நேரங்களின் அவை நமக்கு நெருக்கமானதாகவும் பிறிதொரு வாசிப்பில் அவை அந்நியமாகவும் ஆகலாம். நகுலன் மட்டும் எப்போதும் அங்குதான் இருப்பார்.

எஸ். வைதீஸ்வரன்:
சொற்களின் கொண்டாட்டம்

தமிழ்க் கவிதை, உரைநடையை ஏற்றுக் கொண்டபோது அதை வேறுவேறு பெயரில் அழைத்தார்கள். இறுதியில் புதுக்கவிதை என்ற பெயரே நிலைத்தது. எதிர்ப்புக்கு மத்தியில் போராளிபோலப் புதுக்கவிதைகள் வெளிவந்தன.

க.வை. பழனிசாமி

எழுதியவர்கள் எல்லாரும் தனித்துக் கவனம் பெற்றார்கள். இதை மனத்தில்கொண்டு வைதீஸ்வரனின் கவிதையை வாசித்தால் இவரது கவிதையின் இடம் விளங்கும். வெளியில் வர அவசரப்படாதீர்கள் என்று வார்த்தைகளிடம் உரையாடியவர் வைதீஸ்வரன். வார்த்தைகளைப் புதுப்பித்துப் புதுப்பித்துக் கொண்டாடி மகிழ்ந்தவர். நுண்ணியச் சித்தரிப்பில் கவிதையை நவீனமாக்கியவர். 'விடிவின் நிறங்கள்' 'மரப்பான்மை' போல பல கவிதைகள் ஓவிய அழகில் சுடர்வன.

இரவு வானம்
அக்கினிக் குஞ்சை
அடை காக்கும், தன்
கருப்பு முட்டைக்குள்.

வைதீஸ்வரனின் அழகியல் பார்வைக்கு இது போன்று பல கவிதைகள் உண்டு. இந்தவகையில் பலரும் எழுத முயன்றதற்குக் காரணம் இதன் அழகிய சொல்முறைதான். வியந்து பார்க்கிற பெரிய வெளியை, பழக்கமான பொருள்கள் வழியாகப் பார்வையில் காட்சிப்படுத்திவிடுகிறார். இந்தச் சித்திரம் வாசக மனத்தில் அழியாது தங்கிவிடும். பிறகான சமூகக் கவிதை களுக்கும் இப்படியான சித்திர அதிர்வைப் பலரும் பயன்படுத்தத் தொடங்கினர். இன்னொரு கவிதையைப் பார்ப்போம் . . .

இரவில் எரிய மறுக்கும்
தெரு விளக்கை,
ஏறி இறங்கிப் பழுது பார்க்கும்
மனிதனுக்கு,
சில சமயம்
பயனற்று வெளிச்சமிடும்
பகல் நிலவை
பட்டென்று அணைக்காத
'அந்தக்' கைகளின் மேல்
ஆத்திரம் வந்தால்
அது நியாயம் இல்லையா ?

சிலசமயம் என்ற வரியைக் கவனத்தில் கொள்ளாமல் கவிதையை நெருங்க முடியாது. 'பகல் நில'வைச் சட்டென தெருவிளக்காக்கிப் பார்க்கும் நகர்தல் ஈர்க்கிறது. இந்தக் கவிதையைச் சொற்களில் பொருள்கொள்வதிலிருந்து விடுவித்து வாசித்துப் பாருங்கள். கவிதை முற்றிலும் வேறாகி உரையாடும். அன்றாட வாழ்வில் நாம் கவனிக்கிற சிலவும் கவனிக்காத பலவும் வாசிக்கிற அந்த நேரம் மோதுகின்றன. வார்த்தைகளில் காட்சிப்படுத்துகிற நிகழ்வோடு காட்சியாகாத எண்ணற்ற நிகழ்வுகளையும் உள்ளடக்கியதே கவிதை.

வாசக மன அடுக்குகளின் அடர்த்திசார்ந்தே கவிதைக்குள் காணுகிற நிகழ்வுகளும் கூடுகின்றன. வாசிப்பில் அழகியல் போன்று தோன்றுகிற கவிதை ஆழத்தில் ஒரு அரசியலை வைத்திருக்கிறது. அந்த அரசியல்... தேச எல்லைகளையும் கடக்க வல்லவை. தெரு விளக்கு . . . அதை ஏற்றி அணைப்பவன் . . . மறைந்து எல்லாருமே அந்த இடத்திற்கு நகர்த்தப்படுகிறோம். கவிதை மிகவும் அந்தரங்கமானது. சிலரே அதன் செவ்வி தலைப்படுவர். கவிதைக்குள் மறைந்திருக்கும் அரசியல் முதல் வாசிப்பில் கிட்டாது.

'பூமி' என்ற தலைப்பிட்ட கவிதை . . .

பிஞ்சுக் கதிர் விரல்கள்
உரித்து உரித்துப் பார்த்து
முடியாத
ஆரஞ்சுக்காய்
தோலுரிய இன்னும்
எத்தனை யுகங்களாகும் ?

'ஆரஞ்சுக்காய்' என்று வாசிக்கிறபோது அறிவியலும் கலையும் கைகோத்து ஆடும் நாட்டியத்தில் மயங்காத வாசக மனம் உண்டோ? அவர், பிறகு எழுதிய பல கவிதைகளும் இந்த வேரிலிருந்துதான் பிறந்தன. இந்தக் கவிதையில் காலமேது? அகாலத்தில் நிகழ்கிறது எல்லாமும். எப்போது படித்தாலும் புதுப்புது அர்த்தம் தந்து ஈர்க்கின்றது. இந்தக் கவிதையும் இரண்டு மாபெரும் தோற்றங்களை (சூரியன் . . . பூமி) பழக்கமான எளிய பொருட்களாக (விரல்கள் . . . ஆரஞ்சுக்காய்) மாற்றி வாசகன் எதிரில் சாளரத் திறப்புபோலக் காட்டுகிறார். தெரிந்த ஒன்றி லிருந்து அறிய முடியாத முடிவிலிவரை வாசகனை நகர்த்த முயல்கிறது. காணமுடியாத அறியவொண்ணா வெளிக்குள் முக்கி எடுக்கிறது வைத்தீஸ்வரனின் கவிதை. கவிதை அனுபவம் மனித மனத்தைச் சதா விரிவுபடுத்திக்கொண்டே இருப்பது.

நிலவு தெரிந்தால்
இருட்டு கத்துமா ?
பல்பும் 'ப்யூஸ்'
நிலவும் ப்யூஸ்'
உள்ளும் புறமும்
இருட்டின் பூட்டு

'இருட்டு கத்துமா?' என்று வாசிக்கிறபோது இருளும் இருளில் மூழ்கிய எல்லாமும் கூடவே வருகின்றன. கவிதையை வேறு இடத்திலிருந்து வாசிக்கத் தூண்டுகிறது 'உள்ளும் புறமும்/ இருட்டின் பூட்டு' என்ற வரிகள். பழக்கமான வாழ்க்கையில்

ஒரு மனவெட்டு வைதீஸ்வரனின் கவிதைகள். இந்த மனவெட்டு இவரது தனித்த அடையாளம். வாழ்வின் சாரத்தை அறிய முயல்வது எப்போதும் கவிதையில்தான் தூக்கலாக இருக்கும். கவிதைமீது எழும் ஈர்ப்பே வாழ்வின் ரகசியங்களை அறிவதுதான். வைதீஸ்வரன் கவிதைகள் பெரும்பாலும் இப்படியான கவிதைகளே. 'இருட்டு கத்துமா?' என்று சொல்வது புதிதுதானே. இருட்டை இப்படிச் சொல்லும்போதே புரிகிறது இது அறிந்த இருட்டை, அறிந்த நிலவைப் பேசவில்லை என்று.

○

காத்திருப்பு

சந்து முனைக் கூளத்தில்
சாவுக்கு ஒரு நகலாய்
செத்துக் கிடக்கும் காகம்
யாரோ கசக்கிய கார்பன் காகிதம்

அனல்
உருகி வழியும் கருப்பு வீதியில்
வளைத்து வைத்த எலும்புக்கூடு
ஒரு பஸ் ஸ்டாண்டு
சாய்ந்து காத்திருக்கும் என் சதைக் கால்கள்
மரத்து மரமாகியும்
வரவில்லை, பஸ்.

வார்த்தைகள் கித்தானில் நகரும் கோடுகளாகக் காட்சியா கின்றன. 'கசக்கிய கார்பன் காகிதம்' போன்ற சொல்முறையை நேற்றையக் கவிதைகளில் காண முடியாது. உள்ளிருக்கும் அறிவியல் வாசிப்பில் தீண்ட, ஒரு கணம் உடலற்றுப் போகிறோம். கவிதையின் வீரியம் நஞ்சுபோலப் பாய்கிறது. கசக்கிய கார்பன் காகிதம் கவிதை முழுவதும் ஒரு உணர்வாகப் பரவுகிறது. இந்த வார்த்தைகளின் வழியாகத்தான் முழுக் கவிதையையும் வாசிக்கிறோம். செத்துக்கிடக்கும் காகம் கவிதையின் உயிராகி வசீகரிக்கிறது. 'சாவுக்கு ஒரு நகல்' என்று வாசிக்கிறபோது மரணத்தின் சாயல் எல்லாவற்றின்மீதும் படிகிறது. இப்படியான வினை கவிதையில் மட்டுமே நிகழும். சொற்கள்மீது கவிந்திருக்கும் பழக்கமான அர்த்தத்தை நீக்குவதுதான் கவிதை நிகழ்வு. கவிதைக்குள்ளிருக்கும் ஒவ்வொரு வார்த்தையும் அப்போதுதான் பிறக்கின்றன. குறிப்பிட்ட கவிதைக்காக மட்டுமே தோன்றிய வார்த்தைகள். உணர்வில் தோய்ந்து ஒலிப்பன. கவிதைக்குள் பிறந்த வார்த்தைகள் சுட்டுகிற பொருள் கவிதை வைத்திருக்கும் பிரத்யேக அனுபவம் சார்ந்தது.

‘கருப்பு வீதி’, ‘மரத்து மரமாகி’, ‘ஒரே எமன்’, ‘அந்திமப் புகைச்சல்’... இந்தச் சொற்கள் எல்லாமும் கவிதைக்குப் பின்புலமாக மாறுகின்றன. பஸ்நிலையம் காத்திருப்பின் குறியீடு. ‘சாய்ந்து காத்திருக்கும் என் சதைக் கால்கள்’ என்ற வரியிலிருக்கும் காத்திருப்பு கவிதையின் இறுதி வரிகளில் வாழ்தலின் சாரத்தை மிடறுநீராகத் தந்துவிடுகிறது.

ஒரு வீச்சுக் காற்றுக்கு
ஓராயிரம் இலைகள் செத்துவிழும் பிற்பகல்.
சுரீரென்று
மரும ஈட்டிகள் பாய்ச்சி
மறையும் ஒரே எமன் உயரத்தில்.

‘ஒரு வீச்சுக் காற்றில் ஓராயிரம் இலைகள் செத்துவிழும் பிற்பகல்’ இப்படியான சொல்முறையின் சாத்தியமே நவீனக் கவிதைகள். பேச்சுமொழியே கவிதையாக மாறிய அதிசயம் வாசகனை ஈர்த்தது. தேய்ந்த வழக்கொழிந்த சொற்கள் விடைபெற்றன. வெய்யிலின் உக்கிரத்தை ‘இலைகள் செத்து விழும் பிற்பகல்’ காட்டிவிடுகிறது. மொழி நவீனமாகிறது. கவிதை பேசும் சூரியன், இலைகள் வேறு வேறு அனுபவங்கள் தந்து கவிதை வெளியில் வாசகனை அலையவிடுகின்றன.

எதிரில்
சின்ன நெருப்பேற்றி
அடுப்பிலிட்ட ரப்பரும்
அனாதைக் கிழவனின் அந்திமப் புகைச்சலும்
வாழ்வுக்கு ஒப்பாரி வைக்கும்.
பூமியில் நாங்கள் இன்னும்
ஒரு பஸ்ஸுக்காகக்
காத்திருக்கிறோம்

‘வாழ்வுக்கு ஒப்பாரி வைக்கும்’ வரியிலிருக்கும் எளிய சொற்கள் வாழ்வின் நிலையை அப்பட்டமாகக் காட்டிவிடுகின்றன. அந்திமப் புகைச்சல் கவிதையின் ஆரம்ப வரிகளை நினைவூட்டுகிறது. பூமியில் நாங்கள் இன்னும்/ஒரு பஸ்ஸுக்காகக் / காத்திருக்கிறோம். இறுதி மூன்றுவரிகள் யாரிடம் பேசுகின்றன என்பதில் மறைந்திருக்கிறது கவிதை உரையாட விழையும் எண்ணற்ற இடங்கள்.

பிறந்த குழந்தைபோலச் சுடரும் சொற்களை வைதீஸ்வரனின் கவிதைகளில் அதிகம் காணலாம். ஒவ்வொரு சொல்லையும் கவிதைக்குள் புதிதாகப் பிறக்கவைத்துக் குழந்தையாகக் கொண்டாடி மகிழ்கிறார் வைதீஸ்வரன்.

கரப்பு

செத்துவிட்டது என்றுதான்
நினைத்துக்கொண்டிருந்தேன்

அது நகருகிறது!

பிழைத்துக்கொண்டது உயிரென்று
ஒரு கணம் ஆறுதல் பட்டாலும்
அது என் அறிவுக்கு அடுக்காத ஏளனம்

ஏய்த்துவிட்டான் அந்தக் கடைக்காரன்
'கலப்படத்தை' எனக்கு விற்று

அடுத்தமுறை அக்மார்க் பார்த்து
அசலான உயிர்க்கொல்லி வாங்க வேண்டும்

செத்தது போல் இனியும் கரப்புகள்
எனை ஏமாற்றாதவாறு

கவிதை எந்தச் சிரமமும் இல்லாமல் வாசகனுக்கு ஒரு பொருளைத் தருகிறது. அக்மார்க் பார்த்து இனி எதையும் வாங்க வேண்டும் என்பதைச் சொல்லக் கவிதை எழுத வேண்டியதில்லை. வைதீஸ்வரன் கவிதைகள் வாசிப்பில் சட்டெனப் பொருள் உணர்த்தும் கவிதைகள் அல்ல. கொஞ்சமான வார்த்தைகள். ஒரு மனத் தெறிப்பு. இந்தக் கவிதையில் அவ்வளவுதான் இருக்கிறது. ஆனால் மனத் தெறிப்பிலிருந்து காட்சியாகிற உருவத்தைப் பார்ப்பதே இங்கு கவிதை.

'செத்தது போல் இனியும் கரப்புகள்/எனை ஏமாற்றாதவாறு' இந்த வரிக்காகத்தான் கவிதை மீண்டும் மீண்டும் வாசிக்கப்படுகிறது. மீண்டும் முதல்வரியோடு தெறித்துவிழுந்த வரியை இணைக்கிறது மனம். தொல்லை தரும் ஒன்றை அழிக்க அல்லது அதிலிருந்து மீள முயல்கிறோம். அழித்துவிட்டதாக அல்லது அதிலிருந்து மீண்டுவிட்டதாகச் சற்றே நினைக்கிறோம். ஆனால் அது நகருகிறது. இந்த இடத்தில் பொருத்திப் பார்க்க நூறு விஷயங்கள் உள்ளன. வரலாற்றின் நிகழ்வோடு பொருத்தலாம். அழிக்க வேண்டிய, விடுபட வேண்டிய மனத்தின் ஆசையோடு பொருத்தலாம். வாசிக்கிற மனத்தின் கரப்பு எது என்பதே இங்கு கவிதை.

சு.ரா.:
எளிய விடைகளால் கடந்துபோக விரும்பாதவர்

இலக்கிய மையமாகத் திகழ்ந்தவர் சுந்தர ராமசாமி. படைப்பாளியும் வாசகனும் இணைந்து பேசி மகிழ்ந்த இடம் அவரது வீடு. இறந்த பிறகும் அவரது உடல் கலைஞர்கள், இலக்கியவாதிகள் நடுவேதான் ஊர்ந்து சென்றது. வாழ்க்கையை எளிய

க.வை. பழனிசாமி

விடைகளால் கடந்துபோக விரும்பாதவர் சு.ரா. வாசகனாகவும் படைப்பாளியாகவும் தீவிரமாக இயங்கியவர். இலக்கிய நோக்கில் தனித்த பார்வை அவரிடம் இருந்தது. கட்டுரைகள், உரைகள், சிறுகதைகள், நாவல்கள், கவிதைகள், விமர்சனப் பார்வைகள் என எல்லாவற்றிலும் அவருக்கேயான மொழிநடை உண்டு. சு.ரா.வின் ஆகச் சிறந்த அடையாளம் கவிதை. சு.ரா.வின் உள் முக வசீகரம் கவிதைகளே. சு.ரா. தன்னைக் கவிதையில்தான் முழுமையாகக் கண்டு மகிழ்ந்திருக்கிறார். 'ஜே.ஜே. சில குறிப்புகள்' வாசிக்கிற எவருக்கும் சு.ரா. தமிழ் இலக்கியத்தின்மீது காட்டிய தனிக்கவனம் தெரியவரும். அவரது உரைநடையைத் தீவிரமாக வாசித்த பிறகு சு.ரா.வின் கவிதைக்குள் பயணிப்பது கூடுதலான கவிதை அனுபவங்களைத் தரும் என்று நம்புகிறேன். சு.ரா.வின் 'உயிர்ச்சுவை'யை உணர ஒரு கவிதை . . .

ஆயுள் ஆயிரம் என்றாலும்
மிச்சங்கள் இருக்கும் மலைபோல்.
வாழ்ந்துகொண்டிருப்பது முக்கியம்
கிடைத்தவற்றை
முடிந்தவற்றை
பொறிகள் வியப்புடன் கண்டு
நக்கிச் சுவைத்து
சீரணத்திற்கேற்ப
மென்று உண்பது
முக்கியம்

பிரசுரத்துக்கு அனுப்பாமல் அவர் வைத்திருந்த கரட்டு வடிவக் கவிதையில் சிலவரிகள் இவை. 'நக்கிச் சுவைத்து' 'சீரணத்திற்கேற்ப' . . . இந்தச் சொற்கள் கவிதையின் உரைநடை அழகு. பகடியின் பேரோசை. சீரணித்திற்கேற்ப என்ற சொல் கவிதைக்குள் கொள்ளும் பொருள் மிக ஆழமானது. பகடியாகத் தெரிந்தாலும் சாத்தியம் என்பதில் பலவற்றை அந்தரங்கமாக நமக்குள் பேசிவிடுகிறது. வாழ்கிற கணத்தைப் பேசுகிற அதே நேரத்தில் முடிவிலியின் பேருண்மையையும் உணர்த்துகிறது கவிதை.

அணுவையும் அண்டத்தையும் மோதவிட்டு வேடிக்கை பார்க்கிற கவிதை. 'உலகம் சட்டென விரிந்து/என்னை நிலைகுலைய வைக்கிறது' என்று முடிகிறபோது சு.ரா.வின் உயிர்த்தாகம் நம் நெஞ்சில் கனக்கிறது. தலைப்பிடாத இந்தக் கவிதையின் ஒவ்வொரு வரியும் வாழ்வின் மறைவெளிமீது வெளிச்சமாக விழுகிறது. அறியப்படாத வெளியொன்று மனத்தில் காட்சியாகிறது. 'மிச்சங்கள் இருக்கும் மலைபோல்' என்று சொல்கிற அதே நேரத்தில் ஒவ்வொரு கணத்தையும் ருசித்துக்

கடப்பதே உயிரைச் சுவைப்பதாகும் என்கிறார். இது மரணம் தரும் பெருவாழ்வு. மரணத்தின் நெருக்கமும் வாழ்வின் தீராச் சுவையும் அனுபவமாகாமல் கவிதை முழுதாகப் பிடிபடுமா என்று தெரியவில்லை. கவிதையின் ஆகச் சிறந்த பார்வை உயிர்த்திருக்கும் கணத்தின்மீது மொத்த வாழ்தலையும் குவிப்பதாகத் தோன்றுகிறது.

○

ஓவியத்தில் எரியும் சுடர்

அந்த ஓவியத்தில் எரியும் சுடரை
கண் இமைக்காமல் பார்க்கிறது அந்தக் குழந்தை
அதன் விரல் நுனிகள் துடிக்கின்றன
தன் விரல் நுனிகளால்
எரியும் சுடரைத் தொடத்
துடிக்கிறது அதன் மனம்

கவிதையாக வாசல் திறந்து ஈர்த்துக் கலையின் ஆழ்தளத்தில் வீசிவிடுகிறது. ஓவியம் அதைக் குழந்தை பார்ப்பதாகத் தொடங்கும் கவிதை வாசிக்க வாசிக்க நாமும் அந்த இடத்திற்கு நகர்ந்துவிடுகிறோம். கலையை அதன் உன்னதத்தில் உணர்த்த முயல்கிறது. கலை மனம் வினைப்படுகிற இடத்தைப் பேசாமல் பேசுகிறது. வார்த்தைகளால் விளக்க முடியாத இடங்களைத்தான் கவிதை பெரும்பாலும் சந்திக்கிறது. கவிதையின் ஆகப் பெரும் சவாலே கவிதைக்கு முந்தைய கணத்தின் மனத்தை வாசகனுக்கும் ஏற்படுத்துவது. படைப்புக்கு முந்தைய மனத்தின் ரசானுபவத்தை, மனம் மென்று விழுங்கிய சாற்றின் சுவையை வாசகனுக்கு அல்லது பார்வையாளனுக்குக் கடத்துவது. தன்னிலும் மேலான அனுபவத்துக்கு வாசகனை ஆட்படுத்துவது. 'அதன் விரல் நுனிகள் துடிக்கின்றன/தன் விரல் நுனிகளால் எரியும் சுடரைத் தொடத் துடிக்கிறது அதன் மனம்' என்கிறபோது ஓவியத்தில் உள்ள சுடரைக் குழந்தை உண்மையானதாக உணர்கிறது. குழந்தையின் முன்பு வசீகர அழகில் எரிகிறது சுடர். விரல் நுனிகள் துடிக்கின்றன என்ற வரி வண்ண ஓவியத்திற்கு உயிர்கொடுத்துவிடுகிறது. இப்போது ஓவியம் குழந்தையோடு உரையாடத் தொடங்குகிறது.

சுடர் அருகே
தன் விரல்களைக் கொண்டுபோன பின்பும்
தயங்கி
மிகத் தயங்கி
தன் தாயின் முகத்தை ஏறிட்டுப் பார்க்கிறது
அந்தக் குழந்தை

எரிவதைத் தீண்டக் கூடாது என்று அறிந்திருக்கும் குழந்தை தன் தாயின் முகத்தை ஏறிட்டுப் பார்க்கிறது. குழந்தையின் மனவெளி இப்போது வாசக மனத்திலும் விரிகிறது. கவிதை இதுவரை குழந்தையின் இடத்திலிருந்து பேசியது. மேலுமான வரிகளை வாசிக்கத் தொடங்கும்போது வாசகனின் பங்களிப்பைக் கோருகிறது கவிதை. இதில் சு.ரா. சுட்டுவது குழந்தையை அல்ல. குழந்தையிடம் இருக்கும் அந்த மனத்தை என்று புரிந்து கொள்கிறோம். கவிதை மேலும் நெருக்கமாகிறது. கலையை ஒரு பார்வையாளர் தனது அறிவால் தீண்டக் கூடாது. கலையை அதன் வெளியில் அதுவாக மட்டுமே பார்க்க வேண்டும். அப்படிப் பார்ப்பதற்கு ஒரு மனம் புதிதாக ஜனிக்க வேண்டும். கவிதைக்குள்ளிருக்கும் மௌனம் இதைத்தான் பேசுகிறது. குழந்தை மனம் அறிவாலும் சிந்தனையாலும் நிரம்பியதல்ல. சுற்றியிருக்கும் எல்லாவற்றையும் குழந்தை ஆச்சரியமும் வியப்பும் கலந்தே விழிக்கிறது. கசங்கிய காகிதம்கூடப் பிஞ்சுக் குழந்தையிடம் எண்ணற்ற முகங்கள் காட்டும். அனுபவங்களால் நிரப்பப்படாதிருக்கிற மனமே புறத்தை அதுவாகப் பார்க்கும். அதுவாகப் பார்க்கிற எல்லாமும் கலை. அறிவும் சிந்தனையும் கலைக்கு உதவாது. குழந்தையின் மனத்துடன் ஓவியத்தைப் பார்க்கிறபோது என்னவெல்லாம் நிகழ்கிறது என்பதைச் சொல்லு கின்றன கவிதையின் மற்ற வரிகள்.

அந்தச் சுடர்
தன்னை எரித்துக்கொண்டே
ஓவியத்தை எரிக்காமல் இருக்கும் விதம்
அந்தக் குழந்தைக்கு விளங்கவில்லை

அந்தச் சுடர்
உருவாகி வந்தபோது
ஓவியரின் விரல்களை எரிக்காமல் இருந்த விதம்
அந்தக் குழந்தைக்கு விளங்கவில்லை
குழந்தையின் விரல்களில் எப்போதும்
வியப்பு துடித்துக்கொண்டிருக்கிறது.

பார்ப்பது குழந்தையாக இருப்பதால் வியப்பதும் கொண்டாடுவதும் எளிதாகிறது. இதுதான் கவிதை உணர்த்த விரும்புவது. மனம் அந்த இடத்திற்கு நகர்ந்ததும் கேன்வாஸ் பரப்பி லிருக்கும் வண்ணங்கள் உருவமேறி உயிர்பெற்று அதிர்கின்றன. குழந்தை மனமிருந்து பெற்ற அனுபவத்தில் வெடிக்கிறது . . .

அழிக்காமல் எரியவும்
அழகாக நிறகவும்
எப்படிக் கற்றுக்கொண்டது அது?

இறுதி வரிகள் கவிதை சொல்லியின் வியப்பின் வெளிப்பாடு மட்டும்தானா? பொருள்கொள்ளும் வேட்கையைத் தூர எறிந்து விடுகிறது கவிதை. உணர்தல் வெளியில் வாசக மனம் அலைந்து மகிழ்கிறது. கலையும் கவிதையும் இங்கே வெற்றி பெற்றுவிடுகின்றன. கவிதையும் கலையும் கவிதையில் ஒரு பொருளாகக் கலந்து மனத்தில் இறங்குகின்றன. குழந்தையின் இடத்திற்கு வாசகன் நகர்கிற வினையில் கவிதை வாசகனுக்கு நெருக்கமாகிவிடுகிறது. கவிதை எல்லா நேரமும் ஒரேமாதிரி உரையாடுவதில்லை. அதுதான் கவிதையின் பண்பு. வாழ்வில் சேகரமாகிக் கிடக்கும் அனுபவங்களை உரசிப்பார்ப்பதுதான் ஒவ்வொரு வாசிப்பிலும் நிகழ்கிறது. அனுபவங்கள் சேகரமாவது தொடர் நிகழ்வு. அதனால் கவிதை தீண்டுகிற இடம் வாசிக்குந்தோறும் மாறிக்கொண்டே இருக்கிறது. எனவே கவிதை எப்போதும் புதிதாக இருக்கிறது.

❍

என் வெட்கம்

ஒரு மரத்திற்கு
அது விட்டிருக்கும் இலைகளின் எண்ணிக்கை தெரியுமா?
வானம் என்ற கண்ணாடியில்
தன்னைப் பார்த்துக்கொள்ளும் அபிலாஷை அதற்கு உண்டா?
மழை பெய்யும்போது என்ன நினைக்கிறது அது?
தன் குழுந்தைகளைப் பறிக்கும் கரங்களைப் பற்றி
அதன் அபிப்ராயம் என்ன?
நிலாக் காய்வதில் அதற்கு சந்தோசம் உண்டா?
பறவைகளுக்கு என்ன சம்மதங்கள் அது அளித்திருக்கிறது?
எனக்குத் தெரியவில்லை
வெட்கமாக இருக்கிறது

படைப்பாளியின் அனுபவமும் வாசகரின் அனுபவமும் சங்கமிக்கிற மனவினைதான் அந்த நேரம் வாசிக்கிற கவிதை. ஒவ்வொரு வாசகனும் அப்படியான கவிதையைத்தான் எதிர் கொள்கிறான். ஆக வாசிக்கிற கவிதை படைப்பாளியின் கவிதை மட்டுமல்ல. நிஜத்தில் ‘கவிதை’ எப்போதும் திரவமாகத்தான் இருக்கிறது. கவிதையில் இருக்கும் சொற்கள் ஒரு எல்லைவரைதான் பயணிக்க வல்லவை. பிறகான பயணத்தில் சொற்களைச் சுமக்க வேண்டியதில்லை.

இந்தக் கவிதையில் மரம் குறித்து அவரது மனத்தில் தோன்றிய சில எண்ணங்களை அல்லது கேள்விகளை நம்மோடு பகிர்ந்துகொள்கிறார். வாழ்க்கை விடையில்லாத கேள்விகளால் நிரம்பியது. விடை இல்லாது இருப்பதாலேயே வசீகரமாகவும் இருக்கிறது. விடையை விரும்பாத கேள்விகளுக்குப் பதில் சொல்ல

விழைந்தால் அது அபத்தமாகிவிடும். பதில் சொல்வதற்கல்ல இங்குள்ள கேள்விகள். நாம் அறிய முடியாத அல்லது உணர முடியாத இடத்தில் மனத்தைச் சற்றே கிடத்த முயல்கிறது கவிதை. எல்லாவற்றின் மீதும் தன் வண்ணத்தைப் பூச முயலும் மனிதனைப் பகடி செய்கிறது.

'எனக்குத் தெரியவில்லை' என்ற வரிதான் கவிதையின் வாயில். சில இடங்களில் வாயிலைப் பார்த்துச் சற்றே நின்று கவனித்துப் பின் நுழைவோம். அதுபோல மனம் இங்கே நின்று கவனித்துவிட்டு வாசிக்கிறது. இந்த வரி மீண்டும் கவிதையை வாசிக்கத் தூண்டுகிறது. கேள்வியின் வேர்களைத் தீண்ட முயல்கிறது மனம். மனித இயல்பு, இயற்கையின் பேருண்மை இரண்டையும் மோதவிட்டு வேடிக்கை பார்க்கிறது கவிதை. வாசிக்க வாசிக்க மரத்தின்மீது நம் பார்வைபடாத இடங்கள் உணர்தல் தளத்தில் மோதுகின்றன. இதன் வெளிப்பாடே 'வெட்கமாக இருக்கிறது' என்கிற வரி. கவிதை தன் வேலையை முழுமையாகச் செய்துவிடுகிறது. வாசித்துமுடித்தபின் மனித அறிவால் காட்சியான மரம் அழிந்து, 'மரம்' எதுவோ அதுமட்டும் கொஞ்ச நேரம் நிழலாடுகிறது. இறுதியில் மரத்தின் இடத்தை மனிதன் அல்லாத எல்லாமும் பிடித்துவிடுகின்றன. கவிதை விரியத் தொடங்குகிறது. தனக்கு வெளியேயும் பயணிக்கவல்லது கவிதை என்று அறிகிறோம். வார்த்தைகளால் ஆன உலகத்தி லிருந்து சற்றே விடுவிக்கிறது கவிதை.

❍

விடைபெறும் சு.ரா

நான் விடைபெற்றுக்கொண்டுவிட்ட செய்தி
உன்னை வந்து எட்டியதும்
நண்ப
பதறாதே
ஒரு இலை உதிர்ந்ததற்கு மேல் எதுவும் அதில் இல்லை.

விடைபெறுவதை சு.ரா தனக்குள் பார்க்கத் தொடங்குகிறார். இன்மையின் இடத்திற்குத் தன்னை நகர்த்த முயல்கிறார். உறவுகள் மனத்தைத் தீண்டுகின்றன. எல்லா மரணங்களும் நிழலாடுகின்றன. வெற்றிடம் குறித்த பதற்றம். இதைச் சந்திக்கிறது கவிதை. மரணம் எப்போது வேண்டுமானாலும் நிகழக்கூடியது. மரணம் எந்த உயிரையும் முற்றிலுமாக வெளியேற்றிவிடுகிறது. 'ஒரு இலை உதிர்ந்ததற்கு மேல் எதுவும் அதில் இல்லை' என்று கடந்து போகலாம். அது வார்த்தைகளால் கடந்துபோனதா? அல்லது உண்மையில் அதை அந்த நேர மனம் ஏற்கிறதா? குழம்பும் மனம் மேலும் யோசிக்கிறது. கவிதை எல்லாருக்குமானதாயிற்றே.

சு.ரா. அந்தப் புள்ளியிலிருந்து மேலும் எழுதுகிறார். கீழே உள்ள இந்தக் கவிதை அவர் தன் இறுதி நாட்களில் எழுதியது.

> அந்தக் குழந்தையின் காலோசை நம்மை
> அழைக்கிறது
> குழந்தையின் வடிவம் நம் பார்வைக்குப் புலப்படவில்லை
> நம் கலவரம், நம் பதற்றம் நம் பார்வைகளை
> மறைக்கிறது
> தன் காலோசையால் நம்மை அணைத்துக்கொள்ள
> அந்தக் குழந்தை நம்மைத் தேடி வருகிறது
> நாம் தத்தளிப்பை மறைக்க மேலும் உரக்கப்
> பேசுகிறோம்

இந்தக் கவிதையின் உயிர்நிலை 'நம் கலவரம், நம் பதற்றம் நம் பார்வைகளை மறைக்கிறது' என்ற வரியில் இருக்கிறது. குழந்தையின் காலோசையைக் கேட்கிறபோது கலவரம் பதற்றம் ஏன்? இந்தக் கேள்வியைக் கவிதைக்குள்ளிருந்துதான் கேட்க வேண்டும். குழந்தையைப் பார்க்க முடியாது தடுப்பது எது? பார்ப்பது கண்களால் நிகழ்கிறதா, பார்வையால் நிகழ்கிறதா? சு.ரா. காட்ட விரும்பும் குழந்தையைக் காணும் ஆர்வம் பெருகு கிறது. 'அந்தக் குழந்தை' என்று அவர் சொல்வதற்கு நாம் முக்கியத்துவம் கொடுக்க வேண்டும். அவர் அறிந்திருக்கும் குழந்தையை நாமும் அறிந்துகொள்வதற்கு உதவுகிறார். நாம் என்றே கவிதை பேசுகிறது.

அவரது இடத்திலிருந்து நாமும் அந்தக் குழந்தையைப் பார்க்க முயல்கிறபோது குழந்தை என்ற சொல்லுக்குப் பின்னால் இருக்கும் உணர்வெளியில் மனம் சஞ்சரிக்கத் தொடங்கும். நாமும் அங்கு நகரக் கவிதைக்குள்ளிருக்கும் திறப்பைச் சற்றே தீண்டினால் போதும். கவிதை தனது உரையாடலைத் தொடங்கிவிடும்.

> நாம் தத்தளிப்பை மறைக்க மேலும் உரக்கப்
> பேசுகிறோம்

இந்த இறுதி வரிகள் மீண்டும் கவிதையின் மற்ற வரிகளை வாசிக்கத் தூண்டுகின்றன. 'ஒரு இலை உதிர்ந்ததற்கு மேல் எதுவும் அதில் இல்லை' என்ற முந்திய கவிதையின் வரியும் இந்தக் கவிதையோடு இணைந்தே பயணிக்கிறது. இரண்டு கவிதை களிலும் வரும் 'பதற்றம்' யோசிக்க வைக்கிறது. காலோசை என்று சொல்லும்போதே காலோசையை எழுப்புகிற ஒன்றின் இருப்பையும் கூடவே உணர்கிறோம். அது நம்மை நோக்கி வரத் தொடங்கிவிட்டது. கலவரம் பதற்றம் கூடும்போது அதை அதன் உருவில் பார்க்க முடியாது. 25.09.2005இல் இவர் இந்தக் கவிதையை எழுதியிருக்கிறார் என்ற குறிப்பு முக்கியமானது.

யாரும் சந்தித்தே ஆக வேண்டிய இறுதிக் கணத்தைக் குழந்தையின் காலோசையாக ஒலிக்கவிடுகிறாரோ? கவிதை ஒரு போதும் விடைகளைத் தேடிப் பயணிப்பதில்லை. உணர்தல் வெளிக்கு வாசகனைக் கடத்துவது மட்டுமே கவிதையின் வேலை. முடிக்கப்படாத இந்தக் கவிதைவழியாக அவர் உணர்த்த முயன்ற ஏதோ ஒன்று கவிதைக்குள் மறைந்திருக்கிறது. அந்த ஏதோ ஒன்று வாசிப்பில் பலவாறாகப் பொருள் தந்து மயக்குகிறது. ஒரு விடுதலையை உணர்த்துவதாக வாசிப்பில் தெறிக்கிறபோது கவிதைக்கு வேறு முகம் வருகிறது. மேலுமான கவிதைகள் ...

    என்னை அழைக்கிறது அந்த அடிவானம்
    நான் உணர்ச்சிக் கடலில் துடுப்பு பிடிக்கும்போது
    முன்னகர்த்தி என்னை வீசும் இந்த அலைகடல்
    பின்னகர்த்தி என்னைச் சரிக்கும்போது
    என் பயணத்தின் பயனை
    எனக்கு அளக்கத் தெரிவதில்லை

வாசிக்கும்போதே பழக்கமான பல சொற்கள் கவிதைக்குள் முற்றிலும் வேறு பொருள் தரக் காத்திருப்பது புரிகிறது. கவிதைக்குள்ளிருக்கும் அகச் சூழல் (condition) எது என்று அறிய முயல்கிறோம். மரணம் அல்லது வாழ்வின் இறுதியைச் சந்திப்பதாக அறியும்போது சொற்கள் நெருக்கமாகின்றன. துடுப்பு ... அடிவானம் ... அலைகடல் எல்லாமும் வாழ்வின் கரைக்கு வெளியே நகர்ந்துவிடுகின்றன. இருப்பும் இன்மையும் ஒரே நேரத்தில் வாசிப்பில் மோதுகின்றன. முந்திய கவிதைகளிலிருந்த பதற்றம், தத்தளிப்பு இரண்டும் இந்தக் கவிதைக்குள்ளும் கரைந்தே இருக்கின்றன.

    நாளாகிற்று கரை மறைந்து
    முகங்கள், உறவுகள்
    என்னை எப்போதும் ஆட்படுத்தும் அந்த இலைகளின்
    அசைவுகள்
    ஆழத்தின் அழகை என் மனத்தில் பாய்ச்சிய
    பள்ளத்தாக்குகளின் கரிய நிழல்கள்
    இவை பின்னகர்ந்து நாளாயிற்று
    இப்போது இருப்பது உள் நின்றெரியும் ஒரு சுடர்
    பார்வை குத்திய அடிவானத் திகைப்பு
    என் தாய் போல் காற்று
    அழைத்துச் செல்லும் அது
    அலை என்பது காற்றின் வடிவம்
    என் சுடர் நின்றெரிய வேண்டும்
    அது அணைந்து போனால்
    என் தோணி போய்ச் சேரும்

வார்த்தைகள் வாசிப்பின் வழியாக ஒரு பயணத்தை நிகழ்த்துகின்றன. இந்தப் பயணம் குறிப்பிட்ட இடத்திற்கு

நம்மை அழைத்துப்போகிற பயணமல்ல. இடமற்ற இடத்தைச் சந்திக்கவல்ல அனுபவத்திற்கான பயணம். பிறப்புக்கும் இறப்புக்கும் இடைப்பட்ட வாழ்வெளியிலிருந்து வெளியேறுகிற மனத்தின் அவஸ்தையே இக்கவிதை. 'பின் நகர்ந்து நாளாயிற்று' இந்த வரிக்கு முன்பும் பின்பும் சொல்லப்படுகிற எல்லாமும் 'இப்போது இருப்பது உள் நின்றெரியும் ஒரு சுடர்' என்பதில் பட்டுத் தெறிக்கின்றன.

>என் பயணத்தின் பயனை
>எனக்கு அளக்கத் தெரிவதில்லை...

என்ற வரிகள் கடந்துவந்த வாழ்க்கையை எந்த விமர்சனமும் அற்று விலக்கி நகர்கிறது. கரை மறைந்து நாளாகிற்று. முகங்கள், உறவுகள் எனப் புறவெளியின் எல்லாமும் மனத்திலிருந்து உதிர்ந்துவிட்டன என்கிறபோது கவனம் சுடர்மீது திரும்புகிறது.

>இப்போது இருப்பது உள் நின்றெரியும் ஒரு சுடர்
>பார்வை குத்திய அடிவானத் திகைப்பு
>என் தாய் போல் காற்று
>அழைத்துச் செல்லும் அது

எல்லாம் அற்று மனம் இப்போது அடிவானத் திகைப்பில் மட்டுமே இருக்கிறது. சுடர் எரிவதும் அணைவதும் இனி காற்றின் கைகளில். பார்வை அடிவானத் திகைப்பைப் பார்த்துவிட முடிந்தால் மரணம் பிறப்பின் கொண்டாட்டமாகக்கூட அமைய லாம். எங்கிருந்து வந்தோமோ அந்த இடத்திற்குத்தான் தோணி போய்ச் சேருகிறதோ!

>அதனால் என் நண்பர்கள் இப்போது யார் என்று
>கேட்டால்
>மீண்டும் அந்த வானத்தின் துண்டு, தென்னையின் தலைகள்
>பிரியத்துடன் என்னைத் தேடி வந்து
>முழங்கை மயிர் கால்களில் கிசுகிசுக்கும் அந்தத் தென்றல்
>காம்பவுண்டு சுவரில் அலுவலகங்களுக்கு விரையும்
>அணில்கள்
>குயில்களின் இடைவிடாத கூவல்

>அதனால் என் நண்பர்கள் இப்போது யார் என்று கேட்டால்
>என் தனிமை, என் நேற்றைய நண்பர்களின் நிழல்கள்
>நல்ல காலங்களில் நான் நாள்தோறும் படித்த
>நினைவில் புதைபட மறுக்கும் சின்னங்கள்

>அதனால் என் நண்பர்கள் இப்போது யார் என்று
>கேட்டால்
>ஒளியில் முயங்கத் துடிக்கும் நான்

கவிதையின் இறுதிவரிக்கு வார்த்தைகளின் ஊடாக யாரும் பயணித்துவிட முடியும். அது பார்வையற்ற பயணமாகத்தான்

முடியும். ஒவ்வொரு சொல்லும் ஒவ்வொரு வரியும் அந்தரங்கமாக நம்மோடு பேசக் காத்திருக்கின்றன. அறிந்த மொழியின் எழுத்துக் களால் கட்டமைக்கப்பட்டவையல்ல கவிதையிலிருக்கும் வார்த்தைகள்; படைப்பு மனத்தின் உணர்வெளித் திரவத்திலிருந்து வடிவம் பெற்றவை. அதனால்தான் வாசிப்பில் பிரக்ஞை சார்ந்த உடலின் அனுபவ வெளிக்குள் பறக்கும் சாத்தியத்தைக் கவிதை நமக்கு வழங்குகிறது. வாசிப்பின்போது நமக்குள் இயங்கும் பறத்தல் இன்னோர் உடலின் அனுபவத்தை மட்டுமல்ல மனித வாழ்வின் சாரத்தையும் காட்டிவிடலாம். இந்தக் கவிதை ஒரு மனிதனின் ஒட்டுமொத்த வாழ்வெளிமீது ஒரு மின்னல்போலத் தெறித்து மறைகிறது.

'அதனால் என் நண்பர்கள் இப்போது யார் என்று கேட்டால்'... என்று தொடங்கும்போது அழியாது மனத்தில் அப்போது எஞ்சியிருக்கும் கொஞ்சமான இடங்களை நினைவில் கொண்டு வருகிறான் கவிதைக்குள்ளிருக்கும் 'நான்'. கவிதையிலிருக்கும் *character*, கவிதை சொல்லி... இருவரும் ஒருவரே. அந்த ஒருவன் ஒவ்வொன்றாக உதறி இறுதிவரியில் சொல்கிறான்:

அதனால் என் நண்பர்கள் இப்போது யார் என்று
கேட்டால்
ஒளியில் முயங்கத் துடிக்கும் நான்

கவிதையிலிருக்கும் ஒளி என்ற வார்த்தை வாசகப்பிரதி களுக்கு ஊற்று. நண்பர்கள் பட்டியலிலிருந்து ஒவ்வொன்றாக வெளியேறி இறுதியில் நிற்கும் 'நான்' மீது கவனம் குவிகிறது. மரணம் குறித்த அச்சம் அல்லது அதன்மீது ஏற்றும் அதீதப் பார்வைகள் எப்போதும் உண்டு. மரணம் ஏற்படுத்தும் வெற்றிடம் என்றும் எப்போதும் நிரப்ப முடியாதது. இந்த இடத்தைக் கடந்துபோகும் அழகுதான் கவிதை. மரணத்தை விலக்கியும் கவிதையை வாசிக்கலாம்.

○

வரப்போகும் வெற்றி

இப்போதைக்கு விடை பெற்றுக்கொள்கிறேன்
ஆனால் வருவேன் மீண்டும்.
வருவேன் என்று என் முன் சொன்னவன்
வந்த பின்பு வருவேன் நானும்
ஏனெனில், கண்ணே, அப்போதுதான்
மறைவு மரணமல்ல என்பது
உனக்கும் சரி, உங்களுக்கும் சரி
ருஜுப்பட்டிருக்கும்.
அது வரையிலும், கண்ணே
என் பேனாவைக் கொஞ்சம் காப்பாற்று உலராமல்.

பாரதியின் 'நிற்பதுவே நடப்பதுவே' கவிதையை ஒருமுறை வாசித்துவிட்டு சு.ராவின் இந்தக் கவிதைக்குள் போகத் தோன்றுகிறது. அதற்கும் இதற்கும் ஒரு இணைப்பை ஏற்படுத்த வில்லை. இந்தக் கவிதையை வாசிக்க ஒரு மனம் வசப்படும்; அவ்வளவுதான். இது சு.ரா.வின் அழகிய விடைபெறல். தமிழ்க் கவிதையில் நாம் பார்க்காத புதுப் பரிமாணம். இதில் ஒரு விலகல் இருக்கிறது. அது முற்றிலும் வேறு விலகல். இருத்தலின் இன்னொரு பரிமாணமாக உருக்காண்கிறது. எத்தகைய இருத்தல் அதுவென்று அறியத் தூண்டுகிறது. 'மறைவு மரணமல்ல' என்பது அவரது மந்திரச் சொல். இந்த உச்சாடன ஓசைதான் இந்தக் கவிதையின் இசை. 'இப்போதைக்கு விடைபெற்றுக்கொள்கிறேன்' என்கிற தொடக்க வரி உயிரை ஆராதனை செய்கிறது. வாழ்தலின் ருசியைச் சுவைத்துவிட்ட உடல் பிரக்ஞை வெளியில் சற்றே அலைந்து திரும்பும் உயிரின் கொண்டாட்டம் இந்தக் கவிதை. 'உனக்கும் சரி, உங்களுக்கும் சரி' என்ற வரியிலிருக்கும் 'உனக்கும்' 'உங்களுக்கும்' எனும் வார்த்தைகள் கவிதை இரு வேறிடத்தில் பேசுகிறது என்பதாகிறது. இரு வேறு இடங்கள் எவையெவை என நீங்களே யோசியுங்கள். இந்த உணர்வோடு வாசிக்கும்போது கவிதை இன்னும் நெருக்கமாகிறது. 'வருவேன் என்று என் முன் சொன்னவன்/வந்த பின்பு வருவேன் நானும்' இந்த வரிகளில் ஒளிர்வது சு.ரா.வின் தனித்த வண்ணம். அவரால் மட்டுமே மரணத்தையும் பகடிசெய்ய முடிகிறது. 'என் பேனாவைக் கொஞ்சம் காப்பாற்று உலராமல்'... இந்த வரியிலிருக்கும் கொஞ்சம் என்ற வார்த்தை உணர்தல் வெளியில் நிறையவே பேசுகிறது. சு.ரா. யாரிடம் பேசுகிறார் என்று தேடுவதும் கவிதை யின் வினைதான்.

> மீண்டும் உன்னைப்பற்றி
> கவிதை ஒன்று எழுதி
> உன்னிடமே தருகிறேன்.
> ஆக அதிசயமாக
> இருக்கும் அது
> இன்று வரையிலும் உன் அன்பைச் சொல்வதில்
> தோல்வியே தொடர்கிறது.
> அப்படி இராது, அப்போது.

'மீண்டும் உன்னைப்பற்றிக் கவிதை ஒன்று எழுதி உன்னிடமே தருகிறேன்' என்கிறார். அப்படியானால் முன்பு எழுதிய கவிதை எது? உன்னை என்று அவர் குறிப்பிடுவது யாரை? இறுதியில் வருகிற இரண்டு வரிகள்மீது கவனம் குவிகிறது. இதுவரையிலான வாழ்க்கைமீதான பார்வையா அல்லது எழுத்து சார்ந்த வேறு ஏதாவது ஒன்றா? சு.ரா.வை மையப்படுத்தினால் இப்படித் தோன்றலாம்.

வேறுவேறு வாசக அனுபவங்கள் கவிதையை வேறாகவும் பார்க்கலாம். அப்படிப் பார்க்கத் தொடங்கும்போது கிடைக்கிற பிரதி என்னவெல்லாம் பேசும்? கவிஞனின் கூற்றாகக் கவிதை வாசிக்கப்படும்போது மரணத்தைக் கலை நேர்த்தியோடு சந்திப்ப தாக உணர்கிறோம். மரணத்தின் வெற்றிடத்தைக் கவிஞன் தனக்கு உள்ளேயும் வெளியேயும் சந்திப்பதே கவிதை நிகழ்வு.

❍

போதம் யாரிடத்தில்?

இன்று அபூர்வமாய்
மேகமற்ற வானம்
மிகப்பெரிய சூரியன்
ஒரே ரத்தக் கலங்கல்.

எங்கிருந்தோ வந்து
சூரியாஸ்தமனத்தை மறைக்கிறது
இந்த ஆட்டுக்குட்டி
அசடு
அபோதம்
தன்னிலை அறியாதது.

இடம் பெயர்வதா
நின்றநிலையில் நிற்பதா ?

மூளையில் தாக்கம்
அறுபட்டு விழித்ததும்
நகர்ந்தோடியிருந்தது ஆட்டுக்குட்டி.

சூரியனைக் காணோம்.

கவிதைசொல்லியும் கவிஞனும் சிலநேரங்களில் பிரிக்க முடியாதிருப்பது வாசக உரிமை. சு.ரா. தன்னையே பகடி செய்து மகிழ்கிறார். வாசித்து முடிக்கும்போது பகடி நம்மீதும் படிகிறது. ஆரம்ப வரிகள் கவிதை சொல்லியின் ரசானுபவம். காட்சியைக் காணும் ஆவல் வளர்ந்தபடியிருக்கிறது. மேகமற்ற வானத்தில் சூரியனைப் பார்க்க முடிகிறது. ஒரு ஆட்டுக்குட்டி இடையில் புகுந்து பார்வையை மறைக்கிறது. கண்டுகொண்டிருந்த சூரியஸ்தமனம் கெடுகிறது. அறிவு காரண காரியத்தில் சரிகிறது. மனம் நினைக்கிறது . . .

இந்த ஆட்டுக்குட்டி
அசடு
அபோதம்
தன்னிலை அறியாதது . . . என்று.

வார்த்தைகள் பயனற்றதாகிற இடத்தில் பேசுகிற நிர்ப்பந்தம் கவிதை. முடிவிலியைப் பார்ப்பதல்ல கவிதை. முடிவின்மையை உணர்த்துவது கவிதை. வார்த்தைகளின் ஊடாகத் தன்னைப் பார்க்க முயல்கிறது கவிதை. கவிதை தன்னைப் பார்க்க விழைகிற தருணம் ஒன்றிற்குக் காத்திருக்கத்தான் வேண்டும். தன்னை அது காணும் தருணத்தில் நாமும் கவிதையைப் பார்க்கிறோம், உணர்கிறோம். இந்தக் கவிதையின் அழகே கவிதை சொல்லியே தனது வார்த்தைகளைத் துறப்பதில் நிகழ்கிறது.

'மூளையில் தர்க்கம் அறுபட்டு விழித்ததும்' என்பதில் உள்ள பகடிதான் கவி அழகு. தர்க்கத்தின் எல்லை பிடிபடத் தூண்டுகிறது கவிதை. தர்க்கம் விடுபடுகிறபோது வார்த்தைகளும் விலகுகின்றன. இயற்கையின் வண்ணம் பிடிபடுகிறது. மனம் அப்படி நகர்வது அவ்வளவு எளிதானதா? இறுதி வரிகளிலிருக்கும் வார்த்தைகள் கவிதைக்குப் பிரபஞ்ச அழகைக் கொடுக்கிறது. உயிர்களுக்கு மத்தியில் மனிதனும் ஒரு உயிர். பொருள்களுக்கு மத்தியில் அவனும் ஒரு பொருள். அவ்வளவுதான். சூரியன் எல்லா உயிர்களுக்குமாக உதிக்கிறது. அறிவு, தர்க்கம் எல்லாவற்றையும் ஒதுக்கி நகர்ந்துவிட்டது ஆடு. யாரிடம் சென்று புலம்புவது? கவிதை கூட்டி நிறுத்துகிற இடம்தான் பிரதானமானது.

கவிதையில் மனிதன், சூரியன், ஆடு மூன்றும் வருகிறது. யாரிடமிருந்து அல்லது எதனிடமிருந்து கவிதையை எதிர் கொள்வது என்பது வாசக விருப்பம். தனித்தனியாகவும் (ஆடு சூரியன் மனிதன்) சேர்த்தும் வாசிக்கலாம். மூன்றும் துறந்த இடமிருந்தும் வாசிக்கலாம். கவிதையின் பிரதான நோக்கமாகப் படுவது கவிதை அல்ல. வாசிப்புக்குப் பின் உணர்கிற மனம்தான்.

உலகம் சதா மனிதப் பார்வையிலிருந்தே பார்க்கப்படுவது நாம் மனிதனாக இருப்பதால். மனித விழிகள் பார்க்காத அமேசான் காட்டில் . . . ஏதோ ஒரு பகுதியில் பூக்கும் ஒரு பூ யாருக்காகப் பூக்கிறது என்ற கேள்வி எவ்வளவு அபத்தமானது. ஒரு பட்டாம்பூச்சி தனக்குச் சூட்டப்பட்ட பெயரைக் காற்றில் உதிர்த்துப் பறப்பது போன்ற அற்புத நிகழ்வு கவிதையில். பட்டாம் பூச்சிக்கு ஒரு பெயர் இருப்பது அதற்குத் தொடர்பில்லாதது.

◯

காற்றில் எழுதப்படும் கவிதை

அந்தப் பூ காற்றில் எழுதிக்கொண்டிருக்கும்
கவிதையின் பொருள் எனக்குப் புரியவில்லை
அது தன்னைப்பற்றி தன் அழகைப்பற்றி
எழுதவில்லை என்பது தெரிந்தது

க.வை. பழனிசாமி

அது துக்கம் கொண்டிருப்பது தெரிந்தது
அந்தத் துக்கம் மாலையில்
தான் வாடிவிடுவது பற்றி அல்ல
என்பது தெரிந்தது
அது தான் பூத்த செடி பற்றியும்
கொடிகள் பற்றியும்
மரங்கள் பற்றியும்
எழுத விரும்புகிறது
அது வெயிலைப் பற்றியும்
காற்றைப் பற்றியும்
கடலைப் பற்றியும்
சொல்லத் துடிக்கிறது
அது எழுத விரும்பாத விஷயம்
எதுவும் இல்லை என்று எனக்குப் பட்டபோது
என்னையும் சேர்த்துச் சொல்ல
விரும்புவாயா என்று
நான் அதனிடம் கேட்டேன்
அதன் முகத்தில் விசனம் படர்ந்தது
அதன் உலகத்தில் நான் இல்லை என்பதை
ஏற்றுக்கொள்ள எனக்குக்
கஷ்டமாக இருக்கிறது

சு.ரா'வின் தனித்த பார்வை கவிதை முழுவதும் வியாபித்திருக் கிறது. இயற்கை மீதான காதல் என்பது அதன்மீது ஆதிக்கம் செலுத்தாதிருப்பது. பூவைப் பூவாக முதலில் உணர்தல். பூவை, பூவின் இடமிருந்து பார்த்தல். பூவை, பூக்களுக்கான உலகிலிருந்து காணத் துடித்தல். பூவின் வாழ்வெளிமீது கவனம்கொள்ளுதல். எல்லாவற்றியும்விட இன்னொரு உயிர் என்று மதித்தல். இவ்வளவையும் கவிதை பேசிவிடுகிறது. அனுபவம் இல்லாததைத் தன் அனுபவம்போலப் பேசுவதைப் பகடி செய்கிறது. மனித வாழ்வுக்கு வெளியே உள்ள உயிர்கள்மீது அவற்றின் சுயத்தைப் பார்க்கத் தூண்டுகிறது.

இறுதிவரிகள் கவிதையிலிருக்கும் வசீகர உருவம். அனுபவத்தின் சாரத்தில் ஊறிப் பெருவெளியைக் கடக்கும் பயண நிகழ்வு. இந்தக் கவிதையில் அவர் பார்க்கும் பூ ஒரு உயிரின் சுயம். சக உயிர் மீதிருக்கும் நேசம். சு.ரா. இதிலிருந்து விலகுவதே இல்லை. கவிதையின் இறுதிவரிகளை வாசித்த பின்பு கவிதைக்குள் புதிய நிறங்களும் புதிய அதிர்வும் சேர்ந்து கொள்கின்றன. ஒவ்வொரு வாசிப்பிலும் கவிதை புதுப்புது அனுபவங்களை மனத்தில் குவிக்கிறது.

அந்தத் துக்கம் மாலையில்
தான் வாடிவிடுவது பற்றி அல்ல
என்பது தெரிந்தது

இந்த வரிகள்தான் கவிதையின் வண்ணம். கவிதையின் நிறம். அல்லது கவிதையின் திறப்பு. மலர்ந்த பூ வாடுவது ஒரு மனிதனின் பார்வை. ஆனால் இங்கு பூவுக்கு ஒரு வாழ்க்கை இருக்கிறது. அது வேறு எதையோ சொல்வதற்குக் காத்திருக்கிறது.

> அது தான் பூத்த செடி பற்றியும்
> கொடிகள் பற்றியும்
> மரங்கள் பற்றியும்
> எழுத விரும்புகிறது
> அது வெயிலைப் பற்றியும்
> காற்றைப் பற்றியும்
> கடலைப் பற்றியும்
> சொல்லத் துடிக்கிறது...

என்கிற வரிகள் கவிதையில் காத்திருக்கும் சுடர். வாழ்வு முடிவதற்குள் தன் அனுபவத்தைச் சொல்லத் துடிக்கிற ஆதங்கமே மலரின் துக்கம் என்கிறபோது 'இது கவிதை' என்று மகிழ்கிறோம். நல்ல கவிதை சட்டென்று நம்மை வேறு இடத்திற்குக் கடத்தி விடும். அங்கிருந்து வெளியேறுவது அவ்வளவு எளிதாக இருக்காது. மனம் அங்கேயே இருக்க அடம் பிடிக்கும். மனித அனுபவங்கள் தீண்டாத புறம் இந்தப் பிரபஞ்சத்தில்தானே இருக்கிறது. பொருள்கள்மீது படிந்திருக்கும் வார்த்தைகளை நீக்கிப் பார்க்கத் தூண்டுகிறது கவிதை.

மேலும் ஒரு கவிதையை அதன் சொல்லப்பட்ட இடமிருந்துதான் வாசிக்க வேண்டும் என்பதெல்லாம் கிடையாது. வாசிக்கும்போது சிலநேரங்களில் கவிதை நம்மையே பார்க்கத் தூண்டும்; அல்லது ஏதோ ஒரு மறைவெளிமீது மின்னலாக ஒரு வெளிச்சம் படிந்து மறையலாம். அந்த அனுபவம் போதுமானது. விளக்கம் தேடி அலையாத ஒரு இடம் பிடிபடலாம். அதைவிட வேறு என்ன வேண்டும்?

கவிதை ஒரு பித்துநிலை. உண்மையைக் கண்டுவிட்டதாக மனம் ஒரு கணம் மருண்டு திரும்பும். சு.ரா.வின் கவிதையில் தீர்மான எல்லைகள் உண்டு. சிந்தனையில் சற்றே சரிவன. அவரது கவிதைகளைத் தொடர்ந்து வாசிக்கும் வாசகன் வாழ்க்கையின் நுண்ணியப் பரப்புகளைக் காண முடியும். பிறந்துகொண்டே இருக்கும் வினையின் ஆற்றல் கவிதை.

○

நிகழ்வின் அனுபவம் கவிதையாகிறபோது அதே நேரடித் தன்மை வாசகனுக்கும் ஏற்பட வேண்டும். அதை நிகழ்த்துவது கவிதைக்குள்ளிருக்கும் தற்கணம். கீழே உள்ள கவிதையில்

க.வை. பழனிசாமி

தோற்றம்கொள்கிற கவிதைசொல்லியின் இடத்திற்கு யார் வேண்டுமானாலும் நகர்ந்துவிடலாம். வலியை உணர்வதுபோலத் தொடங்கும் கவிதை வாழ்வின் உண்மைமீது மெல்லப் படிந்து மறைவது வசீகரம்.

பூக்கள் குலுங்கும் கனவு

அன்று உன் திருமணத்தன்று நீ நின்ற நிலை
ஏன் அந்தக் காட்சி என் மனத்தில்
இவ்வளவு ஆழமாகப் பதிந்திருக்கிறது
அலங்காரங்களின் வசீகரம்
உன் அருகே அந்த இளம் மீசை

காலமே! எதற்கு என்னை இங்கெல்லாம்
அழைத்துச் செல்கிறாய்!
என் உணர்வுகளில் குழம்பிச் சரிகிறேனே

என்னருகே வெகுநாள் சின்னஞ்சிறு பெண்ணாக இருந்த நீ
எவ்வாறு இவ்வளவு பெரிய கனவாய்ப் பந்தலில் விரிந்தாய்
உன் கூந்தலில் முல்லைப் பூக்களின் குவியல்கள்
அவற்றுக்குத் தாயிடமிருந்து கிள்ளப்பட்ட விசனம் இல்லையா
உன் நடையின் துள்ளலில் அவை பெறும் குதூகலம்
தாயிடமிருந்து பெற்றதில்லையா

நான் அஸ்தமனத்தைப் பார்த்துக்கொண்டிருக்கும்போது
நீ முழு நிலவின் விளிம்பில் பரவசம் கொள்கிறாய்.

ஒவ்வொரு நிமிஷமும் வாழ்வின் தேனை
வண்டைப்போல் உறிஞ்சு
ஆனால் ஒன்று.
அந்தப் பாதை முடிவுறும் முன்னே என்றேனும் ஒரு நாள்
அந்த இளம் மீசையிடம் என்னைப் பற்றியும் கொஞ்சம்
சொல்லு
உன் கடந்த காலங்களின் பழைய நினைவாய்

ஒரு கவிதையைப் படிக்கத் தொடங்குகிறபொழுதே 'உண்மையின் குரல் இது' என்ற நம்பிக்கையை அது தீவிரமாக உருவாக்கவேண்டும் என்பது சுந்தர ராமசாமியின் கவிதை அக்கறை. கவிதையுடன் முதல் உறவுகொள்ள இந்த உண்மை உணர்ச்சிதான் அதிகப் பங்காற்றுகிறது என்கிறார். இந்தக் கவிதையின் முதல் பலம் இதிலிருக்கும் உண்மை. கவிதையில் ஒரு பொய்கூட இல்லை. சிறு பாசாங்கு இல்லை. அலங்காரம் இல்லை. சிந்தனை இல்லை. தத்துவ விசாரம் இல்லை. வாழ்க்கையைப் பொய்யில்லாது அணுகும் ஆர்வம் மட்டுமே இதில் இருக்கிறது. இந்தக் கவிதையின் சிறப்பு இதில் வரும் பெண்ணின் மௌனம். வார்த்தைகளைக் கவனமாகக் கேட்கும் மௌனம். இந்த மௌனத்தை சு.ரா.வும் வாசிக்கிற நாமும் கேட்டுவிடுகிறோம். "ஒவ்வொரு நிமிஷமும்

வாழ்வின் தேனை வண்டைப்போல் உறிஞ்சு" என்று கவிஞனோடு இணைந்து நாமும் சொல்கிறோம்.

மணமேடையில் அலங்காரத்தின் வசீகரத்தோடு பெண்ணைப் பார்க்கிற ஒரு தருணமே கவிதையாகிறது. பெண்ணை நேற்றிலும் இன்றிலும் ஒரே கணத்தில் பார்த்துவிடுகிறது கவிதை. பூக்களைப் பார்க்கிற கண்கள் அதன் செடியையும் வேர்களையும் கூடவே பார்ப்பது மாதிரி.

என்னருகே வெகுநாள் சின்னஞ்சிறு பெண்ணாக இருந்த நீ
எவ்வாறு இவ்வளவு பெரிய கனவாய்ப் பந்தலில் விரிந்தாய்

என வியக்கிறது அந்தக் கண்கள். 'இளம் மீசை'... என்ற சொல்மீது படிகிறது மனம். கவிதைக்குள் பிறந்த சொல் இது. கவிதைக்கு வெளியே இது சாதாரண மொழியின் அர்த்தம் மட்டுமே. ஆனால் கவிதைக்கு உள்ளே உணர்வின் மொழி. ஒரு சொல்கூடக் கூடுதலாக இல்லை. உள்ளோடும் பகடியை யாரும் அறியாதவாறு மறைத்துவிடுவார். உதாரணம் 'அந்த இளம்மீசையிடம் என்னைப் பற்றியும் கொஞ்சம் சொல்லு'. மொத்த வாழ்வையும் ஆறாக ஓடவிட்டு உணர்வே உடலாக மாறி நீரில் கரையும் இடத்திலிருந்து வெடிக்கின்றன வார்த்தைகள். இறுதிவரிகள் முணுமுணுக்கும் மென்குரலில் இருந்து விடுபட முடியாது. கவிதைக்கு மட்டுமே சாத்தியமாகிற குரல் அது. இந்த மென்குரல் வெகு அபூர்வமாகவே கவிதையில் தெறிக்கும். கவிதையில் தனித்து ஒரு இசையாக இது ரீங்காரமிடுகிறது.

உன் கூந்தலில் முல்லைப் பூக்களின் குவியல்கள்
அவற்றுக்குத் தாயிடமிருந்து கிள்ளப்பட்ட விசனம் இல்லையா

இந்த இரண்டு வரிகள் ஒட்டுமொத்தக் கவிதைக்குள்ளும் கலந்திருக்கின்றன. இந்த வரிகள் கவிதையின் மற்ற வரிகளையும் மீட்டுகின்றன. ஆனால் ஒவ்வொரு வரியிலிருந்தும் பிறக்கிற ராகம் வேறுவேறு. பொருள் கண்டு சுருங்காமல் உணர்வின் பேராற்றில் மூழ்கித் திளைக்க வேண்டும். வாசகனிடம் கவிதை அதைத்தான் வேண்டுகிறது.

○

சிதறும் கண்ணாடிகள்

மனிதனின் கண்ணாடி அறையில்
எப்படியோ மாட்டிக்கொண்டது
அந்த வண்ணத்துப்பூச்சி
அந்த அறை வெளியை ஏற்க மறுத்து
வெளி வெளியில் பாயத் துடிக்கும்
அதன் பரிதவிப்பைக் கண்டு

உலகம் நடுங்கிற்று
ஜன்னல் கண்ணாடியில்
அது மோதி விழுந்தபோது
உலகம் நடுங்கிற்று
கண்ணுக்குத் தெரியும் தோட்டத்தைச்
சென்றடைய முடியாதபடி
கண்ணுக்குத் தெரியாமல் குறுக்கே
என்ன சதி என்று அது கேட்டபோது
உலகம் நடுங்கிற்று
வெளியை ஏற்பேனே தவிர
சிறையை ஒருபோதும்
ஏற்க மாட்டேன் என்று
அது அலறியபோது
அந்தத் தடையின் கண்ணாடி
தூள் தூளாய்ச் சிதறியது

"சிதறும் கண்ணாடிகள்" கவிதையை வாசிக்க வாசகன் எந்தப் பொருளையும் கொண்டுசெல்ல வேண்டியதில்லை. வண்ணத்துப்பூச்சி எதன் குறியீடு? உலகம் நடுங்கிற்று என்று மூன்றுமுறை சொல்கிறாரே என்ன நடந்தது உலகம் நடுங்க என்றெல்லாம் யோசிக்க வேண்டியதில்லை. கவிதைக்கு வெளியே ஒன்றுமில்லை. எல்லாமும் கவிதைக்குள்ளேயே இருக்கிறது. ஒரு சின்னத் திறப்பு போதும்.

அறைக்குள் மாட்டிக்கொண்ட வண்ணத்துப்பூச்சியின் தவிப்பைக் கவிஞனால் தாங்க முடியவில்லை. தொட்டால் துவண்டுவிடும் பூச்சியால் என்ன செய்ய முடியும்? எவ்வளவு நேரம்தான் தவிக்கிற ஒரு உயிரைப் பார்த்துக்கொண்டிருப்பது? ஜன்னல் திறக்கும் வினையில் பூச்சி பறந்தோடிவிடும். சு.ரா.வும் நாமும் அதைத்தான் செய்வோம். ஆனால் இன்னொரு உயிரின் வாழ்தலை எப்படி அறிவது? அந்த இடத்தின்மீது பார்வைகொள்ள வைக்கிறது கவிதை. கவிஞனே இங்கு வண்ணத்துப்பூச்சியாகிச் சற்றே அறைக்குள் அலைகிறான். வண்ணத்துப்பூச்சியாக மாறிவிடும்போது அறை சிறையாகிவிடுகிறது. தோட்டம் வீடாகிறது. வீடு இப்போது வெளியே இருக்கிறது. மாற்றத்தில் உலகம் நடுங்கத்தானே வேண்டும்! கண்ணாடி சிதறத்தானே வேண்டும்! எழுதிய அந்த நேரம் வண்ணத்துப்பூச்சியாக மாறாமல் கவிதை ஏது? வாசகனும்தான் ஏது?

கவிதையை எப்படியும் அணுகலாம். நவீனக் கவிதை வாசகனின் தீண்டலுக்கு ஏற்ப வடிவம் கொள்கிறது. அவரவருக்கான வடிவம் ஒன்று காத்திருக்கிறது. இதே கவிதையை வேறு விதமாகவும் வாசிக்கலாம். கவிதை இரண்டு அனுபவங்களின் சங்கமத்தில் அந்த நேரத்தில் வடிவம் கொள்கிறது. ஒன்று

வாசகனின் அனுபவம். மற்றது படைப்பாளியின் அனுபவம். அதனால்தான் வடிவமின்மையில் காத்திருக்கிறது கவிதை. ஒரு கவிதையில் ஒருவருக்கு ஒரு சொல்லே போதும். சிலருக்கு ஒரு வரி போதும். வேறு வாசகருக்குக் கவிதையின் ஒவ்வொரு வார்த்தையும் வேண்டும். எல்லாருக்குமான இடம் கவிதையில் உண்டு. இந்தக் கவிதையை வண்ணத்துப்பூச்சியாக மாறாது அணுகினால் வேறு ஒரு வடிவில் புதிய நிறத்தோடு உறவுகொள்ளும். அறை, கண்ணாடி, வண்ணத்துப்பூச்சி எல்லாம் வேறு பொருள் தந்து கவிதைக்கு இன்னுமொரு ருசி தரும். இந்தச் சாத்தியம் இருப்பதால்தான் நவீன கவிதைக்கேயான ஒரு வாசிப்புப் பழக்கம் தேவைப்படுகிறது. கவிதைக்குள் ஒரு வாழ்விருக்கிறது. அது கவிதையின் அந்தரங்கம். படைப்பாளியிடமிருந்து தன்னை விடுவித்துக்கொண்ட நேரம் பிறப்பது. வாசகன் நெருக்கமாகும் நொடியில் கவிதை தன்னைத் திறந்துகாட்டிவிடும்.

தேவதச்சன்:
கவிதையின் அந்தரங்கம்

கவிதையின் அந்தரங்கம் மனித அந்தரங்கமல்ல. கவிதை தனக்குள் வைத்திருக்கும் அந்தரங்கம். தன்னை நேசிக்கிற வாசகனிடம் தன்னைத் திறந்து காட்டிவிடும். கவிதையும் வாசகனும் வேறு வேறல்ல என்ற இடத்தில் மட்டுமே இது நிகழும். இந்த இடம்

குறித்துத் தெளிவாக எதுவும் கூற முடியாது. ஆனால் வாசகன் அதை உணர்ந்துவிடுவான். இந்த முயற்சிதான் கவிதை வாசிப்பு.

வாழ்வின் அனுபவங்களை உணர்த்த விரும்பும் கவிதைக்கேயான மொழி ஒன்று படைப்பின்போது பிறக்கிறது. அப்படி ஒரு மொழி பிறக்கவில்லையென்றால் படைப்பு ஊனமாகிவிடும். இது வழக்கமான மொழியின் சொற்களல்ல. அந்தரங்க வெளிக்குள் பிரவேசிக்கவென்று கவிதை தனக்குள் வைத்திருக்கும் சாவி. கவிதைக்குத் தன்னை ஒப்புக்கொடுக்கத் தொடங்குகிறபோது கவிதை தன் வாசகனை அந்நியனாகக் கருதுவதில்லை. ரகசிய வெளியைத் திறந்து தன்னை முழுவதுமாகக் காட்டிவிடுகிறது. கவிதையின் அந்தரங்கம் எல்லைகளற்றுப் பயணிக்கவல்லது. கவிதையின் வசீகரமே அதன் மறைவெளிதான்; காட்ட மறுப்பதல்ல; பார்க்கத் தூண்டுவது; பார்வையால் பிடிபடுகிற உருவத்தை யாரும் காட்ட முடியாது. வண்ணமேறிக் கவிதை சுடர்வது இதனால்தான் நிகழ்கிறது.

ஆலிலை

ஒரு தடவைதான்
இல்லை
என்று சொன்னாள்
பிச்சைக்காரனின் காதில்
ஒன்பதாவது தடவையாக
விழுந்தது அந்தச் சொல்
அவன் முகத்தில்
கோபம் கனன்றது
அவனுக்கு
மறுதலித்த
9வது ஆளாகக் குழம்பியபடி
நடந்து சென்றாள்
சாலையோரம் கிடந்த
ஆலிலை ஒன்றை
கடந்து சென்றாள்–
முதல் ஆளாகவும்
ஒன்பதாவது ஆளாகவும்,
அவள் கால் விரல்கள் பட்டு
ஆலிலை புரண்டது.
இலையின்
முன்பக்கத்தையும்
பின்பக்கத்தையும்
யாரால்
பிரிக்க முடியும்.

கவிதையில் வரும் ஒன்பதாவது ஆளுக்குப் பின் மறைந்திருக்கும் அந்த எட்டுப் பேர் யார்? அவர்களை அவளுக்குத்

தெரியாது. காட்சியாகாமலேயே அவர்களும் பிச்சைக்காரனின் பின்னால் கூடவே வருகிறார்கள். தனிமனிதனும் சமூகமும் நாம் பார்க்காத மனிதர்களாலும் நிகழ்வுகளாலும் நிறைந்திருப்பது, பிச்சைக்காரனின் பின்னால் மறைந்திருக்கும் மற்றவர்களை உணரும்போது தெரிகிறது.

பிச்சை கேட்கிற எளிய நிகழ்வு வாழ்வின் மறைவெளிமீது உரையாட வைக்கிறது. இல்லை என்று இன்று ஒருமுறைதான் அவனிடம் சொல்கிறாள். ஆனால் அவன் கோபத்தின் பின்னே தான் ஒன்பதாவது ஆளாக இருப்பது அவள் அறியாதது. ஒரு நிகழ்வின் பின்னே மறைந்திருக்கும் வினைகளும் காரண மாவது வாழ்வின் ரகசியம்தானே. ஒருபோதும் இலையின் முன்பக்கத்தையும் பின்பக்கத்தையும் பிரிக்க முடியாது. ஆனால் அவள் கடந்துசெல்லும்போது அவளின் கால்பட்டு ஆலிலை புரண்டுவிடுகிறது. ஒரு சிறிய திறப்பு; ஆனால் காட்சியாவதோ முடிவிலி. கவிதையின் ஆகப் பெரும் சிறப்பே இதுதான். வாழ்வின் ஒவ்வொரு நிகழ்விலும் நாம் அறியாத வினைகளின் விளைவுகளையும் சேர்ந்தே சந்திக்கிறோம். நாம் சந்திக்கிற மனிதர்கள், நிகழ்வுகள் மட்டுமே சட்டென்று தெரிகின்றனர். ஆனால் நமது வாழ்வு, நாம் சந்திக்கிற மனிதர்கள், நிகழ்வுகள் தாண்டி நாம் சந்திக்காத மனிதர்களாலும் நிகழ்வுகளாலும்தான் கட்டப்பட்டிருக்கிறது. ஒரு பாலத்தைக் கடந்து போகிறோம். பாலத்தைக் கட்டியவர் தெரியாது. நமது அன்றாடத்தில் பயன்பாட்டில் உள்ள பலவற்றிலும் நாம் அறிந்திராத, நாம் பார்த்திராத யாரோ இருக்கிறார்கள். ஒவ்வொரு கணத்திலும் இது எண்ணற்ற அளவில் நடந்துகொண்டே இருக்கிறது. அதனால்தான் கவிதை இப்படி முடிகிறது:

> இலையின்
> முன்பக்கத்தையும்
> பின்பக்கத்தையும்
> யாரால்
> பிரிக்க முடியும்.

கவிதையை மீண்டும் வாசிக்கத் தொடங்கினால் கவிதையின் மொழியையும் வார்த்தைகள் பெறுகிற அர்த்தங்களையும் உணர முடியும். ஒன்று ஒன்பதாக அர்த்தம் பெறுவதை அகராதி ஒருபோதும் சுட்டாது.

❍

கவிதை ஒரு வாழ்தல். கவிதை ஒரு கொண்டாட்டம். கவிதை குறித்து அச்சமூட்டிய எல்லாவற்றையும் தூரவைத்துவிடுங்கள். நாம் செய்ய வேண்டியதெல்லாம் வாசிக்கிற கவிதையை நமது கவிதையாக

ஆக்குவதே. கவிதையை நமக்குள்ளிருந்தே கண்டடைவோம். தேவதச்சனின் கவிதைகள் தினசரி வாழ்விலிருந்தே பிறக்கின்றன. வாழ்தலில் கூடவே பயணிக்கின்றன பென்சிலும் அழிரப்பரும். இவை கவிதைக்குள் இடம் பிடித்த பின் இரண்டும் குறியீடுகளாகி வாசிப்பில் ஓர் இன்னிசையைத் தோற்றுவிக்கின்றன. பென்சில் அழிரப்பர் இரண்டிலும் நாம் அறிந்திருக்கும் *actuality* ஒன்று இருக்கிறது. ஆனால் கவிதையை வாசிக்க வாசிக்க, பழக்கமான *actuality* மறைந்து கவிதைக்கான வேறு *actuality* பிறக்கிறது.

சகோதரிகள்

பென்சில் சீவுவது என்றால் எனக்கு
ரொம்பப் பிடிக்கும்
அதைக் கையில் எடுக்கும்போது நானும்
அதைப் போல்
எடையற்றவன் ஆகிவிடுகிறேன்
ஒரு சிறுதாளில்
அவ்வளவு பேச்சு பேசும் முன்னால்
எவ்வளவு மௌனமாக இருக்கிறது
இந்தப் பென்சில்
பேசிக்கொண்டிருக்கும்போதும்
ஒரு பென்சிலும் அழிரப்பரும்
சகோதரிகளா
எப்போதும் கூடவேகூடவே இருக்கின்றன

பென்சிலைப் பழக்கமான மொழியிலிருந்து விடுவித்து வேறு அனுபவத்திற்கு இட்டுச் செல்கிறது. கூடவே அழிரப்பரையும். மொழி கவிதைக்குள் நிகழ்த்தும் அற்புதமே இந்த விடுவிப்புத்தான். பென்சிலையும் கையில் வைத்திருப்பவனையும் எடையற்றதாக்கி அதன் வினையை வியந்து பார்க்கிறது. காகிதத்தில் பேச்சும் வெளியில் மௌனமும் ஆச்சரியம் தருகின்றன. பேசுகிறபோதிருக்கும் மௌனம் நாம் அறியாத வேறு மௌனம். கவிதை எப்போது நமக்கு நெருக்கமாகிறது? உறவு இல்லாமல் நெருக்கமேது? உறவுகொள்ள ஒரு மனம் வேண்டும். கவிதை வாசிப்பும் அப்படியானதுதான். தேவதச்சனே நமக்கு அந்த உறவை ஏற்படுத்தித் தருகிறார்.

“ஒரு சிறுதாளில்
அவ்வளவு பேச்சு பேசும் முன்னால்
எவ்வளவு மௌனமாக இருக்கிறது
இந்தப் பென்சில்
பேசிக்கொண்டிருக்கும்போதும் . . .”

வாழ்வில் கடைப்பிடிக்க வேண்டிய மௌனத்தைத் தாளில் வினைப்படும்போதும் கடைப்பிடிக்கிறது. அதனால்தான்

அது எவ்வளவு சிறிதானாலும் நாம் தூக்கி எறிவதில்லை. தேவதச்சனால் எந்தச் சிறுபொருளையும் வாழ்வின் அங்கமாக மாற்ற முடிகிறது. மேலுமான வரிகள் ...

> தம்பி!
> நான் இறந்த பின்னால்
> என் போட்டோவில் ஏதும்
> மாலைகள் போட வேண்டாம்
> முன்னதாக சிறு அகல்விளக்கு
> ஏற்ற வேண்டாம்
> சின்னதாக ஒரு அழிரப்பரை
> வைத்துவிடுங்கள்
> அது போதும்

பென்சிலிலிருந்து அழிரப்பருக்குக் கவிதை நகர்கிறது. இரண்டும் சகோதரிகள் என்று சொன்ன முந்தையவரியும் கூடவே நினைவில் வருகிறது. அழிப்பதும் இருக்கவிடுவதும் அழிரப்பரின் வேலை. அதனால்தான் அடுத்தடுத்த வரிகளில் சொல்கிறார் ...

> புத்தம் புதியதாக இருக்க வேண்டிய
> அவசியம் இல்லை
> நிறைய பிழைகளையும்
> தவறுகளையும்
> அடித்தல்களையும் சந்தித்து
> அங்கங்கே
> கரியின் நிறம் பூசியிருந்தாலும்
> பரவாயில்லை
> மேலும் அந்த அழிரப்பரை
> என் இடதுகைப்பக்கம்
> வை
> உன் வலதுகைப்
> பக்கமாக இருக்கும்
> அது

வாசித்து முடிக்கும்போது வாசகனை அழிரப்பரின் இடத்திற்கு நகர்த்திவிடுகிறார். பென்சிலும் அழிரப்பரும் மாறிமாறி மனத்தில் எழுப்பும் அலைகளில் மனம் ஆழமாய்த் தோய்கிறது. படத்திலிருப்பவனை யார் வேண்டுமானாலும் பார்க்கலாம். மனைவியோ, நண்பனோ, உறவோ யாரோ பார்க்கலாம். ஆனால் 'சரி'யும் 'தவறு'ம் கலந்த அவனை அழிரப்பரின் ஊடாகப் பார்க்கத் தூண்டுகிறது கவிதை. பென்சில் சரியாகவும் தவறாகவும் எழுதலாம். கூடவே பயணிக்கும் அழிரப்பர் இப்போது அவனிடமும் எல்லாரிடமும் ஒரே நேரத்தில். தனித்தும் ... சமூகமாகவும் இருக்கும் மனிதத் திரள்மீது கவனம் குவிக்கிறது

கவிதை. அவனிடம் தூக்கலாக இருக்கும் ஏதோ ஒன்று நம் வலது கைப்பக்கமிருக்கும் அழிரப்பரை எடுக்கவைக்கிறது.

○

எண்ணற்ற அனுபவங்களோடுதான் கவிதையை வாசிக்கிறோம். கவிதை தன்னளவில் வைத்திருக்கிற பிரத்யேகமான அனுபவம் மனத்தில் உரசும்போது ஒருவித விடுவிப்பு நிகழ்கிறது. அப்போது கவிதைமீது நெருக்கம் வந்துவிடுகிறது. சங்கப் பாடல்கள் நிறைய வாசித்திருந்தாலும் சில வரிகள்தான் மீண்டும் மீண்டும் நினைவில் வருகின்றன. சமீபகாலக் கவிதைகளிலும் சில கவிதைகள் அல்லது சில வரிகள் தொடர்ந்து சொல்லப்படுகின்றன. திருக்குறள் எப்போது வாசித்தாலும் புதிதாக இருக்கிறது. சிலகவிதைகள் அல்லது சிலவரிகள் நம்மை வசீகரிக்கவும் மனத்திற்கு இதமாகவும் இருக்க அவை தமக்குள் எதை வைத்திருக்கின்றன? வாசகரிடம் அவை கையளிக்கிற பொருள்மீது கவனம் குவிகிறது. வாழ்வின் புரியாமை அல்லது ஏமாற்றம்... குறிப்பாக அறிந்துகொள்ள முடியாத ஒன்றைச் சந்திக்கிறபோது மனம் சஞ்சலப்படுகிறது. தத்துவத்தின் உதவியை நாடுகிறோம். தத்துவம் மனத்தைச் சமாதானப்படுத்துமே அன்றி அதிலிருந்து விடுவிக்காது. மேலும் அது வாழ்வை எதிர்கொள்கிற சக்தியாக மாறாது. ஆனால் கவிதை அந்தச் சக்தியைத் தந்துவிடுகிறது. அதனால்தான் கவிதை எப்போதும் கூடவே இருக்கிறது. தேவதச்சனின் இந்தக் கவிதை அப்படியானது.

பொற்கணம்

என்னை இனிமேல் அம்மா
ஏமாற்ற முடியாது. ஏனென்றால்
நான் சிறுவன் அல்ல
என்னை இனிமேல் தத்துவங்களும்
அரசியலும் ஏமாற்ற முடியாது.
ஏனென்றால்
நான் இளைஞன் அல்ல
என்னை இனிமேல் மதமும்
கலையும்
ஏமாற்ற முடியாது. ஏனென்றால்
நான் நடுத்திர வயதினன் அல்ல.
என்னை இனிமேல்
மாத்திரைகளும் மரியாதைகளும்
ஏமாற்ற முடியாது. ஏனென்றால்
நான் முதியவனல்ல. நான்
இப்போது மூப்பைக் கடந்தவன்,
சின்னஞ்
சிறு குழந்தையைப் போல.

யாராவது என்னை லேசாக
விரலால் தொட்டால்
போதும்.
எனக்குள்
சுடர்கிறது ஒரு பொற்கணம்
இப்போது நான் அணிந்திருக்கும்
பழைய ஆடைகளுக்குள்
ஏமாறுவதற்கு யாரும் இல்லை

ஏமாற்ற முடியாது என்கிறபோதே இதுவரையிலும் ஏமாந்த இடங்களும் நினைவில் வருகின்றன. சிறுவன் அல்ல, இளைஞன் அல்ல, நடுத்தரவயதினன் அல்ல, முதியவனும் அல்ல. அப்படி யானல் இப்போது நான் யார்? இப்போது என்கிறபோது அது எல்லாருக்குமான அப்போது. இதுதான் கவிதையிலிருக்கும் அழகு. அப்படி என்ன நிகழ்கிறது ஏமாறாமல் இருக்க?

நான்
இப்போது மூப்பைக் கடந்தவன்,
சின்னஞ்
சிறு குழந்தையைப் போல.
யாராவது என்னை லேசாக
விரலால் தொட்டால்
போதும்.
எனக்குள்
சுடர்கிறது ஒரு பொற்கணம்

நிகழும் மனமாற்றம்தான் காரணம். மூப்பைக் கடந்தவன் சின்னஞ்சிறு குழந்தையைப்போல என்கிறபோது ஓர் எளிய நகர்தலைச் சுட்டுகிறது கவிதை. உண்மையில் அது எளிய நகர்தலா? அந்த நகர்தல் வேறு நகர்தலைப் பேசுகிறதா? தீவிர மாக வாசிக்காமல் கவிதையோடு உரையாட முடியாது. இந்தக் கவிதையில் மூப்பைக் கடப்பதை ஏன் சின்னஞ்சிறு குழந்தைபோல என்று சொல்கிறார் என்று யோசிக்கிறோம். குழந்தையிடம் உள்ள ஏதோ ஒன்று தோன்றுகிறது; அது என்னவாக இருக்கும்?

○

தேவதச்சனின் பல கவிதைகள் அதிகம் படிக்கப்படாமல் இருப்பதாகத் தோன்றுகின்றன. இது முக்கியமான பல கவிஞர் களுக்கும் பொருந்தும். சில கவிதைகளைத் திரும்பத் திரும்பப் பேசுவதே பெரும்பாலும் நிகழ்கிறது. இப்படியான வாசிப்பு கவிதைமீதும் படைப்பாளிமீதும் முழுமையான புரிதலை ஏற்படுத்தாது என்று நினைக்கிறேன். ஒரு கவிதை முன் எழுதப் பட்ட கவிதைகளோடு மட்டுமல்ல, படைப்பாளியின் மற்ற கவிதைகளோடும் உரையாடவல்லவை. இத்தகைய வாசிப்பு

சாத்தியமில்லாது போவது வாசக நஷ்டம் என்றே கருதுகிறேன். கவிதை வாசிப்பு அந்த நேரத்து நிகழ்வே. வேறுவேறு மனிதர்கள் வேறுவேறு காலங்களில் வாசிக்கிறபோது கிடைக்கும் வாசகப் பிரதியே கவிதையின் உண்மையான திரள். இத்தகைய சாத்தியம் நிகழக் கவிதைக்குள் அதற்கான இடம் இருக்க வேண்டும். இந்த இடம்தான் கவிதையின் ஆகச் சிறந்த பண்பு.

நான் மழையாக இருந்தால் . . .

நான்
மழையாக இருந்தால்
ஒரு நிமிடம் நின்றுவிட்டுப் பெய்வேன்
கைக்குழந்தையை ஏந்திச் செல்லும்
மூதாட்டி
பாதுகாப்பான இடத்திற்குப்
போகட்டும் என்று
குடையாக இல்லாதது எல்லாம்
குடையாக மாறுவதை
குழந்தை பார்க்கட்டும் என்று
இருநிறத் தலைக்காரி வேகமாய்
நடந்து
மூச்சு வாங்குகிறாள்
நான் மழையாக இல்லாததால்
ஒரு நிமிடம் நின்றெல்லாம் பெய்யவில்லை
பார்த்து பார்த்து, என்று மட்டும்
சொன்னேன்,
அவள் ஏன்
தற்காலிகமாக இளமையோடு
இருந்தாள் ?

கவிதையில் வாசகன் இயற்கையைத் தொட்டுத் தொட்டு வருகிறான். இயற்கையைத் தீண்டும் ஒவ்வொரு கணத்திலும் மனம் enhance ஆவது கவிதையின் செய்ந்நேர்த்தி. ஒருபோதும் நான் மழையாக முடியாது. ஆனால் மழையைத் தீண்டி வரும்போது 'பார்த்து பார்த்து' என்று என்னால் சொல்ல முடிகிறது. உயிரின் இருத்தல் மௌனத்தால் நிரம்பியதே. கவிதையைச் சுழற்றச் சுழற்ற மௌனம் ததும்பி வெளியே வருகிறது. அது உயிரின் எல்லா இருத்தலையும் தொட்டுவருவதே கவிதையின் ஆகச் சிறந்த அழகு. கவிதைக்குள்ளிருக்கும் வலியே 'ஏன் எல்லாமும் தற்காலிகமாக இருக்கிறது?'குழந்தைப் பருவம் . . . பள்ளி வாழ்க்கை . . . இளமை . . . இப்படி எல்லாமும் தற்காலிகம்தானே! நிரந்தரம் என்பதே மனித மனத்தின் கற்பனைதானோ! 'இருநிறத் தலைக்காரி' என்பது கருப்பு வெள்ளை என்ற நிறம் மட்டுமல்ல, முதுமையும் இளமையும் கலந்த வாழ்தலும்தான். கவிதைக்குள்

க.வை. பழனிசாமி

ஒரே நேரத்தில் குழந்தையும் மூச்சு வாங்கும் பெண்ணும் சேர்ந்தே தெரிகிறார்கள். தற்காலிகத்தின் வலியை நிரந்தரம் என்ற கற்பனையின் வழியாகத்தான் மனித மனம் கடக்க முயல்கிறது. நிரந்தரம் என்பதே மொழியின் திணிப்புத்தான்.

○

கவிதையின் அடர்த்தி குறிப்பிட்ட ஒரு விஷயத்தை அல்லது உணர்வை உணர்த்த என்று தலைப்படாமல் எண்ணற்ற உணர்வின் இடங்களில் வாசகனைப் பிடித்து நிறுத்தவல்லதாகும். அப்படியான கவிதைகளில் சொற்கள் ஓர் எல்லைவரை மட்டுமே வாசகனுக்குப் பயன்படும். அந்த இடத்தில்தான் கவிதை புரியவில்லை என்று சிலர் ஒதுங்கிவிடுகிறார்கள். ஆனால் கவிதை அப்படியான இடத்தில்தான் மிகவும் நேர்மையாக இயங்குகிறது. கவிதையும் வாசகனும் எண்ணற்ற அடுக்குகளைச் சேகரமாக்கிக்கொண்டுதான் சந்திக்கிறார்கள். வாசிப்பானது இப்படியான அடுக்குகளை இணைப்பதின் நிகழ்வுதான்.

தேநீர்த் தோழி

கிளிங் என்று
கீழே விழுந்து
உடைகிறது கண்ணாடி டம்ளர்
அழகிய இளம் பெண் துறவியைப் போல இருந்த அது
அல்லும் சில்லுமாய் உடைந்தாலும்
ஒவ்வொரு துண்டாய்ச் சுத்தம் பண்ணுகையில்
விரல் கீறிக் குருதி கொப்புளிக்கும் என்றாலும்
நீர்மையின் அந்தரங்க ரகசியத்தைப் போட்டு உடைத்துவிட்டது என்றாலும்
இனிமையாகவே இருக்கிறது
ளிங் ஒலி
ஏனோ நினைவிற்கு வருகிறாள்
என் தேநீர்த் தோழி

டம்ளரில் இருக்கும் தேநீரும் அதன் நிறமும் இளம் துறவியாகக் காட்சியாவதும் பின் அந்த பிம்பம் உடைந்து சிதறுவதும் சுத்தம் பண்ணுகையில் விரல் கீறிக் கொப்பளிப்பதும் நீரின் அந்தரங்க ரகசியம் காட்சியாவதும் கவிதை சொல்லிக்கு இனிமையானதாகவே இருக்கிறது. நீர்மையின் அந்தரங்கம்தான் கவிதைக்குள்ளிருக்கும் அந்தரங்கம். திரவமாகப் பார்த்துப் பழகிய நமக்கு நீர்மையின் ரகசிய வெளி ஒன்றைத் திறந்து காட்டிவிடுகிறது. ஆற்றில் குளிக்கும்போது தலையில் நீரைக் கொட்டி நனையும் நேரம் நீரோடு கலக்கும் அந்த மனத்தைச் சற்றே உணர்த்தித் திகைக்கவைக்கிறது கவிதை. தேநீர்த்

தோழி என்பது வாசகனுக்கான தனித்த இடம். கிளிங் என்று உடையும்போதும் . . . ளிங் என்ற ஒலி உடைந்து மௌனத்தில் மூழ்கும்போதுமென இரண்டு இடங்களையும் சேர்த்தே பேசுகிறது. பிடித்துவைத்திருந்த இடத்திலிருந்து விடுபடும் ஒளியாகவும் பிறகான மௌனத்தின் ஒலியாகவும் இணைந்து ஒலிக்கிறது.

○

கவிதைமீதான உரையாடல்கள் கவிதைக்குள்ளிருந்தே நிகழ வேண்டும். அப்படி நிகழாமல் கவிதை குறித்தோ கவிஞன் குறித்தோ பேசுவது இலக்கியப் பிழைதானே? நவீனக் கவிதை களுக்குப் பொது இலக்கணம் இல்லை. ஒவ்வொரு கவிதையும் அதற்கேயான ஒழுங்கில் கட்டமைக்கப்படுகிறது. அதுவே அதன் இலக்கணம். ஒவ்வொரு கவிஞனும் கவிதை உருவுக்குப் புதிய பரிமாணம் ஒன்றைச் சேர்க்கவே விரும்புகிறான். அதை அறிவதே கவிதை வாசிப்பு.

யாரைப் பார்த்தாலும்

யாரைப் பார்த்தாலும் குழந்தையின் சப்தம் கேட்கிறது
ஒவ்வொரு குழந்தையிடமும் அவர்களுக்கான
கண்ணீர்த் துளிகள் வழிகின்றன
கண்ணீர் வலிகள் குறுக்கும் நெடுக்குமாய்
எல்லைக்கோடுகளாய் ஓடுகின்றன
எல்லை ஓரங்களில் விறைப்பாய் நிற்கிறது
'இது பொதுப்பாதை அல்ல' என்ற நோட்டீஸ் போர்டு
விறைப்பின் கூர்மையில் அவ்வார்த்தைகள்
கொடிகட்டிப் பறக்கின்றன.

தேவதச்சனின் கவிதைகள் வாழ்வின் மறைவான வெளிமீது வெளிச்சமாகப் பட்டுத் தெறிக்கின்றன. 'யாரைப் பார்த்தாலும் குழந்தையின் சப்தம் கேட்கிறது' என்ற ஆரம்ப வரியே கவிதையைக் கவனமாகப் படிக்கத் தூண்டுகிறது. குழந்தை என்று இங்கே சுட்டுவது அறிந்துவைத்திருக்கும் பொருளில் அல்ல என்று புரிந்துவிடுகிறது. குழந்தை என்ற சொல் கவிதைக்குள் புதிய பொருள் ஒன்றைத் தர எத்தனிக்கிறது. இது பொதுப்பாதை அல்ல என்கிறபோது தனித்தனியாக எதையோ பார்க்கத் தூண்டுகிறது. கண்ணீர் வலிகள் விளிம்புகட்டி நிற்பதும் ஒரு காட்சியைக் காட்ட முயல்கிறது. மேலுமான வரிகளைப் படிப்பதும் பிறகு மீண்டும் முழுக் கவிதையை வாசிப்பதும் நிகழ வேண்டும்.

வார்த்தைகள் மூடுகின்றன ஊற்றை
வார்த்தைகள் தடுக்கின்றன காற்றை
வார்த்தைகள் மறைக்கின்றன தழலை
வார்த்தைகள் பறிக்கின்றன காலடி மண்ணை

க.வை. பழனிசாமி

மண்ணில் கிடக்கும் யாரைப் பார்த்தாலும்
குழந்தையின் சப்தம் கேட்கிறது
குத்துப்பட்டோ
குடித்துவிட்டோ
தோற்றுப்போயோ
கனவு காணவோ
எதெதற்கோ
எப்போதும் தரையில் கிடக்கிறார்கள்
ஏகப்பட்ட பேர்கள்.
எப்போதும் நீ பார்க்க
எங்கெங்கோ சரியத் தொடங்கும்
ஏகப்பட்ட பேர்களில்
நானும் ஒருவன்

வார்த்தை பயனற்றுப்போகும் சூழலின் இருப்பைப் பேச விழைகிறது கவிதை. சரியத் தொடங்கும்முன் அர்த்தமாகியிருந்த மனிதன் சரிந்த நொடியில் நிராதவராய் நிற்கும் நிலையில் அவன் யார் என்று தனக்குள் கேட்டுத் தவிக்கிறது. சரிவது குத்துப்பட்டோ குடித்துவிட்டோ தோற்றுப்போயோ அல்லது எதெதற்கோ நிகழலாம். ஆனால் அந்த நேரத்தில் நான் குழந்தை. நான் *dependent.* அப்போது வார்த்தைகளுக்கு ஒரு பயனும் இல்லை. சரிந்து விழும் நேரத்தில் அவன்/அவள் அதிகாரியல்ல. அவள்/அவன் *celibrity* அல்ல. கவிதைசொல்லி அப்படியான மன இருப்பிலிருந்து நம்மோடு உரையாடத் தொடங்குகிறார். குழந்தையின் சப்தமானது இப்போது யாரைப் பார்த்தாலும் கேட்கிறது. கவிதையின் முதல்வரி சுட்டுகிற குழந்தை அர்த்தமாகிறது. சரிவது எப்போதும் யாருக்கும் நிகழலாம். வாசித்து வாசித்துக் கவிதைக்கு இப்படிப் பல பிரதிகளை எடுத்துவிடலாம்.

வார்த்தைகள் மூடுகின்றன ஊற்றை
வார்த்தைகள் தடுக்கின்றன காற்றை
வார்த்தைகள் மறைக்கின்றன தழலை
வார்த்தைகள் பறிக்கின்றன காலடி மண்ணை

கவிதையிலிருக்கும் இந்த நாலு வரிகள் தனித்தே இயங்கவல்லன. சில கவிதைகளில் இத்தகைய சாத்தியம் அமைவதுண்டு. இந்த நான்குவரிகள் கவிதைக்குள் இருக்கும் கவிதை. கவிதை காட்டும் இரக்கம் ஒட்டுமொத்த மானுடத்தின்மீது விழுகிறது. சரிதல் என்ற சொல் வைத்திருக்கும் பின்புலம் யாருக்கும் பொருந்துகிறது.

❍

சாளரத்தைத் திறந்ததும் காட்சியாவதைப் பொதுவாகத்தான் பார்க்கிறோம். பிறகு பார்க்கத் தூண்டுகிற ஒன்றை நமது

புரிதலிலிருந்து தனித்துப் பார்க்கிறோம். பார்ப்பவன் இங்கு *subject*. பார்க்கப்படுவது *object*. இது பொது நியதி. ஆனால் கவிதைக்குள் இரண்டும் ஒரே நேரத்தில் நிகழ்கிறது. மனிதனை அல்லது பொருளைக் கவிதைக்குள் பார்ப்பதற்கும் கவிதைக்கு வெளியே பார்ப்பதற்கும் வேறுபாடு உள்ளது. கவிதைக்குள் காணும் எல்லாமும் பொருளாகவும் அர்த்தமாகவும் வாசகனை நெருங்குகிறது. இந்தப் பொருளும் அர்த்தமும் அந்த நேரம் பிறப்பவை. கவிதையாகும் இடம் அதுவாகவும் இருக்கலாம். கீழ்வரும் கவிதை தேவதச்சனின் பார்வை நிலைகொள்ளும் இடத்தைக் கவனிக்கத் தூண்டுகிறது.

யாரும்

திறந்து கிடக்கும் ஃபைலின் மேல், பேனாவை
மூடி வைத்தாள். மேஜையின் இடது பக்கம் உயர்ந்து
நிற்கும்
கோப்புகளின் தூசிகளைப் பார்த்தபடி நினைத்தாள்:
என்னிடம் யாரும் அன்பு செலுத்துவதில்லை

எதிர் பெஞ்சில் அமர்ந்திருந்தார் பெரியவர். அவள்
கையெழுத்திட்டுத் தரப்போகும் சான்றிதழுக்காகக்
காத்திருந்தார்
ஜன்னல்வழி தெரியும் மலர்கள் அற்ற
அசோகமரத்திலிருந்து
வௌவால் ஒன்று கிறீச்சிட்டு வெளியேறுவதைப்
பார்த்தபடி
நினைத்துக்கொண்டார்:

என்னிடம் யாரும் அன்பு செலுத்துவதில்லை

ஒவ்வொரு மேஜையிலும் தேநீரை வைத்துவிட்டுச்
செல்கிறான் பையன். ஒவ்வொரு கண்ணாடி டம்ளரும்
வெவ்வேறு அளவுகளில் காலியாவதைப் பார்த்தபடி
நினைத்துக்கொள்கிறான்:

யாரும் அன்பு செலுத்துவதில்லை என்னிடம்

கவிதைக்குள் ஒரு பெண், முதியவர், சிப்பந்தி ஆகியோர் வருகிறார்கள். மூவரும் 'யாரும் என்னிடம் அன்பு செலுத்துவதில்லை' என்ற வரிக்குள் இணைந்தே இருக்கிறார்கள். ஆனால்...

ஒவ்வொரு கண்ணாடி டம்ளரும்
வெவ்வேறு அளவுகளில் காலியாவதைப் பார்த்தபடி
நினைத்துக்கொள்கிறான்:

என்று வாசிக்கும்போது டீ பொதுத் தன்மையில் இருந்தாலும் காலியாகும் அளவு வேறாக இருப்பதைக் கவனிக்கத் தூண்டுகிறது. இறுதிவரியில் 'என்னிடம்' என்ற வார்த்தை வரிக்கு இறுதியில்

வருவது டீ காலியாகும் அளவிற்குக் கூடுதல் அர்த்தம் கூட்டுகிறது. வாழ்க்கை எப்படி எண்ணற்ற நிகழ்வுகளால் ஆனதோ அதுபோல கவிதையும் எண்ணற்ற நிகழ்வுகளால் ஆனது. ஆனால் அது வாசிக்கும் அந்த நேரத்தில்தான் நிகழ்கிறது. அதனால்தான் ஒரு கவிதை எதிர்கால வாசிப்புக்குமான அடுக்குகளையும் கொண்டிருக்கிறது. இந்தக் கவிதைக்குள் புறவயமாக எல்லாமும் activeஆக இருக்கின்றன. ஆனால் ஆழத்தில் ஏதோ துயரம் மறைந்திருக்கிறது. தினசரி வாழ்க்கையில் ஒவ்வொருவரும் சந்திக்கிற அல்லது பார்க்க முடியாத எல்லா நிகழ்வுகளும் அப்படியானவையே. கவிதை எந்த முடிவையும் வைக்காது. வாசகனைஅந்த இடத்தில் பிடித்து நிறுத்துகிறது. அவரவர் அனுபவம்சார்ந்த புரிதலுக்கு இடம்விடுகிறது.

○

'கவிதை' என்ற சொல்மீது கவனம் குவிகிறது. சொல்தான் புதிதே தவிர கவித்துவம் அன்றும் இன்றும் இருப்பதே. கவிதை எப்போது உரைநடைக்கு வந்ததோ அப்போதே கவிதைக்கான பொதுவான இலக்கணம் விடைபெற்றுவிட்டது. இலக்கணம் எப்போது விடைபெற்றுவிட்டதோ அப்போதே கவிதை ஆக்கத்திற்கு அதிகமான பொறுப்பு வந்துவிட்டது. உரைநடைக்குள் கவிதை வந்த பிறகு தான் எழுதியதைக் கவிதை என்று நிலைநிறுத்த வேண்டிய கட்டாயம் படைப்பாளிக்கு வந்துவிட்டது. இந்த அவசியம்தான் கவிதைமீதான சர்ச்சைகளும் இதுதான் கவிதை என்று உரக்கப் பேசுகிற சப்தங்களும் உருவாகக் காரணம். இது கவிதை என்று யார் முடிவு செய்வது அல்லது எவை முடிவு செய்கின்றன? இந்தக் கேள்வியை எளிதில் கடந்துவிடலாம். நமக்கு மிகவும் பரிச்சயமான கவிதை 'எந்தக் கவிதை இலக்கணத்தில் இருக்கிறது?' என்றா யோசிக்கிறோம். கவிதைகள் வாசகனின் விருப்பமாக, தேர்வாக இருப்பதற்குக் காரணம் ஒவ்வொரு கவிதையும் ஒரு முழுமையில் அமர்ந்துவிடுகிறது. அதாவது வாசிக்கும்போது அதற்கான உருவமும் உயிரும் வந்துவிடுகிறது. இந்தச் சுயமே, தனித்த அடையாளமே கவிதையின் வண்ணம். இந்த வண்ண ஈர்ப்புதான் வாசகனைக் கவர்கிறது. ஆக, கவிதைக்கான இலக்கணத்தைக் கவிதைகளே தேர்வு செய்துவிடுகின்றன.

பொலேர் கோப்பை

அடுத்த அறையில்
கிண்ணத்தை யாரோ
கீழே வைக்கும்
மெல்லிய ஒலி கேட்கிறது
அம் மென்மை ஒலியில்
லயித்தபடி

நான் அருந்த அருந்த
என் கைகளில்
மறைகிறது
தேநீர் கோப்பை.
மெல்ல மெல்ல
என் விரல்களில்
நிறைகிறது
பொலேர் கோப்பை. எங்கிருந்தோ
வரும்
பொலேர் கோப்பைகள்.

கவிதை வாசிப்பு எவ்வளவு பெரிய கொண்டாட்டம். கவிதையை வாசிக்கிறபொழுது இசையில்கரைவதுபோன்ற உணர்வு. அருவிக்குள் நிற்பதான சுகம். கனம் குறைந்து பட்டாம்பூச்சிபோல மனம் பரவசப்படுகிறது. வாசித்த உடனே கவிதை மனத்தில் இறங்கி வியாபிக்கிறது. அந்த நிறைவிலேயே இருக்க விரும்புகிறோம்.

தேநீர் இருக்கும்போதுதான் தேநீர்க் கோப்பை. காப்பி இருந்தால் அதே கோப்பை காப்பிக் கோப்பை. பாத்திரம் உள்ளிருக்கும் பொருளால் அழைக்கப்படுவது இயல்பானது. கவிதைக்குள் நிகழும்போது நீளும் தூரம் முடிவற்றது. வீட்டின் ஓசையை இசையைப் போல ரசிப்பது முதல் சில வரிகள். பிறகான வரிகளில் இரண்டு வார்த்தைகள் ('மறைகிறது' 'நிறைகிறது') நம்மைப் புதிய அனுபவங்களுக்கு இட்டுச் செல்கின்றன. தேநீர் குறையும்போது தேநீர்க் கோப்பை மறைந்து, நிறைகிறது பொலேர் கோப்பை. அதாவது கோப்பையில் வெற்றிடம் நிறைகிறது. எங்கிருந்தோ வரும் பொலேர் கோப்பைகள் என்று வியக்கிறது கவிதை. வெற்றிடம்தான் பயன்பாடு என்ற தாவோ நினைவில் வருகிறது. ஜன்னலை நினைக்கும்போது தோற்றமாகும் கம்பிகள் அல்ல பயன்பாடு. கம்பிகளுக்கு இடையிலிருக்கும் வெற்றிடம்தான் பயன்பாடு.

இறுதிவரிகள் வாழ்வின் பேருண்மையைக் காட்டிவிடுகின்றன. இப்படியான நகர்தலுக்குப் பிறகு கவிதையின் ஆரம்ப வரிகள் நிரந்தரத்தின்மீதான வேட்கையைத் தணிக்கின்றன. கவிதை முற்றிலும் வேறான இடத்தில் செயல்படத் தொடங்குகிறது. இந்தக் கவிதைக்கான இலக்கணம் கவிதைக்குள்ளேயே இருக்கிறது. இந்த இலக்கணம் நேற்றின் இலக்கணம் அல்ல, கவிதை தனக்குள் கட்டமைத்துக்கொள்கிற இலக்கணம்.

○

ஒவ்வொரு வாசகனுக்குமான தனித்த உணவை வைத்திருக்கிறது கவிதை. அதை எல்லாருக்கும் எளிதில் எடுத்து வழங்கிவிடாது.

உண்மையான பசியும் அதற்கான உழைப்பும் உள்ள யாருக்கும் அது கிடைத்துவிடும். அப்படி கிட்டும் தருணம் வாழ்வின் ஆகச் சிறந்த திறப்பு. வீட்டிலிருந்து ஜன்னலைத் திறந்து பார்ப்பதும் தொட்டபெட்டா உச்சியிலிருந்து பார்ப்பதும் வேறு வேறுதானே . . ? வாழ்வின் பெருவெளியைத் திறந்துகாட்டும் சாளரங்கள்தான் இலக்கியம் கலை எனும் எல்லாமும். கவிதை ஒரே நேரத்தில் எண்ணற்ற சாளரங்களைத் திறந்துவிடுகிறது. இதில் வாசக அனுபவம் பிரதானமானது. படைப்பாளியைப் பின்னகர்த்திப் படைப்பும் வாசகனும் சேர்ந்து வினைப்படுகிற இடம். அப்படி வினைப்படுவதற்குப் படைப்பாளிதான் காரணம். தேவதச்சனின் கவிதைகளை அந்தக் கவிதைகள் தரும் வாசிப்பு அனுபவத்திலிருந்தே உரையாடி மகிழலாம்.

கவிதைக்குள் இருக்கும் தற்கணம்தான் பிரதானமானது. கவிதைக்குள் அந்த நேரம் பிறக்கிற கணம் அது. யாரின் அனுபவமும் இதை அறிந்து நகரும்பொழுது எழுத்து கலையாகிறது. நிகழ்வின் ஒரு தருணத்தைத் திறந்து காட்டுகிறது 'வானத்திலிருந்து' கவிதை. உண்மையைச் சுடரவிடும் கலைமுகம் கவிதைகள். வாசகனின் அனுபவத்தோடு உரையாடுவதால் கவிதைகள் எல்லாமும் வாசகனின் கவிதைகளாக மலர்கின்றன. கவிதை எப்போதும் கவிஞனின் அடையாளமாகத்தான் இருக்கிறது. வாசிக்க வாசிக்கக் கவிதை வாசகனின் கவிதையாக மாறிவிடுகிறது. இந்த நிகழ்வே கவிதையின் வெற்றி.

வானத்திலிருந்து

வானத்திலிருந்து
தண்ணீர்
விழத் தொடங்குகிறது
அவசரமாய்க் குடையை விரித்தாள்
விரியவில்லை
அருகிலிருந்து பார்த்துக்கொண்டிருந்தான்
13 வயதுப் பையன்
பெரிய துளிகள் பிரவேசிக்கத்
தொடங்கின.
வாங்கி
சடாரெனக் குடையை
விரித்துக் கொடுத்தான்
அவன் முக நிசப்தம்
தண்ணீரில் நனையாமலிருந்தது
குடைக்குள் வருகிறாயா என்றாள். இல்லை,
எதிர்திசையில் போகிறேன்
என்று தலையசைத்தான்
அவள் விரிந்த குடையோடு மழையின்

உட்புறத்தில் சிறிது தூரம் சென்று
திரும்பிப் பார்த்தாள்.
அவன் நனைந்தபடித் தெருவில் போய்க்
கொண்டிருந்தான். தலைக்குமேல் உயர்த்திய
இரு கைகள் தவிர, அவனது மற்ற கைகள்
குடையைப் பிடித்தபடி
கூடவே வந்தன.

அன்றாடத்தின் ஒரு சாதாரண நிகழ்விலிருந்து வாழ்வின் ஒளியை அடையாளம் காட்டுகிற அசாதாரணமான கவிதை இது. வாசிக்கிற மனவினையின் ஊடாகத்தான் இதிலிருக்கும் கவிதைக்குள் சஞ்சரிக்க முடியும். மழை பெய்கிறது. குடையை அவளால் விரிக்க முடியவில்லை. அருகிலிருக்கும் சிறுவன் உதவுகிறான். சிறுவனின் சிறுநகர்வில் வாழ்வின் ஒளியை வாசகனிடம் கடத்திவிடுகிற அற்புதக் கவிதை ஆக்கம் இதில் இருக்கிறது.

அனுபவம் கவிதை ஆகும் உத்தியைப் பார்ப்போம். பூமிக்கு அடியிலிருக்கும் ஒரு பாறையின் சிறுநகர்வு பாறையின் மேலுள்ள கட்டுமானங்களைப் பெரிய அளவில் அதிரவைத்துவிடும். பாறையின் சிறுநகர்வைப் பூமியின் மேல்தளத்தில் பேரதிர்வாக உணர்கிறோம். அப்படியான உணர்வை வாசக மனத்தில் ஏற்படுத்திவிடுகிறது கவிதை. கவிதைக்குள்ளிருக்கும் சில வார்த்தைகளைக் கவனிப்போம்.

13 வயதுப் பையன்...

அவன் முக நிசப்தம் தண்ணீரில் நனையாமலிருந்தது...

தலைக்கு மேல் உயர்த்திய
இரு கைகள் தவிர, அவனது மற்ற கைகள்
குடையைப் பிடித்தபடி
கூடவே வந்தன.

அவளுக்கு இரண்டு கைகள்தான். நகர்ந்து வெகுதூரம் சென்றுவிட்ட சிறுவனின் இரண்டு கைகளும் அவளது குடையைப் பிடித்தபடிக் கூடவே வருகின்றன. நகர்ந்துவிட்ட சிறுவனின் கைகள் கூடவே வருவது எவ்வளவு அழகு?

கவிதையை வாசிக்கும்போது என் அக்காவின் நினைவு வருகிறது. கீழே விழுந்து கை உடைந்துவிட்டது. காலும் முறிந்து விட்டது. அறுவை சிகிச்சை முடித்து வீட்டிற்கு வந்த அக்கா கண்கலங்கிச் சொல்கிறார்கள். கால் போச்சே, கைபோச்சே, எப்படி நடப்பேன்... எப்படி உண்பேன்... மற்ற வேலைகளைச் செய்வது எப்படி... அக்காவிடம் சொன்னேன், 'முன்பு உனக்கு இரண்டு கைகள்... இரண்டு கால்கள்... இப்போது உன்மீது

அன்பு பாராட்டுகிற எங்களின் எண்ணற்ற கைகள், எண்ணற்ற கால்கள்' என்றேன். இந்தக் கவிதை தருகின்ற பிரதி எவ்வளவு நேர்மையானது, எவ்வளவு உண்மையானது. நாம் ஒருபோதும் தனித்து இல்லையென்று எவ்வளவு அழகாகச் சொல்லிவிடுகிறது. நம்பிக்கை தந்து வாழ்வைக் கொண்டாடுகிறது கவிதை. கூடவே நெருக்கமான உறவுகளைத் தக்கவைத்துக்கொள்ளத் தூண்டுகிறது.

அவன் முக நிசப்தம் / தண்ணீரில் நனையாமலிருந்தது – இந்த வரிகள் கவிதைமீது ஒரு பொன்னொளியைப் பரவவிடுகின்றன. காரணம் அவனது முக நிசப்தம் சமூகத்தின் வாழ்வெளிமீது நிரந்தர இசையை மீட்டியபடியே இருக்கிறது. எப்படி? 'தண்ணீரில் நனையாமலிருந்தது . . .' மழை எல்லாரையும் நனைக்கிறது. சிறுவனின் வழியாகப் பெய்த மழை அவனை நனைக்காதிருப்பதே அன்பின் உயர்நிலை.

○

நானும் கரிச்சாங்குஞ்சும்

எனக்கும்,
மழையைப்பற்றி
பேசுவது என்பது ஒரு
முக்கியமான உரையாடலை
துவக்குவதற்கு ஆயத்தமாவது...
மழையைப்பற்றிப் பேசத்
தொடங்குவது ஒரு
உரையாடலை முடித்து வைப்பது
மழையைப்பற்றி
பேசுவது ஒரு
சிக்கலான உரையாடலைப்
பேசாமலிருப்பது

கவிதை, நாவல், சிறுகதை, உரையாடல் எல்லாவற்றிலும் சொற்கள் இருக்கின்றன. சொற்களைப் பயன்படுத்தாமல் மனிதர்களோடு உரையாட முடியாது. சொற்கள் எல்லாவற்றையும் நம்மிடம் கடத்துவதில்லை; கடத்தவும் முடியாது. இருந்தும் வார்த்தைகளின் வழியாகத்தான் நம் உரையாடல்களும் படைப்புகளும் நிகழ்கின்றன. நண்பரிடம் சொல்கிறோம், "காப்பி சாப்பிடலாம்" என்று. காப்பி சாப்பிடும் நமது எல்லா நிகழ்வுகளும் ஒரே மாதிரியானவை அல்ல. அருந்தும் எல்லா காப்பியும் ஒரேகாப்பியும் அல்ல. தனித்தோ . . . சேர்ந்தோ அருந்தும் காப்பி ஒவ்வொரு முறையும் வேறுவேறு. ஆனால் காப்பி சாப்பிடுவதாகத்தான் சொல்கிறோம். தலை வலிக்கும்போது, எதையோ உரையாட விரும்பும்போது, காலையில், அவ்வப்போது,

அலுவலகப் பணிகளுக்கு இடையே, மனத்திற்குப் பிடித்த ஒருவரோடு அல்லது காதல்கொண்ட ஆண்/பெண்ணுடன் ஹோட்டலில் அந்தரங்கமாகப் பேசியபடி... இப்படி நாம் அருந்தும் காப்பி வேறுவேறு. ஆக காப்பி என்ற சொல் தனக்குள் வைத்திருக்கும் பொருள் சுவை மட்டுமல்ல, அருந்தும் அந்த நேரமும் கலந்ததுதான்.

தேவதச்சனின் இந்தக் கவிதை மழையைப் பேசுவதாக ஒரு வாசிப்பில் தோன்றலாம். மீண்டும் மீண்டும் வாசிக்கும்போது மழை இந்தக் கவிதையில் இல்லவே இல்லையென்று கவிதை ஆக்கத்தின் அழகியலாக வியக்கவைக்கிறது. தொலைபேசி உரையாடல்களில் வருகிற மழை, மழை குறித்த பேச்சு எல்லாமும் பல நேரங்களில் உரையாடலைத் தொடங்குவதற்கு ஆயத்தமாவது, உரையாடலை முடித்துவைப்பது அல்லது ஒரு சிக்கலான உரையாடலைப் பேசாதிருப்பது எனவே நிகழ்கிறது. போலியாகப் பல நேரங்களிலும், உள்ளிருப்பதை மறைத்தபடியும் எவ்வளவு உரையாடல்கள் நிகழ்கின்றன. கவிதையின் இறுதிவரிகள்...

தூறல் மழையில்
மின்கம்பியில்
அவ்வப்போது சிலிர்த்தபடி
அமர்ந்திருக்கிறாய்
கரிச்சான்குஞ்சே
நீயும்
என்னைப் போலவே
மழையால் உன்னை மூடிக்
கொள்கிறாயா

இறுதி வரிகளை வாசிக்கிறபோது மழை முகமூடியாகிறது. கரிச்சான்குஞ்சு ஒரு குறியீடாக மாறிவிடுகிறது. மழையால் போர்த்தப்பட்ட எல்லா உரையாடல்களும் இதில் இணைகின்றன. மழை அதன் பொருளில் கவிதைக்குள் இல்லவே இல்லை. இந்த அதிசயம்தான் கவிதை. கவிதைக்குள் சொற்கள் அந்தக் கவிதைக்கானதாக மாற்றம் கொள்கின்றன. அப்படி நிகழ வேண்டிச் சொற்கள் தமது அர்த்தம் சார்ந்த உள்ளீட்டை உதறிவிடுகின்றன. சொற்கள் முதலில் empty ஆவதும் பிறகு கவிதைக்கானதாக அந்த நேரம் அர்த்தம் கொள்வதும் நிகழ்கிறது. இந்த நிகழ்வே நவீன கவிதையின் இலக்கணம். ஒவ்வொரு கவிதைக்குள்ளும் உருவாகும் context தான் இதை உருவாக்குகிறது. அதனால்தான் பொது இலக்கணம் ஒன்றைத் தற்காலக் கவிதைக்கு உருவாக்க முயல்வது தோல்வியில் முடிகிறது.

○

வாசகர் தனக்கான அனுபவத்தோடுதான் கவிதையை வாசிக்கிறார். அப்போது வாசக அனுபவம் கவிதைமீது படிகிறது. இந்த உறவில் படைப்பாளியும் வாசகரும் தம்மை அறிந்துகொள்கிற இடமாகிறது கவிதை. கீழ்வரும் கவிதை அதற்கு வலு சேர்க்கிறது.

எனக்கு

எனக்கு
ஏழுகழுதை வயசாகியும்
கண்ணாடியை நான்
பார்த்ததில்லை. ஒவ்வொரு
முறையும்
எதிரில் நிற்கையில்
என் முகரக்கட்டைதான் தெரிகிறது.
கண்ணாடியைக் காணோம்
உடைத்தும் பார்த்தேன்
உடைந்த ஒவ்வொரு
துண்டிலும் ஒரு
உடையாத கண்ணாடி
லேசான வெட்கம் எனக்கு
பார்க்க முடியாத
கண்ணாடியைத்தான்
பார்க்க முடிகிறது.

இந்தக் கவிதைக்கு வார்த்தைகளின் வழியாகப் பொருள் கண்டு வாசித்தால் கவிதை கொஞ்சம் அழகு. ஆனால் வார்த்தைகளைத் துறந்துவிட்டு வார்த்தைகள் கூட்டிவந்து நிறுத்துகிற இடத்திலிருந்து பார்த்தால் கவிதை பேரழகு. இப்போது உண்மையின் பெருஞ்சுடர் காணுகின்ற எல்லாவற்றின்மீதும் படிகிறது. பழக்கமான பொருள் தருகிற வார்த்தைகளைத் துறக்கும் நிகழ்வில் கண்ணாடியும் முகரக்கட்டையும் காணாமல் போகின்றன. பார்க்க முடியாத கண்ணாடி மட்டும் இருக்கிறது.

பொருள் காண்பதிலிருந்து விடுபட்டு உணர்தல் வெளியில் நிற்கிறபொழுது என்ன கிடைக்கிறது? கவிதை அப்போது எண்ணற்ற சாத்தியங்களைத் தருகிறது. முகரக்கட்டை என்ற சொல்தான் இங்கு திறப்பாகிறது. தினமும் கண்ணாடியில் எனது முகரக்கட்டையைத்தானே பார்த்துக்கொண்டிருந்தேன் என்பது என்னைப் பார்ப்பதாகிறது. என் பூவை, என் வண்ணத்துப்பூச்சியை, என் அருவியை. இப்படி எல்லாவற்றின்மீதும் என் அனுபவம், மனித அனுபவம் என்று நீள்கிறது கவிதைக்குள் சந்திக்கும் அனுபவம்.

ஒருபோதும் மரத்தைப் பார்ப்பதில்லை; கற்பிக்கப்பட்ட அல்லது சேகரமான அறிவிலிருந்தே மரத்தைப் பார்க்கிறோம்.

மரத்தை நமது அனுபவத்திலிருந்து விலக்கிவைத்துவிட்டு மரத்தை அதன் இடத்திலிருந்து ஒருபோதும் பார்ப்பதில்லை. வார்த்தைகளாலும் கற்பிதங்களாலும் மூடப்பட்டிருக்கின்றன உலகின் எல்லாப் பொருள்களும். எதையும் நாம் அதன் சுயத்திலிருந்து பார்ப்பதில்லை. பிரதிபலிக்கிற அதன் வினையிலிருந்தே கண்ணாடி எப்போதும் பார்க்கப்படுகிறது. 'பார்க்க முடியாத/ கண்ணாடியைத்தான்/ பார்க்க முடிகிறது' என்னும் வரி மனிதர்களுக்கும் அவர்கள் பார்க்கும் பொருள்களுக்குமான தொடர்பைப் பேசுகிறது. கவிதைக்குள் அப்போது பிறக்கிற வார்த்தையாகக் கண்ணாடி இருக்கிறது.

வார்த்தைகள் துறந்த அந்த நேரம் விரிகிற உணர்வெளியில் தோய்கிற மனவினைதான் கவிதையின் ஆற்றல். வாசிக்கிறபோது சொற்களால் அழைத்துப்போகிற கவிதை ஒரு சுதந்திர வெளியில் இறக்கிவிட்டுப் பிறகு வார்த்தைகளை மௌனமாக்கிவிடுகிறது. அப்போது கடல் என்ற சொல் மௌனமாகிறது. அலைகளும் வானம் கரைந்த நீர்வெளியும் உணர்வில் நிறைகின்றன. காணும் எல்லாமும் இயல்பில் அதிர்கின்றன. கவிதையில் சொற்கள் காத்திருக்கின்றன. தீயில் எரிந்து சற்றே வெளிச்சமாக நின்று மடிய என்று சொல்லத் தோன்றுகிறது. கவிதையில் இருக்கும் வார்த்தைகள் மொழிக்கு வெளியிலும் இயங்குகின்றன. காரணம் சொற்கள் கவிதைக்குள்ளிருந்தே பிறக்கின்றன.

❍

கவிஞர்கள் ஒவ்வொருவரும் தங்களுக்கேற்ற வார்த்தல் முறை ஒன்றைத் தேடுகிறார்கள். வார்த்தல் வசப்படுகிறபோது கவிதை வடிவம் காண்கிறது. வாழ்தல்தான் தேவதச்சனின் வார்த்தல். உணர்ச்சியில் சிக்கிக்கொள்ளாத கவிதைகள். உணர்தலின் விளிம்பு தாண்டாத கவிதைகள். அறிவும் சிந்தனையும் எட்டிப்பார்க்காத கவிதைகள். வாழ்வின் ஓசைகளை மட்டுமே அதிரவிட்டு நிரந்தரக் குயிலோசையைக் காதில் ஒலிக்கவிடுகிற கவிதைகள்.

'பின்தொடரல்'

என் தோட்டம் எங்கும்
ஏகப்பட்ட
ஓடிந்த செடிகள்
சாய்ந்த செடிகள்
ஒரு சிறு வண்ணத்துப்பூச்சி
அதை
நிமிர்த்தி வைத்தபடி
நிமிர்த்தி வைத்தபடிச்
செல்கிறது

எனக்கு அதைப்
பின்தொடர வேண்டும் போல்
இருக்கிறது.

கவிதையிலிருக்கும் மூன்று சொற்கள் வாசிப்பில் மோதுகின்றன. தோட்டம், செடிகள், வண்ணத்துப்பூச்சி. இவை அகராதியிலிருக்கும் பொருளில் அல்லது அறிவியல் சுட்டும் பொருளில் இல்லை. ஆனால் கவிதைக்குள்ளிருக்கும் வண்ணத்துப்பூச்சி செடிகளை நிமிர்த்தி வைத்தபடி, நிமிர்த்தி வைத்தபடிப் பறக்கிறது. பழக்கமான வண்ணத்துப்பூச்சியை நமது நினைவிலிருந்து அழித்துப் புதிய வண்ணத்துப்பூச்சியைக் கொண்டுவருவதே இங்கு கவிதை; அது எப்போதும் எழுதாதப் பொருளைப் பேசுகிறது. எழுதப்பட்ட வார்த்தைகளைத் தாண்டிக் கவிதை இருக்கிறது. வார்த்தைகளின் வாயில்களைத் தாண்டும்போது புதிய வெளியொன்று காட்சியாகி விரியத் தொடங்குகிறது. கவிதையை வாசித்த பின்பு முன்பு துண்டிக்கப் பட்ட உலகத்தோடு மீண்டும் இணைகிறோம். புதிய இணைப்பு ஒரு வெளிச்சமாக மனத்தில் பரவுகிறது. கவிதையின் வேலை வெளிச்சமாக, வாசனையாக மனத்தில் பரவுவதே.

ஒடிந்த, சாய்ந்த செடிகளை நிமிர்த்திவைத்தபடிச் செல்கிற வண்ணத்துப்பூச்சியை யாரும் பின்தொடர்வார்கள். நம்பிக்கை தருகிற எதுவும் மிக முக்கியமானது. மனம் கண்டடைந்த ஏதோ ஒன்று இத்தகைய மாயம் செய்கிறது. அந்த மனம்தான் வண்ணத்துப்பூச்சியாகத் தோட்டம் முழுவதும் பறக்கிறது. நவீன கவிதை ஒன்றை வாசித்துமுடித்தபிறகு வார்த்தைகளுக்கு வேலை இல்லை; வார்த்தைகள் வெளியேறிவிடுகின்றன. மனம் உணர்தலின் தளத்தில் மூழ்கிக்கிடக்கிறது. படைப்பின் ரகசியம் உருவம் மறைத்துத் தனது பேரழகின் துளியைத் தெறித்தபடி இருக்கிறது. கவிதையின் படைப்பாக்க வினை அந்தக் கவிஞனின் சுயம். தோட்டம், வண்ணத்துப்பூச்சி, செடிகள் எல்லாமும் கவிதைக்குள் அந்த நேரம்தான் பிறக்கின்றன. இவை பழக்கமான சொற்களாக இருக்கலாம். ஆனால் அவற்றின் உள்ளீடு முற்றிலும் வேறானது; வாசிக்கும் அந்தக் கவிதையால் நிரம்பியது.

❍

கவிதைக்கு முந்திய கணங்களின் மனவினைதான் கவிதையின் எழுத்து. வார்த்தைகளின் ஊடாகத் தன்னைப் பார்க்க முயல் கிறது கவிதை. வார்த்தைகள் பயனற்ற இடத்தில் வாசகரைத் தனது பிரத்தியேக வார்த்தைகளின் மூலம் அணுகுகிறது கவிதை. தேவதச்சனின் ஒவ்வொரு கவிதையும் வாழ்வதற்கான நகர்வுகள். வெறுமையை ஒருபோதும் பேசாதவை.

இந்த நீலநிற பலூன் மலரினும்
மெலிதாக இருக்கிறது, எனினும்
யாராவது பூமியைவிட கனமானது
எது என்று கேட்டால், பலூனைச் சொல்வேன்

‘நீலநிற’பலூன் கவிதையின் தொடக்க வரிகள் மேலுமான வரிகளை வாசிக்கத் தூண்டுகின்றன. ஒரு பலூன் பூமியை விட கனமாக இருக்க முடியுமா? அறிவியலில் முடியாது. கவிதையில் முடியும். கவிதையின் மற்ற வரிகளை வாசிக்கும்போது நம் கையிலிருக்கும் பலூனும் அப்படி கனக்கிறது. ஆனால் சிறுவர்கள் பலூனைப் பிடித்தபடி ஓடித் திரிகிறார்கள். தூக்கிப் பிடித்து விளையாடுகிறார்கள். பூமியைவிட கனமான ஒரு பொருளை அவர்களால் தூக்கியெறிந்து ஓடிப் பிடித்து விளையாட முடிகிறது. இது எப்படி என்று அறிய முயல்கிறது கவிதை.

நீங்களாவது கூறுங்களேன், இந்த
நாற்பது வயதில் ஒரு பலூனை
எப்படிக் கையில் வைத்திருப்பது என்று . . .
பலூனை விரல்களில் வைத்திருப்பது என்பது

காற்றைக் கையில் வைத்திருப்பது போல் இருக்கிறது
பலூன்கள் கொஞ்ச நேரமே இருக்கின்றன.
எனினும் சிறுவர்கள், கொஞ்சத்தை ரொம்ப நேரம்
பார்த்துவிடுகிறார்கள்

அருகிலிருக்கும் குழந்தையின் பலூன் ஒன்று
என்னை உரசியபடி வருகிறது. நான்
கொஞ்சம் கொஞ்சமாக பலூன் ஆகிக்கொண்டிருக்கிறேன்.

கொஞ்சம், ரொம்ப ஆகிய இரண்டையும் ஒரே காலநீட்சியில் கொண்டுவந்துவிடுகிறது கவிதை. வளர்ந்த நாம் ஒரு பலூனை வாங்கிக் கடைவீதியில் நடந்து வீடு திரும்பினால் தெரியும் கவிதைக்கு முந்திய அனுபவம். ஒரு கவிதை ஏதோ ஒரு வகையில் வாசக மனத்தில் வினைப்பட வேண்டும். ஒரு வினைக்கு விளைவு உண்டல்லவா? அந்த விளைவு ஒரு கொண்டாட்டமாக இருந்தால் மனம் அந்த இடத்தை இழக்குமா? வாசித்து முடிக்கும்போது கையிலிருக்கும் பலூன் நாற்பது வயதின் பலூன் அல்ல. கொஞ் சத்தை ரொம்பவே பார்த்துவிடுகிற சிறுவனின் பலூன். ‘நீலநிற பலூன்’ கவிதையோடு கீழே உள்ள ‘ஜெல்லி மீனே ஜெல்லி மீனே’ கவிதையையும் இணைத்து வாசிக்கலாம்.

என் கண்களை நழுவவிடுகிறேன்
என் காதுகளை உதிர்க்கிறேன்
மறையச் செய்கிறேன் என் நாசியை
இப்போது
மிஞ்சி நிற்கிறேன்

> வாயும் வயிறுமாய்
> மெல்ல நகர்ந்து கடலுக்கடியில் செல்கிறேன்
> கரையோரம் வந்து
> காத்துக் கிடக்கிறேன்
> மாலைச் சிறுவர்கள் வருவார்கள் என

கவிதைசொல்லி தனது மற்ற புலன்களின் வழிகளை அடைத்து விட்டுக் கடலுக்கடியில் சென்று கரையோரம் காத்திருக்கிறார். யாருக்காக? சிறுவர்களின் வருகைக்காக. இந்தக் கவிதையை வாசிக்கிறபோது வாயும் வயிறுமாய் மட்டுமே இருக்கிற அனுபவம் கிட்டுகிறது. வயதின் புலன்களைத் துறந்துவிட்டுக் குழந்தைகளின் புலன்களை வாங்க நினைக்கிற இடம்தான் கவிதைக்குள் பிறக்கிற அனுபவம். இந்த அனுபவம் கிட்டும்போது நம் கையிலும் சிறுவர்களின் பலூனைப் பறக்கவிடலாம்.

> என்னை உள்ளங்கையில் ஏந்தி
> ஜெல்லி மீன் ஜெல்லி மீன் என்று கத்துவார்கள் என
> அப்போது அவர்களிடமிருந்து
> விரல்களைப் பரிசு பெறுவேன்
> கண்களை வாங்கிக்கொள்வேன்
> நாசியைப் பெற்றுக்கொள்வேன்
> கூடவே கூடவே
> நானும் விளையாடத் தொடங்குவேன்
> ஜெல்லி மீனே ஜெல்லி மீனே என்று

இதுதான் தேவதச்சன். 'மிஞ்சி நிற்கிறேன் வாயும் வயிறுமாய்' என்ற ஒரு வரியில் கவிதைமீது படிகிறது வாழ்வின் பேரொளி. இந்த மாற்றம்தான் கவிதை. இத்தகைய கவிதை ஆக்கங்கள் தேவதச்சனின் தனி அடையாளங்கள். வாழ்க்கையை நேரடியாகச் சந்திப்பவர் தேவதச்சன். ஒடிந்த செடிகளை, சாய்ந்த செடிகளை நிமிர்த்திவைத்துச்செல்கிற வண்ணத்துப்பூச்சியைப் பின் தொடர்கிறவர். நீண்ட கவிதை வரலாற்றில் நாம் சற்றே நின்று பார்க்கிற கவிதைவெளி தேவதச்சன்.

○

'இன்னும் தாதி கழுவாத' என்ற தலைப்பிலிருக்கும் கவிதை தேவதச்சனின் கவிதை அடையாளம். தாதி கழுவாத குழந்தைக்கு ஏது பழைய சட்டை? ஏது பழைய வீடு? அந்தக் குழந்தைக்கு ஏது பழைய உலகம்? கவிதைக்குள் பிறக்கிற குழந்தை வேறு யாருமல்ல, நாம்தான் என்று தோன்றுகிறது. வாசிப்பதற்கு முன்பிருந்த நாம் மெல்ல மறைந்து புதிதாகப் பிறக்கிறோம். குழந்தை நமது கைகளைப் பற்றிக் கூட்டிப்போகிற அதிசயம் நிகழ்கிறது கவிதையில். மீண்டும் மீண்டும் படிக்கிறபோது இந்த அனுபவம் யாருக்கும் நிகழும்.

> இன்னும்
> தாதி கழுவாத
> இப்பொழுதுதான் பிறந்த குழந்தையின்
> பழைய சட்டை என்று ஏதும் இல்லை
> பழைய வீடு என்றும் ஏதும் இல்லை
> மெல்லத் திறக்கும் கண்களால்
> எந்த உலகை
> புதுசாக்க வந்தாய், செல்லக்குட்டி அதை
> எப்படி ஆக்குகிறாய், என் தங்கக்குட்டி

இதுதான் சொற்கள் தீண்டாத உலகம். இன்னும் தாதி கழுவாத, இப்போதுதான் பிறந்த குழந்தை மட்டுமே பார்க்க முடிகிற உலகம். இப்படியான குழந்தைகளின் கண்திறப்பில் பார்க்கப்படுகிற உலகம் வார்த்தைகளின் உலகமல்ல. அனுபவங்களின் பதிவுகள் தீண்டாத மாசுபடாத உலகம். இன்னும் தாதி கழுவாத என்ற வார்த்தைகள் உலராத பிறப்பின் ஈரத்தை நம் உணர்வெளிக்குக் கடத்துகின்றன. குழந்தை மீதிருக்கும் ஈரம் அது பார்க்கும் பொருள்கள் யாவிலும் படிகிறது. அப்போது புதிதாக மலர்கிறது உலகம். சொற்கள் தீண்டாத அற்புத உலகம். இன்னும் தாதி கழுவாத குழந்தைமீது தேவதச்சன் கொள்கிற பார்வை மொத்த உலகையும் புதுப்பிக்கிறது. குழந்தையிடம் பழைய சட்டை இல்லை. பழைய வீடு இல்லை. பழைய உலகம் இல்லை. எல்லாம் புதிது. புத்தம் புதிது. கவிதையும் புதிது.

கவிதை வாசகனோடு உரையாட விரும்புகிறது. உரையாடத் தொடங்குவதற்கு முன்பு சொற்களில் சேகரமாகியுள்ள மனித அனுபவங்கள், தனிமனிதனின் அனுபவங்கள் என எல்லாவற்றையும் உதறிவிட்டு ஒருகணம் உலகைப் பார்க்கத் தூண்டுகிறது. திகைத்து நிற்கிறோம். தாதி கழுவாத குழந்தையால் பார்க்கப்படுகிற உலகின்மீது ஈர்ப்பு உண்டாகிறது. சொற்களிலிருந்து விடுவிக்கப்பட்ட காணும் புறவெளிமீது கவனம் குவிகிறது. அது மனிதனின் உலகம் மட்டுமல்ல என்ற முதல் உணர்வே நம்மைக் கலைத்துப்போட்டுவிடுகிறது. அதனால்தான் ...

> மெல்லத் திறக்கும் கண்களால்
> எந்த உலகை
> புதுசாக்க வந்தாய், செல்லக்குட்டி அதை
> எப்படி ஆக்குகிறாய், என் தங்கக்குட்டி ...

என்று வியக்கிறது கவிதை. குழந்தையிடமிருந்து அது பார்க்கிற சொற்கள் தீண்டாத உலகைக் கேட்டு அறிய முடியாது. ஆனால் காணுகிற உலகம் அதற்கு புதியது. நமக்கோ குழந்தை காணும் உலகம் புதியதல்ல. இரு வேறாய்ப் பார்க்கும் உலகை வாசகரிடம் கடத்த முயல்கிறது கவிதை. எந்த உலகைப் புதுசாக்க வந்தாய்,

அதை எப்படி ஆக்குகிறாய் என்று கேட்பது அதற்கு முந்திய வரிகளில் மோதி எதிரொலிக்கிறது.

○

கவிதையை எப்படி வாசிப்பது? வாசகன் நின்று பார்க்க ஓர் இடத்தைக் கவிதை தேர்வு செய்கிறது. அந்த இடத்தில் நின்று பார்ப்பது மட்டுமே நாம் செய்ய வேண்டியது. அந்த இடம் இது என்று வெளியிலிருந்து ஒருவர் சுட்டுவதில்லை. வாசகனிடம் அப்போது இருக்கிற அக்கறைதான் அதைத் தேர்வு செய்கிறது. இந்த இடம் எல்லாருக்கும் பொதுவானதல்ல. அவரவர் அனுபவம் சார்ந்து நின்று பார்க்கிற இடம் தேர்வாகிறது. இடம்தான் பொருள்களின் பரிமாணத்தை நிச்சயிக்கிறது. பலரும் வாசிக்க வாசிக்கக் கவிதை பல்வேறு இடங்களில் நின்று பார்க்கப்படுகிறது. இப்படியான நிகழ்வில் கவிதை வேறு வேறு உருவம் கண்டு பார்க்கப்படுகிறது. கவிதை வாசிப்பு ஒருவித சுதந்திரம். இந்தச் சுதந்திரம் நவீன கவிதையில் அதிகம் இருப்பதால் வாசிப்பே ஒருவிதக் கொண்டாட்டம் ஆகிவிடுகிறது.

கிளிங் என்று ஒரு சத்தம்

என் ஊருக்கு இன்னும்
பெயர் வைக்கப்படவில்லை
என் கண்கள்
எந்த நூற்றாண்டைப் பார்த்துக்
கொண்டிருக்கின்றன என்று
தெரியவில்லை.

கவிதையின் ஆரம்ப வரிகள் வாசகரைக் கவிதைக்குள் ஈர்க்கின்றன. உலகின் எந்தப் பொருளையும் எதனோடும் இணைத்துவிடும் அசாத்திய வலிமை கவிதை. இந்தக் கவிதையில் என் ஊருக்கு இன்னும் பெயர் வைக்கப்படவில்லை. என் கண்கள் எந்த நூற்றாண்டைப் பார்த்துக்கொண்டிருக்கின்றன என்று தெரியவில்லை என்கிறபோது விரியும் வெளியில் இடம், காலம் இரண்டும் கவிதைக்குள் அப்போதுதான் பிறக்கின்றன. இந்த இடத்தில் பழுத்த இலை தரையில் சாயும்போது, கண்ணாடி உடையும்போது கேட்குமே அதே கிளிங் சத்தம் கேட்கிறது. ஆரம்ப வரிகள் பல இடங்களில் வாசகரை நின்று பார்க்கத் தூண்டு கின்றன. காலமும் இடமும் நீக்கப்பட்ட அபூர்வ வெளியாகவும் காணத் தூண்டுகிறது. இப்படியான மனத்துடன் கவிதையின் எஞ்சிய வரிகளை வாசிக்கிறோம். விரியும் வெளி, முன் இல்லாத அனுபவத்தை வாரிவழங்குகிறது.

. . . . விடிகாலை
கதவைத்

திறந்து
வாசலில் கிடந்த
பழுத்த இலை ஒன்றை
எடுத்து
அன்புடன் பார்க்கிறேன்
அதை
விரல்களில் பற்றியபடி
முன்னும் பின்னும்
திருப்புகிறேன், காற்றைப் போல.

பழுத்த இலையை எவ்வளவு அன்போடு பார்க்கிறார். காற்றைப் போல முன்னும் பின்னும் திருப்புகிறார். திருப்புவது இலையை மட்டுமல்ல. பழுத்த இலையில் உலகின் எல்லாப் பொருட்களும் காட்சியாகிவிடுகின்றன. இப்போது அது இலை மட்டும் இல்லை.

பிறகு
தூக்கி எறிகிறேன்
இலை
தரையில் சாயும்போது
கேட்கிறது
கிளிங்
என்று ஒரு சத்தம் கேட்கிறது
கண்ணாடிகள் உடையும்போது
கேட்குமே
அந்தச் சத்தம்

உடைந்த கண்ணாடி மீண்டும் பழைய உரு திரும்புவதில்லை. பழுத்த இலையும். பழுத்த இலையும் உடையும் கண்ணாடியும் இங்கு இணைவதே கவிதை. ஆக, கவிதை வாசிப்பு சுயமான ஓர் அனுபவம். நாம் நின்று பார்க்க ஓர் இடத்தைக் கவிதை தேர்வு செய்கிறது. அந்த நேரம் காணும் உருவில் காட்சியாவது வாசகனின் சுயம்.

இது எப்படி கவிதைக்குள் நிகழ்கிறது?

ஒடிந்த, சாய்ந்த செடிகளைப் பார்க்கிறார் தேவதச்சன். பழுத்த இலையை வாசலில் பார்க்கிறார். அவருக்கு இவை நேரடி அனுபவம், நமக்கு நேரடி அனுபவமல்ல. ஆனால் கவிதைக்குள் வருகிறபோது அவை நமக்கும் நேரடி அனுபவமாகிறது. வாசிப்பில் அப்படி நிகழப் படைப்பாளிக்குள் ஒரு மனம் ஜனிக்க வேண்டும். அனுபவம் யாருக்குத்தான் இல்லை. ஆனால் அது எல்லாருக்கு மான அனுபவமாக மாறாமல் கவிதையாகாது. இப்படியான நேரடி அனுபவத்தை ஏற்படுத்துகிற வினைதான் கவிதை வினை.

○

க.வை. பழனிசாமி

இன்னொரு பகல்

தன் கழுத்தைவிட உயரமான சைக்கிளைப்
பிடித்தபடி லாகவமாய் நிற்கிறாள் சிறுமி
கேரியரில் அவள் புத்தகப்பை விழுந்து
விடுவது போல் இருக்கிறது.
மூன்றாவது பீரியட் டெஸ்டுக்கு அவள் உதடுகள்
சூத்திரங்களை முணுமுணுத்துக்கொண்டிருந்தன
அவள்
கண்ணுக்கு அடங்காமல்,
கனரக வாகனங்கள் அவளைக்
கடந்து சென்றன.

தன்னைவிட உயரமான சைக்கிள் அந்தச் சிறுமிமீது வியப்பாகப் படிகிறது. விழுந்துவிடுவதுபோல் என்று வாசிக்கிற போது காட்சிமீது சலனம் நிகழ்கிறது. அவளின் பகல் மேற்படியான நிகழ்வில் இருக்கிறது. 'கண்ணுக்கு அடங்காமல்' காட்சியாகிறவை கடந்துசெல்லும் கனரக வாகனங்கள் மட்டும்தானா என்று யோசிக்கத் தோன்றுகிறது. இதில் விரிகிற மனம் மேலுமான வரிகளில் விரிந்தபடியே இருக்கிறது. சாளரத் திறப்பில் குவியும் பிம்பங்கள் மனத்தில் மோதுகின்றன. கூடவே மனிதர்கள் ஒவ்வொருவருக்குமான பகல் ஒன்றும் காட்சியாகிறது. நம்மை அப்படிப் பார்க்கத் தூண்டுவன மேலுமான வரிகள்:

வேகமாய்த் தாண்டிச் செல்லும் பஸ்ஸில்
இன்னொரு பகலில் போய்க்
கொண்டிருக்கும் குண்டுப் பெண்
சிறுமியின் ஷூ லேஸ்
அவிழ்ந்திருப்பதைப் பார்த்தாள்
கை அசைத்தாள்
சிறுமிக்குக் கொஞ்சம் புரிந்தது
கொஞ்சம் புரியவில்லை.

ஒரே நேரத்தில் இரண்டு பகல்களில் இருக்கும் இருவர் சந்தித்துக்கொள்ளும் அழகியல், வாசிப்பில் ருசிக்கிறது. கவிதை ஏன் இவ்வளவு ரசத்தோடு இருக்கிறது என்பதற்கு இந்தக் கவிதையே போதும். ஒவ்வொரு மனிதனும் தனக்கான பகலிலும் கூடவே எல்லாரது பகலிலும் ஒரே நேரத்தில் பயணம் செய்கிறான். வாழ்வில் நாம் பயணிப்பது எண்ணிலா உலகங்களின் வினைகளுக்கு நடுவில்தான் என்பது எவ்வளவு உண்மை. கணநேரமே நிகழும் சந்திப்பும் விலகலும் பிறகான அவர் பகலில் பயணிப்பதும் இருப்பதால் 'சிறுமிக்குக் கொஞ்சம் புரிந்தது/கொஞ்சம் புரியவில்லை.' அறிந்தும் அறியாதும் இருக்கிற வெளிதான் வாழ்வின் ரசனை தோய்ந்த இடம். இப்போது

கண்ணுக்கு அடங்காமல் என்ற வரி கூடுதலான புரிதலைத் தருகிறது.

◯

கணவரோடு சென்றுவிட்ட மகளது பிரிவின் துயரை எழுதிய கதைகள் நினைவில் வரலாம். இன்னும் இருக்கிறது சொல்ல ஆயிரம் ஒவ்வொரு தந்தையிடமும்... தாயிடமும். இதை தேவதச்சன் சந்திக்கும் விதம் முற்றிலும் வேறானது. நிசப்தத்தை இசையாக மீட்டத் தெரிந்தவர் அவர். இதே சூழலை சு.ரா. பார்ப்பதற்கும் தேவதச்சன் பார்ப்பதற்கும் உள்ள வேறுபாடுதான் இரு வேறு கவிதைகள்.

என்
வீட்டு
காம்பவுண்டு சுவரில்
செம்மாந்து
நிற்கும்
கொக்கின்
வெண்ரோமங்கள்
சிலுசிலு
வென்று
காற்றில் அசைகின்றன
நினைவின் வலிகள்
சிலுசிலு
வென்று
காற்றில் அசைகின்றன

கொக்கின் வசீகர அழகில் முதலில் தோய்ந்துபோகிறோம். கொக்கு மெல்ல மனசுக்கு நெருக்கமாகிறது. கொக்கின் இடத்திற்கு நெருக்கமான உறவு இடம் பெயர்கிறது. அடுத்த வரிகளில் சொற்கள் மடிந்து சொற்களுக்கு முந்திய மனத்தின் உணர்வுகள் வாசகனையும் பற்றிக்கொள்கின்றன. நினைவின் வலிகள் கவிதையை முடிக்கும்போது மெல்ல மறைவது எப்படி நிகழ்கிறது?

சிலுசிலுவென அசையும் நான்
ஸ்தம்பித்து நிற்கிறேன்.

சிலுசிலுவென்ற சொல் கொக்கின் வெண்ரோமங்கள் தாண்டிப் பார்த்துக்கொண்டிருக்கும் அவன்/அவள் மீது பற்றி எரிந்து கவிதைக்குள் புதிதாகப் பிறக்கிறது. அப்போது அங்கே சொல் இல்லை, உணர்வே இருக்கிறது.

சின்னஞ் சிறு வயதில்,
பதில் சொல்ல முடியாத

கேள்விகளாய்க் கேட்கும்
என் மகள். துணைவனோடு
விடைபெற்றுச் சென்றுவிட்டாள்.
ரொம்ப நாளாய் போன்கூட இல்லை.

வீட்டில் இசையாக நிரம்பி வழிந்த பெண் கணவனோடு சென்றுவிட்டாள். பெண்ணின் நகர்தல் இயல்பானதே. அதே நேரம் வெண்ரோமங்களின் சிலுசிலுவென்ற அசைவின் இருப்பு நிரந்தரமன்றோ!

இதோ
மெல்ல எழுந்து பறக்கத்
தொடங்குகிறது
வெண்மௌனம்,
எவ்வித ஓசையுமற்று அது
மறைகையில்
மறையாதிருக்கிறது வீடெங்கும்
சிலுசிலு நிசப்தம்

வெண்மௌனம் வெளியேறிவிட்ட கொக்கின்மீதும் மகளின்மீதும் படிகிறது. இந்த வினையால் வெண்மௌனம், சிலுசிலு நிசப்தம் இரண்டும் மனத்தில் தங்கிவிடுகின்றன. வார்த்தைகளாக அல்லாமல் உணர்வாக மாறி மகளை வீடு முழுவதும் நிரப்பிவிடுகிறது. வீட்டிற்கு வந்துபோகிற கொக்கின் கொஞ்ச நேர இருப்பு ஒரு வெற்றிடத்தை எவ்வளவு அழகாக நிரப்பிவிடுகிறது? தேவதச்சனின் எந்தக் கவிதையை வாசித்தாலும் வாழ்வின்மீது நெருக்கம் ஏற்பட்டுவிடும். இந்த மாற்றம்தான் கவிதையின் கொடை.

○

நிசப்தத்தின் ஓசைதான் தேவதச்சனின் பல கவிதைகள். சொல் துறந்து உணர்வின் பெருங்கடலில் மூச்சுமுட்டக் கிடத்தி விடுகின்றன அவர் கவிதைகள். அவரது பானுநிசப்தம் வீணையின் நரம்புகளை மீட்டுகிறது.

வாழ்வின் ஓசை பானுநிசப்தம்

பக்கத்து வீட்டு
பானு வீட்டிலிருந்த
வேப்பமரத்திலிருந்து
குயில் கூவுகிறது
பக்கத்து வீட்டு பானுவின் குழந்தை நிற்காமல்
அழுகிறது
பக்கத்து வீட்டு பானு வீட்டில்
கோழிக்கறி சமைத்திருக்கிறார்கள்

பலமுறை சொல்லிப் பக்கத்து வீட்டைக் கவனிக்கத் தூண்டுகிறது கவிதை. பக்கத்து வீடு சுவர்களால் ஆனதல்ல. வாழ்வின் ஓசைகளால் ஆனது. தினசரி வாழ்வில் நெருக்கமாகும் பக்கத்து வீட்டை அறிமுகப்படுத்தும் அழகே தனித்து ஒளிர்கிறது. பானுவீட்டு மரத்திலிருந்து கூவும் குயில், குழந்தையின் அழுகை, கோழிக்கறி வாசனை எல்லாமும் மனத்தில் உறவாக இறங்கு கின்றன. நாம் ஒருபோதும் தனித்து இல்லை, உறவுகளால் சூழப்பட்டிருக்கிறோம் என்று உணர்த்துகிறது பக்கத்து வீடு. உறவின் ஓசைகளுக்குத் தினமும் காத்திருக்கிறது மனம். அதனால்தான் . . .

நேற்று இரவிலிருந்து
அவள் வீட்டில் விளக்கு
எரியவில்லை
சின்னப் பூட்டு ஒன்று தொங்குகிறது
எங்கள் வீட்டில் கேட்கத் தொடங்குகிறது
நிசப்தம்.
பானுநிசப்தம்

பானுநிசப்தம் என்கிறபோது ‘நிசப்தம்’ பேரோசை கொள் கிறது. தனக்கு மிகவும் நெருக்கமான மகள் மட்டுமல்ல பக்கத்து வீடும் வாழ்வோடு கலந்தது என்கிறார். இரண்டு கவிதைகளிலும் வரும் நிசப்தம் உணர்வில் ஒலித்தபடி இருக்கிறது. கவிதைகளின் ஊடாகப் பெறுகிற நிசப்தம் மனங்களில் தோற்றுவிக்கிற உரையாடல் தேவதச்சனின் தனித்த கவிதை ஆக்கம்.

தற்காலக் கவிஞன் மக்களோடு கலந்திருக்கிறான். மலை உச்சியிலிருந்து உபதேசிக்க மாட்டான். தத்துவங்களையும் சிந்தனைகளையும் உதவிக்கு அழைக்காத எளிய மனிதன் அவன். அவன் தனித்து இல்லை. நம்மோடு கலந்திருப்பவன். அதனால்தான் வாழ்தலின் அன்றாடத்திலிருந்து ஒரு தருணத்தைப் பூப் போல மலர்த்திக்காட்டிவிடுகிறான். தேவதச்சன் இயங்குமிடம் இதுதான். புலன்களைப் பிரக்ஞையின் அதிகார எல்லையில் அவர் நிறுத்துவது இல்லை. புலன்களைத் தன்னிச்சையாகச் செயல்படவிடுவதால் அனுபவங்களுக்கு வெளியே கவிதையை அவரால் நிகழ்த்திக் காட்ட முடிகிறது. பானு வீட்டிலிருந்து கூவும் குயிலும் குழந்தை யின் நிற்காத அழுகையும் கோழிக்கறி வாசனையும் உணர்தல் தளத்தில் உறவாக விழுவதை வாசகன்போல தேவதச்சனும் பார்த்துக்கொண்டிருக்கிறார்.

❍

தினசரி வாழ்வின் எளிய சப்தங்கள், சில தருணங்கள், பயன்பாட் டிலிருக்கும் பொருள்கள், சில வாழ்வெளிகள் தேவதச்சனுக்குப்

போதுமானவை. மரண வீட்டிலும் வாழ்தலின் ஒளியைப் பார்க்கிற எழுத்து. தத்துவ விசாரத்தில் கரைந்துபோகாத எழுத்து.

துஷ்டி கேட்டுவிட்டு
திரும்புகிறவர்கள் ஏனோ
பையவே நடக்கிறார்கள்
அவர்களது கடிகாரமும்
இருபக்கம் தலைகொண்ட மீனைப்போல
மெல்லவே சுழல்கிறது
ஒவ்வொரு தப்படியிலும்
மீனின் ஒருவாய் விழுங்க
மறுவாயில் வெளி
வருகிறார்கள்

இதுவரையிலுமான வரிகள் துக்கத்தை இருத்திவைத்துப் பாடாய்ப் படுத்துகின்றன. இருப்பில் வந்து மோதும் இன்மையை உதற முடியாமல் தவிக்கிறார்கள். அந்தத் தவிப்பின் வரிகளே:

சாலையில்
பஸ்கள் வெகு தொலைவிலும்
சாம்பல் நிற வானம்
அருகாமையிலும் நகர்கிறது

கவிதை மரணத்தை நேரடியாகப் பேசவில்லை. மரணத்தை அனுபவிக்கும் மனதின் தவிப்பை முற்றிலும் வேறு இடத்திலிருந்து நிகழ்த்திக் காட்டிவிடுகிறது. வானம் அருகிலும் பஸ்கள் தொலை விலும் தெரிவதை எப்படிப் பார்த்துக்கொண்டே இருப்பது? இந்த அமானுஷ்யத்தை வாங்க மறுக்கிறது மனம். துக்கத்தை நீட்டிக்க விரும்பாதபோது இரண்டு வாய் மீனை அப்படியே விட முடியுமா?

அந்த
இரண்டு வாய் மீனை
அவசரமாகப் பிடித்து
பொரித்து
உண்ணத் தொடங்குகிறார்கள்
அவ்வளவு ருசி

'அவ்வளவு ருசி' என்ற வார்த்தைகள் வாழ்வின்மீதான யதார்த்த நகர்வைப் பிரதிபலிக்கின்றன. அவசரமாக என்ற சொல்மீதும் இதே நகர்தல். அவர்களது கடிகாரமும்/ இருபக்கம் தலைகொண்ட மீனைப்போல மெல்லவே சுழல்கிறது' ... இந்த வரிகள் இருப்பிலும் இன்மையிலும் ஒரே நேரத்தில் வேரூன்றிக் கிடக்கும் அந்த நேரத்து மனத்தை முழுதாகக் காட்டிவிடுகின்றன.

○

வாடிய பயிரைக் கண்டபோதெல்லாம் வாடுகிற மனவினை எல்லாருக்குள்ளும் நிகழாது. இந்த யதார்த்த வெப்பம்தான் வள்ளலாரை எரித்தது. கவிதைக்குள் சொற்கள் எப்படி இயங்கு கின்றன என்று கவனிக்கத் தூண்டுகிற கவிதை இது. கொஞ்சமான வார்த்தைகள். அவையும் கவிதைக்குள்ளிருந்தே பிறக்கின்றன.

கவிதைக்குள் உதிக்கிறது 'இரண்டு சூரியன்'

உன்னை என்ன பண்ணினால் நீ
சந்தோசம் அடைவாய்
உனக்குப் பிடித்த நகைச்சுவைகள் சொல்லவா
நீ லயித்து உன்னை மறக்கும் இசைத் தட்டுகளை
சுழல விடவா

ஆரம்ப வரிகள் கேள்விகள் போன்றும் பதில்கள் போன்றும் தோன்றினாலும் அவை கேள்விகளும் அல்ல, பதில்களும் அல்ல. முன் அறிந்திராத வெளிக்கு வாசகரைக் கூட்டிப் போக முயல் கிறது கவிதை. வாசகரைத் தன்னிடம் இன்னும் நெருக்கமாக வரத் தூண்டுகிறது. நெருக்கமானதும் சமூக வாழ்வை, தனிமனித வாழ்வை இதுவரையிலும் யாரும் பார்க்காத இடத்திலிருந்து பேசுகிறது. சூரியன் இரண்டாக உதிப்பதுதான் இங்கே கவிதை. அதனால்தான் தலைப்பு 'இரண்டு சூரியன்'. மனித வாழ்வின் இரு வெளிகளை ஒரு உதயத்தில் காட்சிப்படுத்துகிறது. உள்ளீடில்லாத வார்த்தைகளையும் வினைப்படாத சொற்களையும் பகடி செய்கின்றன ஆரம்ப வரிகள். புற அரசியலைப் பகடிசெய்துவிட்டு வாழ்வை நேரடியாகச் சந்திக்கிறது கவிதை.

இந்தியாவில் இரண்டு சூரியன்கள் உதிக்கின்றன
பினாமிகளுக்கு ஒன்றும்
சாதாரணர்களுக்கு ஒன்றும்
சாதாரண நம் சூரியனை இழுத்துச் செல்வது
ஏழு குதிரைகள் அல்ல
ஏழு நாய்கள்
தெருத்தெருவாய் வீதிவீதியாய் ஊர்ஊராய்
நாடுவிட்டு நாடாய்

நவீன கவிதைகள் இரண்டு நிகழ்வுகளால் ஆனவை. ஒன்று கவிஞனுக்குள் நிகழ்வது; மற்றது கவிதைக்குள் நிகழ்வது. கவிஞனுக்குள் நிகழ்வது கவிஞனின் அடையாளம். கவிதைக்குள் நிகழ்வது அடையாளம் துறப்பது. எல்லா நேரமும் அடையாளங் களைச் சுமந்துகொண்டே இருக்க முடியாது. ஆண், பெண் என்கிற அடையாளமாக இருந்தாலும், சாதிய மத தேச அடையாளங் களாக இருந்தாலும் சதா சுமந்து அலையும் சாத்தியமில்லை. அகதி மீதிருக்கும் அடையாளம்தான் வாழ்வதற்கான மண் தர

மறுக்கிறது. நாய்கள் இழுத்துச் செல்கிற சூரியவெளியில் வாழ்கிற மனிதர்களிடம் என்ன செய்து சிரிக்க வைப்பேன் என்கிறார்.

நான் என்ன செய்து உன்னைச் சிரிக்க வைப்பேன்
ஒரு நதியைப் போல் ஊரெங்கும்
நிறையவைப்பேன்

இந்த எண்ணம்தான் கவிதையை ஆக்கிய வரிகள். இந்த வரிகளில்தான் கவிதையின் மொத்தப் பயணமும் நிகழ்கிறது. கவிதையின் உயிர்வெளி என்றுகூடச் சொல்லலாம். ஆரம்ப வரிகளோடு இந்த வரிகளை இணைத்து மீண்டும் வாசிக்கத் தூண்டுகிறது. இரண்டு சூரியனை அறிந்திருக்கும் மனத்தின் அவஸ்தையே கவிதை. நீள்கிறது...

ஒரு கம்பளிப்பூச்சி வண்ணத்துப் பூச்சியாய்
சந்தோசம் அடைவதை
ஒரு தடவையாவது
பார்த்திருக்கிறாயா

கவிதையில் கவிஞனையும் மீறிக் கவிதையின் ஆற்றல் வெளிப்படுகிறது. கவிதைக்குள்ளாக நடக்கும் வினை கவிதையின் உள் நிகழ்வு. இந்த உள் நிகழ்வுதான் அனுபவத்தைக் கவிதையாக மாற்றுகிறது. கவிதையைக் கவனமாக வாசித்துவரும்போது அதன் இறுதி வரிகள் கவிஞனின் வரிகளல்ல என்று உணர்கிறோம். முந்தைய வரிகளின் கூட்டு நிகழ்வு. வர்க்க பேதங்களைச் சுட்டுகிற அடையாளத்தோடு தொடங்குகிற கவிதை, பிறகு அதையும் துறந்து தன் அளவில் வாழ்க்கையைச் செப்பம் செய்துகொள்ளும் வழி ஒன்றைத் தேடுகிறது. தனக்கான வாழ்வை அவனே அறியும் இடம் நோக்கி நகர்த்துகிறது.

மரத்தைப் பார்க்கிறபோதே மனம் சட்டென்று வேர்களில் தோய்கிற உணர்வு. வேர்களில் ஊடாடுவதுதான் கவிதையின் உள்வினையோ என்று தோன்றுகிறது. ஒரு புள்ளியோடு இன்னொரு புள்ளியை இணைக்கத் துடிக்கிறது. எல்லாப் புள்ளிகளையும் இணைப்பதற்கான மன நிகழ்வை உண்டாக்க முயல்கிறது. அறிவை, புலமையைத் தூர எறிந்துவிட்டுத் தன் உலைக்களத்திலேயே தனக்கான கருவியைக் கண்டடையத் தூண்டுகிறது. மாற்றம் ஒவ்வொரு தனிமனிதனிடமும் நிகழ அவன் நகர வேண்டியது பிரதானமானது. அப்போதுதான் கம்பளிப் பூச்சி வண்ணத்துப் பூச்சியாய் வெளியே விரியும்.

கவிதையின் இறுதி வரிகள் தேவதச்சனின் தனித்த மொழி. வார்த்தைகள் உணர்வின் விளிம்பிலிருந்தே அதிர்கின்றன. உணர்ச்சியின் எல்லைக்குள் நுழைவதில்லை வார்த்தைகள். இந்தச் சொல்முறைதான் தேவதச்சனின் கவிதை மொழி. வாழ்தலின்

பேரோசையை ஓர் இசைக் கருவிக்குள் புகுத்தி வாழ்வின் இசையைக் கண்டடைகிறார். கவிஞனின் அடையாளம் மறைந்து கவிதையின் அடையாளம் பிறக்கிறது.

○

வாசிக்கிற அந்தநொடி மனத்தின் எழுத்தாகக் கவிதை தோன்று கிறது. உண்மையில் அந்தக் கணம்தான் கவிதை பிறக்கிறது. அந்த நேரத்தை யார் உருவாக்குகிறார்? வாசிப்பா படைப்பா? இரண்டும் அல்ல. அந்த நேர மனம் எங்கிருந்து வந்தது? அந்த நேரத்தில்தான். அந்த நேரத்திற்காக வாசகர் காத்திருக்கத்தான் வேண்டும். கவிதைக்கான மனம் பிறக்காமல் கவிதைக்குள் போனால் கவிதை நம்மோடு பேசாது. அதுவரையிலும் சொற்களில் கவிதை இல்லை. எல்லா நேரமும் சொற்களில் காத்திருப்பதில்லை கவிதை. அந்த நேர மனம் நமக்குள் பிறக்கிறபோது வெளியே இருக்கும் கவிதை வார்த்தைகளில் வந்து உட்கார்ந்துகொள்கிறது. கவிதை எப்போதும் எழுதாதப் பொருளையே பேசுகிறது. எழுதப்பட்ட வார்த்தைகளைத் தாண்டிக் கவிதை இருக்கிறது. 'வலது பக்கம்' கவிதையில் இருக்கும் ஒவ்வொரு சொல்லும் வாசிப்பின்போது ஒவ்வொருவரின் அனுபவம் சார்ந்து ஒரு வெளியைத் தோற்றுவிக்கிறது.

வலது பக்கம்

அவளது வலது பக்கம் அம்மா அமர்ந்திருக்கிறாள்
எதிரில் இருக்கும் அதிகாரியோ
தேநீரை ஒவ்வொரு மடக்காகச் சுவைத்துக்கொண்டிருக்கிறார்.

அம்மாவின் கையில் கட்டியிருக்கும் கடிகாரம்
அப்பாவினுடையது
ஆறு மாதத்திற்கு முன்பு இறந்துபோனவரின் எச்சம் அது
அதில் முள் ஒரு விநாடி நகரும்போது, எதிர்காலம்
எல்லாமும் நகர்ந்துவிடுகிறது
அம்மா பதற்றத்தோடு பேசுகிறாள்

சில ஆவணங்களையும் சான்றிதழ்களையும்
காட்டுவதற்கு, பாலிதீன் பையிலிருந்து
அவற்றை எடுக்கிறாள்.
வழக்கம்போல் அவை நழுவி
தரையில் விழுகின்றன
அம்மாவின் வலது பக்கம் யாருமில்லை

கவிதையை வாசிக்கிறபோதே அரசாங்க அலுவலகத்தில் நுழைந்துவிடுகிறோம். நம்மை அந்நியமாக்குகிற சூழலிலிருந்து வாசகரிடம் உரையாடுகிறது கவிதை; அதில் இருக்கும் மௌனம் உரக்கப் பேசுகிறது. வாசிப்பில் விரிகிற காட்சிகள் மனத்தில்

நிலைத்துவிடுகின்றன. வலது பக்கம் என்ற சொல் கவிதையில் அப்போதுதான் பிறக்கிறது. 'அவளது வலது பக்கம் அம்மா அமர்ந்திருக்கிறாள்' என்று தொடங்கும் கவிதை 'அம்மாவின் வலது பக்கம் யாருமில்லை' என்று முடிகிறது. வலது பக்கம் என்பது வெறும் திசையைக் குறிக்கவில்லை. ஆதரவு அல்லது பிடிமானம், நம்பிக்கை இப்படி எதுவாகவும் இருக்கலாம்.

அதிகாரவர்க்கத்தின் இடம் நோக்கி நகர்கிறாள் கணவனை இழந்த பெண். எல்லாரும் அறிந்த அரசாங்க அலுவலகம் ஒன்று காட்சியாகிறது. அந்தப் பெண் குறித்தோ அதிகாரியின் அலட்சியம் குறித்தோ பெரிதாக எதையும் பேசவில்லை. ஆனால் நாம் எல்லாரும் வாழ்வில் சந்தித்த, உணர்ந்த சகல அனுபவங்களையும் கொட்டித் தீர்க்கிறது. 'தேநீரை ஒவ்வொரு மடக்காகச் சுவைத்துகொண்டிருக்கிறார்.' இந்த ஒரு வரி அதிகாரியின் அலட்சியத்தை உணர்த்திவிடுகிறது.

'வழக்கம்போல்' என்ற சொல் வாசிப்பில் கொள்கிற அடர்த்தி கவனிக்கத் தூண்டுகிறது. அதை உறுதிப்படுத்துவது போல 'அம்மாவின் வலது பக்கம் யாருமில்லை' என்கிறது இறுதி வரி. வலது பக்கம் யாரோ இருப்பதும் இல்லாது போவதும் கவிதைக்குள் வேறு வேறு தொனியில் நிகழ்கிறது. அதில் முள் ஒரு விநாடி நகரும்போது, எதிர்காலம்/ எல்லாமும் நகர்ந்துவிடுகிறது'. இந்த வரியில் ஒரு விநாடிக்குள் எதிர்காலம் முழுவதும் தோன்றி மறைகிறது. அவள் பதற்றமாகிறாள். வாசிக்கிறபோது நம்மையும் அது தொற்றிக்கொள்கிறது. வலது பக்கம் திரும்புகிறது எல்லாரின் பார்வையும்.

வழக்கம்போல் அவை நழுவி
தரையில் விழுகின்றன
அம்மாவின் வலது பக்கம் யாருமில்லை

வார்த்தைகள் வாகனம் மட்டுமே. வாகனத்திலேயே உட்கார்ந்திருந்தால் ஊரைப் பார்ப்பதேது? வார்த்தைகளின் வாயில்களைத் தாண்டும்போது புதிய வெளியொன்று காட்சியாகி விரியத் தொடங்கும். அந்த வெளிதான் கவிதையின் பயன்பாடு. இந்த உணர்வு கவிதை மீதான ஈர்ப்புக்குக் காரணமாகிறது.

❍

ஆண்டுகள் தாண்டியும் தேவதச்சனின் கவிதைகள் புதிதாக இருக்கின்றன. அப்படி இருக்கக் கவிதை தனக்குள் ஏதோ வைத்திருக்க வேண்டும். அது என்னவாக இருக்கும்? அவரது கவிதைகள் ஏதோ ஒருவகையில் வாழ்கிற காலத்தோடு ஒன்றுவதாகவும் அதே நேரத்தில் காலவெளிக்கு வெளியேயும்

இருப்பதாகப்படுகிறது. விடையிலாக் கேள்விகளால் வாசகனைச் சந்திக்கின்றன தேவதச்சனின் பல கவிதைகள். விடையிலா இடத்தில் வினைப்படுகிற கவிதைதான் காலவெளிக்கு வெளியேயும் உள்ளேயும் இருக்கவல்லது.

என் நூற்றாண்டு

துணியால் வாயைப் பொத்தி அழுதபடி
ஒரு பெண் சாலையில் நடந்து போகிறாள்
என் பஸ் நகர்ந்துவிட்டது
படிவங்களை நிரப்பத் தெரியாமல் ஒரு முதியவர்
மருத்துவமனையில் திகைத்து நிற்கிறார்
என் வரிசை நகர்ந்துவிட்டது
தண்டவாளத்தில் ஒரு இளைஞன் அடிபட்டு
தண்ணீர் தண்ணீர் என்று
கையசைத்துக்கொண்டிருக்கிறான்
என் ட்ரெயின் நகர்ந்துவிட்டது
எவ்வளவு நேரம்தான் நான் இல்லாமல் இருப்பது
எவ்வளவு முடியுமோ அவ்வளவு நேரம்
இருபத்தொன்றாம் நூற்றாண்டு எவ்வளவு நேரமோ
அவ்வளவு நேரம்

கவிதை ஒரு போதும் தனித்து இல்லை. எழுதப்பட்ட எல்லாக் கவிதைகளோடும் சேர்ந்தே இருக்கிறது. வாசிக்கும் ஒவ்வொரு கவிதையும் மொத்தக் கவிதைகளின்மீதும் பட்டுத் தெறிக்கவே செய்யும். தெறிக்கும்போது உருமாறுகிற கவிதை அதன் சுயத்தில் நிற்க வேண்டும். அதுவே வாசக ஈர்ப்பு. இந்தக் கவிதை சொற்களால் தன்னை ஏமாற்றிக்கொள்ளவில்லை. தனிமனிதனின் பார்வையாகத் தோன்றும் கவிதை மொத்த மனித வினைகளின்மீதும் படிந்துவிடுகிறது. கீதா உபதேசம் இல்லை. நீதி போதனை இல்லை. பதினெண்கீழ்க்கணக்கையும் கூட்டி வரவில்லை. ஆனால் எல்லாமும் கூடவே ஒலிக்கின்றன. போதனைகள் தீண்டாத மனித வெளி சட்டென்று பார்வைக்கு வருகிறது. கவிதை வினைப்படத் தொடங்குகிறது. வாசிப்பில் காட்சியாகிற வெளியில் வாசக மனம் உள்ளேயும் வெளியேயும் பயணப்படுகிறது. கவிதை இப்போது கண்ணாடியாக மாறுகிறது. என்னை நானே பார்த்துக்கொள்கிறேன்.

வாசித்து முடித்த பின்பு தொடர்கிற இரு சொற்கள் 'அவ்வளவு நேரம்'. இந்தச் சொற்கள் கவிதையை வாசிப்பதற்கு முன்பும் இருந்தன. அப்போது மனத்தைப் பாடாய்ப்படுத்தவில்லை. வாசித்த பின்பு அதே சொற்கள் வாசகனை அதீத உணர்வெளிக்குத் தள்ளுகின்றன. இதுதான் கவிதை வினை. இதுதான் கவிதை நிகழ்வு. 'எவ்வளவு நேரம்தான் நான் இல்லாமல் இருப்பது' என்ற

வரிதான் கவிதையின் திறப்பு. வாயில் திறந்ததும் உள்ளே நுழைவது போலக் கவிதையில் திறப்பு கிடைத்தபின்பு மீண்டும் மீண்டும் வாசிக்கத் தொடங்குகிறோம். வாசிப்பு கூடக்கூட கவிதைமிக நெருக்கமாகிவிடுகிறது. உணர்தல் பரப்பு விரிந்துகொண்டே இருக்கிறது. கவிதையில் வருகிற 'நான்' மனிதவெளி முழுவதும் பரவுகிறது.

❍

கவிதை எழுதுகிற எவரும் கவிதைகுறித்து ஓர் இடத்திலாவது எழுதிவிடுவார்கள். தேவதச்சனும் எழுதியிருக்கிறார். கவிதையை அவர் எப்படிப் பார்க்கிறார் என்பதற்கு அவரது கவிதையிலேயே விளக்கம் இருக்கிறது. எதையும் அன்றாட வாழ்விலிருந்து சந்திக்கிற தேவதச்சன் . . . கவிதை எழுதுவதையும் அப்படியான வாழ்விலிருந்தே சந்திருக்கிறார்.

கவிதை எழுதுவது
என்பது
ஒரு குண்டு பல்பை
ஹோல்டரில் மாட்டுவது போல் இருக்கிறது

என்கிறார் 'ஒளி' என்கிற கவிதையில். எளிய தினசரி வாழ்விலிருந்து கவிதையின் பேரொளி பார்வைக்கு வருகிறது. குண்டு பல்போ ஹோல்டரோ வெளிச்சமாவதில்லை. ஒரு முழுமையில் அதன் பகுதி சரியாக இடமறிந்து பொருந்துகிற நிகழ்வே வெளிச்சம். கவிதையின் மற்றவரிகள் . . .

முழுமையானதின்
அமைதியை ஏந்தி
பல்ப்
ஒளிவீசத் தொடங்குகிறது
ஒரு
மெல்லிய இழை
நிசப்தத்தில்
எவ்வளவு
நீள
நன் கணம்.

கவிதையை வாசித்த பின்பு குண்டு பல்பிலிருக்கிற 'மெல்லிய இழை' ஒளிரத் தொடங்குகிறது. நீள நன் கணம் ஒன்று முடிவிலாது தொடர்கிறது. அதுவும் நிசப்தத்தில். முழுமை . . . நிசப்தம் இந்த இரண்டு சொற்கள் கவனத்தில் வருகிறபோது சொற்கள்மீதானஅக்கறையே கவிதை என்பதாகிறது. அதுவும் கவிதை தன்னிலிருந்து பிரசவிக்கிற சொற்கள்.

❍

கவிதைக்கு முந்திய கணங்களின் மனவினைதான் கவிதையின் எழுத்து. மனவினையின் அரூப உருவே கவிதையாகிறது. இந்த அரூபம் ஒருபோதும் தனது உருவத்தைக் காட்டுவதே இல்லை. காண முடியாத இந்த அரூப உருதான் ரூபங்களின் ஊற்று. எழுத்தின் வழியே கவிதை தான் அல்லாத உருவைக் காட்டிய படியே இருக்கிறது. உருவமாற்றம் தொடர் நிகழ்வாகிறது. வீணையின் நரம்பை மீட்டத் தொடங்குகிறது வித்தை தெரிந்த விரல்கள். அப்போது கவிதை இசையாகப் பொங்கிக் காற்றில் அலைவதைக் கேட்கலாம். சில நேரங்களில் பார்க்கலாம். இந்த மாயவித்தையைத் தரக்கூடியவை தேவதச்சனின் கவிதைகள். அனுபவம் கவிதையாவது அதை வாசகனுக்குக் கடத்துவதால் மட்டுமல்ல, வாசகனுக்கும் நேரடி அனுபவமாக மாற்றுவதே கவிதை ஆக்கம். கவிதைக்குள் நிகழும் அனுபவங்கள் எல்லாமும் வாசிப்பில் நேரடி அனுபவமாகத்தான் வந்துசேருகின்றன.

தருணம்

ரயிலில் எதிர் இருக்கையில் ஒரு இளம்பெண்
ஒரு முதியவளின் மடியில் வீழ்ந்தபடி அழுது
கொண்டிருந்தாள். "இவளோட அப்பா
விபத்தில் இறந்துவிட்டான் அங்குதான் போகிறோம்"
என்றாள் மூதாட்டி
"கல்லூரி விடுதியில் போய்க் கூட்டிக்கொண்டு
வருகிறேன். நான் இவளுடைய
அத்தை" என்றாள்.
யாரும் பேச முடியாத தருணத்தில் ரயில் நுழைந்தது.

கவிதைகளிலிருக்கும் தருணம் முக்கியமானது. கவிதைக்குள் அந்த நேரம் நிகழ்வது. அதுதான் கவிதையைத் தற்கணத்தில் நிறுத்துகிறது. 'யாரும் பேச முடியாத தருணத்தில்' ரயில் மட்டும் நுழையவில்லை, கவிதையும் நுழைகிறது. மரணம் ஒரு வெற்றிடத்தை ஏற்படுத்துகிறது. வார்த்தைகளால் இட்டு நிரப்ப முடியாத சூழலைச் சந்திப்பதே கவிதையின் வெற்றி. அப்பாவின் இறப்பு சூழ்ந்திருக்கும் இடத்தில் பேசுகிற சொற்கள் எவையும் அபத்தமாகிவிடும். இங்கே அதைச் சந்திக்கிற விதமே கவிதையாகிவிடுகிறது.

என் அப்பாவை எவ்வளவு படுத்தியிருக்கிறேன்
அவர் எழுப்பிவிட்டபோது எழவில்லை.
படிக்கச் சொன்னபோது படிக்கவில்லை. மேலும்
வீட்டு வேலைகள் சொல்லியபோது எரிந்து விழுந்தேன்
அவர் முதுமையில் தள்ளாமையோடு இறந்தபோது
நான் கொள்ளி வைத்த சுடுகாடு
இப்போதும் இருக்கிறது.

க.வை. பழனிசாமி

அங்கு உள்ள கிணற்று நீர் இப்போதும்
குளிர்ந்து இருக்கிறது
வேப்பமரத்தில் எப்போதும் நாலைந்து காகங்கள்
அலகை தீட்டிக்கொண்டிருக்கின்றன
அவர் இப்போது அங்கும் இல்லை
என் பேச முடியாத தருணங்களின் எண்ணிக்கை
கூடிக்கொண்டே போகிறது.

பெண்ணின் அத்தை சொன்ன மரணச் செய்தியால் விளைந்த 'யாரும் பேச முடியாத தருணத்தை' வாசகரும், கவிதைக்குள்ளிருக்கும் அந்த நபரும் கடந்துபோக வேண்டிய நிர்ப்பந்தம். சொற்களால் கடந்துபோக முடியாத அந்தத் தருணத்தை தனது நினைவுகளால் பயணி சந்திக்கிறான். அவனுள் உறைந்திருக்கும் தந்தை கரைந்து அனுபவங்களால் தீண்டுகிறார். வாழ்வின் பேச முடியாத தருணங்களை வாசக மனத்திலும் அசைபோட வைக்கிறது கவிதை.

○

கவிதைக்கு உருவம் இல்லை. அந்த நேரம் தோற்றம்கொள்கிற கவிதையைத்தான் வாசிக்கிறோம். முடிவிலா தோற்றங்களுக்கான 'மூல உரு' கவிதை. கவிதை எப்போதும் இருப்பது. கவிஞன் அதன்மீது சிறு வெளிச்சமாகப் படிகிறான். நாளைக்குமான கவிதை மறைவெளியில் இருக்கிறது. பாரதி தொடங்கி இன்றான கவிஞர்கள்வரை எல்லாரும் கவிதையின் முடிவின்மை மீது ஒரு சாளரத் திறப்பை நிகழ்த்துகிறார்கள். சொல் சாவியாக மாறும் கணத்தில் சாளரம் திறந்துகொள்கிறது. உள்ளே இருக்கும் ஐஸ்வரியம் வாசக அனுபவச் சேகரம். கவிதைவழியாக வாசகர் தனது ஐஸ்வரியத்தைக் கண்டு மகிழ்கிறார்.

எனக்கு ஞாபகமுள்ள பௌர்ணமிகள் நான்கு
ஒன்று
எதிர்வீட்டு அம்மாளின்
துஷ்டிக்கு
சுடுகாடு சென்று
திரும்புகையில் பார்த்தது.
நள்ளிரவில்
பஸ் கிடைக்காமல்
லாரிடாப்பில்
பிரயாணம் செய்கையில்
பிரகாசித்தது.
ஐந்து நட்சத்திர ஹோட்டல் வாசலில்
அரசு அதிகாரி ஒருவரைக் காண
காத்திருக்கையில் கண்டது.
இண்டு இடுக்கு

மாடிக்குடித்தனத்தில்
மின்வெட்டு இருள் வேளையில்
ஜன்னல் வழியே
வந்து விழுந்தது

பேச்சுமொழியிலிருக்கும் எளிய சொற்கள் கவிதை ஆகிற அழகு வியப்பூட்டுகிறது. வேறுவேறு மனநிலைகளில் கவிதை சொல்லி பார்த்த பௌர்ணமிகள் கவிதைக்குள் காத்திருக்கின்றன. இங்கே 'பௌர்ணமி' பெயர்ச்சொல். பார்த்தது, பிரகாசித்தது, கண்டது, விழுந்தது எல்லாமும் வினைச்சொற்கள். ஒரு பெயர்ச்சொல் நான்கு வினைச் சொற்களோடு பொருந்தி விலகி நகர்கிறது. நான்குவகையாக வினைப்படுகிற 'பௌர்ணமி' வாசகனின் அனுபவ வெளியில் வினைப்படவும் காத்திருக்கிறது.

தான் பார்த்த பௌர்ணமி மீது எதுவும் பேசாமல் வாசகன் மனத்திலிருக்கிற பௌர்ணமிக்கு வழிவிடுவதால் கவிதையாகிறது. ஒவ்வொரு கணமும் பிறக்கவிருக்கிற உலகின்மீது பார்வை கொள்கிறது கவிதை. அதனால்தான் இண்டு இடுக்கு மாடிக்குடித்தனத்தில் மின்வெட்டு இருள்வேளையில் ஜன்னல் வழியே வந்து விழுகிறது முழு நிலா. எதன் தீண்டலும் இல்லாத வேளையில் நிலா வெளியே உலகாக அப்போது பிறக்கிறது. பெருங்காட்டில் ஒரு மரமாக நின்று நிலவைத் தீண்டுகிறது மனம். இந்த மனவினைதான் கவிதை விளைவு. பெயர்ச்சொல் காலமற்றது. வினைச் சொல் காலம் காட்டும். கவிதை வெகு கவனமாக வினைச்சொல்லை நெருங்கியும் பின் விலகியும் மேலுமாக வினைப்படக் காத்திருக்கிறது. இந்தக் கவிச்செப்பம்தான் தேவதச்சன்.

○

மறைவிலிருந்தபடி

நீ
அவசரமாய் எதில் மறைந்துகொள்வாய்
அகல விரித்த செய்தித்தாள் பின்னாலா
முன்னே உயரமாய்ச் செல்பவரின்
முதுகுப் புறத்திலா

ஒரு சந்துத் திருப்பத்திலா
நீ
அவசரஅவசரமாய் எதில் மறைந்து கொள்வாய்
ஒரு செயற்கைப் புன்னகையிலா
எளிய பொய்யிலா

கவிதை எவ்வளவு எளிமையாகத் தொடங்குகிறது. நம் எல்லாரிடமும் இருக்கும் அன்றாட வினைதான் கவிதைக்குள்

பேசப்படுகிறது. மறைந்துகொள்வதாய் மனம் நினைக்கிற அந்தக் கணத்தின்மீது வேறு வெளிச்சம் விழுகிறது. கேள்விக்கான பதிலி லிருந்து விலகிக் கேள்வியின் வேர்களில் ஊடாட முயல்கிறோம். வாசகர் தனது அனுபவத்திலிருந்து எதிர்கொள்வதற்கான எல்லாமும் சாத்தியமாகின்றன. ஆனால் கவிதை இங்கு நிகழ்வின் தளத்திலிருந்து உணர்தல் வெளிக்குச் சட்டென்று திரும்பி விடுகிறது. மற்ற வரிகளை வாசிப்போம்.

ஆனாலும் நீ மறைவிலிருந்து வெளியே வருகிறாய்
சுற்றும் முற்றும் பார்க்கிறாய்
எரிந்துகொண்டிருக்கும் சிகரட்டாக
தொடங்கிக்கொண்டிருக்கும் கோடை காலமாக
கசங்கிய இரவாடையாக
பிறகு அவிழ்ந்த முடிச்சுகள்
கயிறுக்குள்ளேயே
மூழ்கியிருப்பது கண்டு
திடுக்கிடுபவனாக.

மறைக்கப்பட முடியாத இடத்தில்தான் எப்போதும் இருந்துகொண்டிருக்கிறாய் என்பதை இதற்கு மேல் எப்படிச் சொல்ல முடியும்? 'அவிழ்ந்த முடிச்சுகள் கயிறுக்குள்ளேயே மூழ்கியிருப்பது கண்டு திடுக்கிடுபவனாக' என்கிறார். அவிழ்ந்த முடிச்சுகள் எங்கே போயின என்று எழுகிற கேள்வியின் அலைகள் வசீகர அழகில் மனத்தில் தேங்கிவிடுகின்றன. வாழ்வின் சில தெறிப்புகளை வாசிப்பில் சிதறவிடுவது தேவதச்சனின் கவிதை அழகியல். கவிதையை முடிக்கும் விதம் சங்கப் பாடலின் ஒழுங்கு.

ஆனாலும் நீ மறைவிலிருந்தபடியே
உலகைப் பார்த்துவிட்டாய்
ஒரு கல்மேல் இருக்கும் இன்னொரு கல்லாக
நீர்ச்சொட்டிலிருந்து உதிரும்
இன்னொரு சொட்டாக
ஒவ்வொரு சொட்டிலிருந்தும் உதிரும்
வேறு ஒரு சொட்டாக

கடந்துவந்த மனித வாழ்க்கையின் நீட்சியாக நிகழ்கண மனிதனைப் பிரக்ஞையில் பரவவிடுகிறார். மனிதனுக்கு முப்பரிமாண முகம் தந்து கொண்டாடுகிறது கவிதை. நினைவு களை அடுக்காமல் உணர்வுகளை விரிக்கிறது கவிதை. எல்லா வாயில்களின் திறப்புகளையும் ஒரு திறப்பில் குவித்து மறைக்க ஏதுமில்லா இடத்திற்கு அழைத்துப் போகிறது. மறைப்பது, மறைவிலிருந்து வெளியே வருவது இரண்டையும் ஒருசேர நிகழ்த்தி மறைத்தல் வினையை வேறாக்கிவிடுகிறது கவிதை. இறுதி வரிகள் எல்லாவற்றையும் துலக்கமாகக் காட்டிவிடுகின்றன.

○

யார் வீட்டு அழைப்புமணி அடிக்கும்போதெல்லாம்
நான் யாரோ ஒரு ஆள்
கண்காணிப்பு கேமராக்களிலும் நான்
யாரோ ஒரு ஆள்
மேலும்
ஒரு மர்ம நபர்
மர்ம நபரான என் முகம்
கூர்ந்து நோக்கப்படுகிறது

நபராகவும் நபரற்றும் இருக்கும் மனிதன் கவிதைக்குள் நுழைகிறான். இரு நிலைகளிலும் பார்க்கப்படுகிற வாழ்வை நேரடியாகத் தொடுகிறது கவிதை. நமது அன்றாடத்தில் நடை பெறுகிற எந்த நிகழ்வோடும் பொருந்திப் போகிறது கவிதையின் தொடக்கம். வாசகன் கவிதைக்கு நெருக்கமாகிறான். தேவதச்சன் தனது கவிதைக்குள் வைத்திருக்கும் உள்வினையே இதுதான். யாரோ கதவைத் தட்டுகிறார்கள். திறக்கப்படாதவரை அவர் யாரோதான். கண்காணிப்பு கேமராவில் பதிவாகிற நான். அதை யாரோ பார்க்கையில் நான் யாரோதான். மேலும் நீளும் கவிதையில் மர்ம நபர்கள் புதிர்வெளியில் திரண்டு திரண்டு காட்சியாகிறார்கள்.

கலவர நேரத்தில் மர்ம நபரான நான்
தேடப்படுகிறேன்
விபத்து நேரத்தில் மர்மநபரான நான்
விசாரிக்கப்படுகிறேன்
கண்ணாடி முன் நிற்கும்போதெல்லாம்
பார்க்கிறேன் இந்த
யாரோ ஒரு ஆளை,
ஒரு மர்ம நபரை
ரயிலில் பயணிக்கையிலும்
மேலும் சாலையில் போகும்போதும்
சந்திக்கிறேன்
யாரோ ஒரு ஆட்களை,
மர்ம நபர்களை

அடையாளத்தோடும் அடையாளமற்றும் இருந்தபடி யாராகவும் யாரோவாகவும் மாறிக்கொண்டே இருக்கிறது மனித வெளி. இந்தக் கவிதை ஒவ்வொரு மனித அனுபவத்தையும் உருவிலியின் அனுபவமாக மாற்றிவிடுகிறது. அப்போது நாம் எல்லாருமே மர்ம நபராக மாறிவிடுகிறோம்.

மர்ம நபரே!
உனக்கு எத்தனை உருவமடா

என்ற வரியில் வேரூன்றும் கவிதையில் முளைக்கிறது ...

தன் இலைகளை
தான் மாற்றிக்கொண்டிருக்கும் அந்த
லோயாமரம்.

கவிதையை வாசித்த பின்பு ஒட்டுமொத்தச் சமூகமும் மர்ம நபர்களால் ஆனதோ என்று நினைக்கத் தூண்டுகிறது. ஒரு மனிதனில் இத்தனை மர்ம நபர்கள் என்றால் மனித வெளியில் கரைந்திருக்கும் மர்ம நபர்களின் எண்ணிக்கை திகைக்கவைக்கிறது; கூடவே மர்ம நபர்கள் சந்தித்துக்கொள்வதும்.

○

கல் ஆல்

கல் ஆலில்
ஆலமரம் இல்லை. பறவைகள்
கூடு கட்டத் தோதில்லாமல்
வெளியேறுகின்றன.
கல் ஆலில்
கற்கள் இல்லை. கொத்தர்கள்
வீடு கட்ட ஏதில்லையென்று
கடந்து செல்கின்றனர்,
எனினும்
ஒவ்வொரு முறையும்
பறவைகள் கல்லில்
அமர்ந்து இளைப்பாறியும்
மனிதர்கள் ஆல்
நிழலில் களைப்பாறிவிட்டும்
செல்கின்றனர்.
எப்போதாவது
அதன் கீழ் அமர்ந்து
நாலைந்து பேர்
பேசிக்கொண்டிருக்கின்றனர்
அந்தத் தருநிழலில்
எப்போதும்
அதே நேரமாய் இருக்கிறது

கவிதையை வாசித்து முடிக்கையில் 'அதே நேரம்' என்ற சொல் மனத்தில் மீட்டுகிற ஒலி மௌனியின் பிரபஞ்ச கானம் மாதிரி வியாபிக்கிறது. அதுவும் கல் ஆலில் பட்டுத் தெறித்தால் குவிக்கிற அனுபவம் அளவில் நிற்குமா? அனுபவம் தனக்குள் இருக்கும் காலத்தை உதிர்த்துவிட்டு அதே நேரமாய்க் கவிதைக்கு உள்ளேயும் வெளியேயும் இருக்கும் அதிசயம் எப்படி நிகழ்கிறது? வாசிப்பில் மோதும் 'அதே நேரம்' கவிதைக்குள் இருக்கும் சாத்தியமே இங்கு கவிதை.

'கல் ஆல்' என்ற சொல் மீது சில நூறுஆண்டுகளுக்கு முன்பு கல்லும் இல்லை, ஆலும் இல்லை என்று சொல்லத் தோன்றுமா? ஆலமரம் கல்லாய்ச் சமைந்து கிடக்கிறது நூறாயிரம் ஆண்டுகள் கடந்து. ஆலமரம் என நினைத்துப் பறவைகளும் கூடு கட்டப்போவதில்லை. கல் என நினைத்துக் கொத்தர்களும் வீடு கட்டப்போவதில்லை. நேற்றின் ஆல் இன்றில் அதிர்கிறது. அப்போது கவிதைக்குள் பிறக்கிறது அதே நேரம். அதனால் . . .

பறவைகள் கல்லில்
அமா்ந்து இளைப்பாறியும்
மனிதா்கள் ஆல்
நிழலில் களைப்பாறிவிட்டும்
செல்ல முடிகிறது.

அந்தத் தருநிழலில்
எப்போதும்
அதே நேரமாய் இருக்கிறது

கவிதை நேற்றை இன்றில் அதிரவிடுகிறது. கவிதைக்குள்ளிருக்கும் இன்று முற்றிலும் வேறானது. காலத்தின் இந்த விளையாட்டை மேலும் புரிந்துகொள்ள தேவதச்சனின் இன்னொரு கவிதை உதவுகிறது

❍

இனிமை

நெருநல் உளன் ஒருவன்
நெருநலில் இல்லை என்னும்
இனிமை படைத்ததிவ்
உலகு

நமக்கு மிகவும் பழக்கமான திருக்குறளின் பாடலை எவ்வளவு அழகாக இன்றில் உட்காரவைத்து அழகு பார்க்கிறார். நெருநலில் இல்லை என்பதை இனிமை என்று சொல்ல கவிதை ஆக்கம் நடத்திய உள்வினை என்ன? கல் ஆல் சுட்டும் ஆலமரம் ஒருபோதும் நேற்றில் இல்லை. அது எப்போதும் இன்றில்தான் இருந்தது. காந்தி இன்றில் இருந்துதான் சுதந்திரப் போராட்டத்தை நடத்தினார். 1940 காந்தியின் இன்றுதானே! அதே நேரமாய் இருக்கிறது என்பது இப்போது எவ்வளவு ஈர்க்கிறது. கவிதைக்குள் மடித்து மடித்து வைத்திருக்கும் ஒளிச்சிதறல் எவ்வளவு ஈர்ப்பாக இருக்கிறது. ஒவ்வொரு திறப்பின்போதும் சிதறும் ஒரு ஒளிச்சிதறல் மறைவெளியின் சிறுபகுதியைக் காட்டி மேலும் பார்க்கத் தூண்டியபடியே இருக்கிறது. கவிதை வாசிப்பு நிச்சயம் ஒரு அற்புத நிகழ்வு.

❍

குட்டிக் குதிரைகள்

என்னிடம் ரகசியம் என்று
ஏதுமில்லை. என்னுடைய
குருட்டு நம்பிக்கைகள் தவிர

எனது ஒன்பது வயதில் நானாக
ஒரு குருட்டு நம்பிக்கையைக்
கண்டுபிடித்தேன்
சிறு வயதில், தொலைவில் நின்று ஒரு மின்கம்பத்தை நோக்கி
கல் எறிந்தேன், தேர்வில் வெற்றி பெறுவேனா என்று

அந்த வயதில்

ஒரு பேரிருளை முதன்முதலாகச் சந்தித்தேன். அதை
முழுதும் அருந்த முடியவில்லை.
என் குட்டிக் குதிரையின் மேல் ஏறி ஊடுருவினேன்
எனக்குத் தெரியாத எது, அந்தச் சின்னஞ்சிறு
விலங்கிற்குத் தெரிந்திருக்கிறது.

என் குருட்டு நம்பிக்கை என் உள்ளங்கைத்
தண்ணீர்போல.
அது ஆழமானது அல்ல. அதில் என்
ரேகைகள் படிந்து அழுக்காகத்தான் இருக்கிறது. அதில்
மிதந்து மிதந்து
தண்ணீரைக் கடக்காமல்
கரையை அடைகிறேன்

அவைகளிடமிருந்து, அவ்வப்போது
திரும்ப நினைக்கிறேன்.
திரும்புகிறேன், எனினும்
ஒரு நிமிடத்தில் அவை கூப்பிட்டுவிடுகின்றன.

அறிவு எல்லா இடத்திலும் உதவுவதில்லை. அறிதல் என்பது எல்லை சார்ந்தது. வாழ்வின் ஒவ்வோர் அடியிலும் மறைவெளி யும் கூடவே வருகிறது. நம்மிடம் இருக்கும் சித்தாந்தங்கள் முதல் எல்லாக் கற்பிதங்களும் நம்மிடம் இருக்கும் known வழியாகத்தான் உருவாயின. வயிற்றில் வலி. மருத்துவர் 'குடல் புண்ணாகிவிட்டது. நீண்டநாட்களாக இருப்பதால் சிறிதாக ஒரு அறுவை செய்து சரிசெய்துவிடலாம்' என்கிறார். 'இரண்டு நாட்கள் மருத்துவமனையில் தங்கினால் போதும்'. இதுவும் அவரது அறிவிலிருந்து அவர் தரும் நம்பிக்கைதான். மருத்துவமனையில் சேர்ந்து அறுவைச் சிகிச்சைக்கு நகர்கிறோம். வயிற்றைக் கிழித்து மருத்துவர் பார்க்கும்போது கேன்சர் கட்டிகள் என்று தெரிய வருகிறது. அவரது known அங்கு உதவவில்லை. வாழ்வின் அன்றாடத்தில் act of the known என்பதும் act of the *unknown* என்பதும் சேர்ந்தே இருக்கின்றன. இக்கவிதையில் கவிதைசொல்லியும் கவிதைக்குள் வரும் பாத்திரமும் ஒன்றே. ஒன்பது வயதில் 'தேர்வில் வெற்றி பெறுவேனா' என்பது சிறுவனின் *unknown*.

எனது ஒன்பது வயதில் நானாக
ஒரு குருட்டு நம்பிக்கையைக்
கண்டுபிடித்தேன்
சிறுவயதில், தொலைவில் நின்று ஒரு மின்கம்பத்தை
நோக்கி
கல் எறிந்தேன், தேர்வில் வெற்றி பெறுவேனா, என்று

அதை ஒரு குருட்டு நம்பிக்கை மூலம் சந்திக்கிறான். அவனது *known* அவனுக்கு உதவவில்லை. அந்த வயதில் ஒரு பேரிருளை முதன்முதலாகச் சந்திகிறான். அதை முழுதும் அருந்த முடியவில்லை. குட்டிக் குதிரையின் மேலேறி ஊடுருவுகிறான். குட்டிக் குதிரை சிறுவனுக்கானது மட்டுமல்ல. வாழ்வில் பலரும் அவ்வப்போது அந்தக் குட்டிக் குதிரைமீது பயணம் செய்தபடிதான் இருக்கிறார்கள்.

சங்க இலக்கியத்தில் முத்தொள்ளாயிரத்தில் ஒரு பாடல் வருகிறது. சங்ககாலப் பெண் ஒருத்தி கிருஷ்ணனுக்குக் காத்திருக்கிறாள். அவன் வருவானா மாட்டானா என்ற ஐயம் துன்புறுத்துகிறது. கண்ணை மூடிக்கொண்டு ஒரு வட்டம் வரைகிறாள். சேர்ந்தால் அவன் வருவான் என்று. வட்டத்தை அவள் முடிப்பதில்லை. இந்தக் கவிதையில் சிறுவனும் அவனது மூன்றாவது கல்லை எறிவதில்லை. ஆனாலும் மனித குலம் அறியாவெளியைக் குட்டிக் குதிரையின் வழியாகத்தான் கடக்க முயல்கிறது. கடைசி நான்கு வரிகள் அதை வெளிப்படுத்துகின்றன. கவிதைகள் அறிவை அன்றாடத்தைக் கடந்துபோக மட்டுமே பயன்படுத்துகின்றன. கணினியைப் பயன்படுத்துவதைப்போல. ஆனால் வாழ்வின் பெருங்கேள்விகளுக்கு *known*இல் ஒரு பதிலும் இல்லை. காரணம் வாழ்வின் ஒவ்வொரு நொடியிலும் கண்ணுக்குப் புலனாகாத அறியாவெளியின் வினைகள் எப்போதும் இருந்துகொண்டிருக்கின்றன.

❍

எல்லைகளுக்கு நடுவில்தான் வாழ்தல் இருக்கிறது. வீடு, வெளி என்று பிரிந்து வாழ்கிறோம். வீட்டைத் தாண்டி வெளியில் வந்தாலும் வீட்டில் இருந்தாலும் விதிக்கப்பட்ட எல்லைகளைத் தாண்ட முடியாது. நாம் சேர்ந்து இணைந்து ஏற்றுக்கொன்டவை அவை. வீடுதானே என்று எல்லா இடங்களுக்குள்ளும் சுதந்திரமாக நுழையும் சாத்தியமில்லை.

ஒவ்வோர் அறையும் வெவ்வேறுவகையான சுதந்திரத்தை ஒவ்வொருவருக்கும் வழங்கியிருக்கிறது. இந்த எல்லைகளை மதிக்காமல் கடந்துபோக முடியாது. இப்படியான வீட்டில் ஜன்னல் வழியாக ஒரு வண்ணத்துப்பூச்சி நுழைவது எவ்வளவு வசீகரமாக இருக்கிறது. தேவதச்சனின் வண்ணத்துப்பூச்சிகள் அபாரமானவை. கொண்டாட்டத்தைக் கொடுத்துச் செல்பவை. 'விடைபெறுதல்' கவிதைக்குள் பறக்கிறது ஒரு வண்ணத்துப்பூச்சி.

கத்தாதே
மெல்லப் பேசு
ஒரு
வண்ணத்துப் பூச்சி
ஜன்னல் வழியே
நம் வீட்டில்
நுழைந்துகொண்டிருக்கிறது

கவிதையின் ஆரம்ப வரிகளை வாசிக்கத் தொடங்குகிறபோது மனம் புதிய வரவிற்கு இடம் கொடுத்துவிடுகிறது. 'கத்தாதே/ மெல்லப் பேசு' என்கிறார். இனி வீடு அதன் சுதந்திர வெளியாகப் போகிறது என்பது புரிகிறது. ஒரு திறப்பில் உள்ளே பிறவிகொண்டு பிரவேசிக்கிற ஒன்றின்மீது கவனம்கொள்ளத்தானே வேண்டும். மற்ற வரிகள் ...

நமது
சுவர்கள் அதன்
வெகுமென் சிறகுகள் என
அசையத் தொடங்கிவிட்டன
நம்
அறை உரிமைகள் அதன்
அந்தரங்க நிறமென
இசையத் தொடங்கிவிட்டன
கொதித்துக்கொண்டிருந்த கதவுகள்
குளிர ஆரம்பிக்கின்றன

வண்ணத்துப்பூச்சி வீட்டில் நுழைந்து சிறகடித்துப் பறக்கிறது. நமக்கு உள்ளேயும் வெளியேயும் உள்ள சுவர்கள் வெகுமென் சிறகுகள் என அசையத் தொடங்கிவிட்டன. வீடு அதன் உடலாகவும் வெளியாகவும் மாறுகிறது. கொதித்துக்கொண்டிருந்த கதவுகள் குளிர ஆரம்பிக்கின்றன. சொந்தம் கொண்டாடிய அறைகளும் எல்லைகளும் உதிர்ந்துவிடுகின்றன. வண்ணத்துப்பூச்சியின் வருகை எல்லாவற்றையும் நெகிழச்செய்வது ஒரு வரம்தான். எளிய வண்ணத்துப்பூச்சியின் சிறகடிப்பில் எல்லாமும் மாறுவதை ஒரு முழுமைக்குள் சற்றே இருத்திவிடுகிறது கவிதை. எல்லாமும் ஒன்றிவிடுகிறபோது அதைத் தனித்துப் பார்க்க வேண்டியதில்லை.

நாம் எப்போதும்போல நமது வேலைகளில் ஈடுபடலாம். கவிதையின் இறுதிவரிகள் அதைச் சுட்டி மகிழ்கின்றன.

நாம் பாட்டுக்கு
நம் வேலையைப்
பார்த்துக்கொண்டிருக்கலாம்
தொலைக்காட்சியை நிறுத்த வேண்டியதில்லை
ஏதேனும் பாத்திரங்களைக்
கீழே வைக்கும்
ஒலி கேட்டால்
கேட்கட்டும்
இதோ அது
விடைபெற எத்தனிக்கிறது
நம் இறந்தகாலமும்
கடவுளின்
இறந்தகாலமும்
ஒன்றாகவே இருக்கிறது

'கொதித்துக்கொண்டிருந்த கதவுகள்/குளிர ஆரம்பிக்கின்றன'. இந்த வரிகள் நாம் பார்க்கிற வண்ணத்துப்பூச்சிகள்மீதெல்லாம் நிரந்தரமாய்ப் படிந்துவிடுகின்றன. வண்ணத்துப்பூச்சியை உருவகப்படுத்தி தேவதச்சன் நிறைய எழுதியுள்ளார். அவற்றைத் தனித்தும் மற்ற கவிதைகளோடு இணைத்தும் வாசிக்கலாம். இந்த உருவகம் பலருடைய கவிதைகளில் வந்துள்ளது. இவற்றைத் தொகுத்து ஒருசேர வாசிக்கும்போது கிடைக்கும் வெளிமீது ஓர் உரையாடலை நிகழ்த்தலாம்.

○

நண்பனைச் சந்தித்துப் பேசுவது அடிக்கடி நிகழும். அன்றும் பேசிக்கொண்டிருந்துவிட்டு விடைபெற்றான். அவனையே பார்த்துக்கொண்டிருந்தேன். எப்போதும் சற்று தூரம் சென்று திரும்பிப் பார்ப்பவன் அன்று அப்படி செய்யவில்லை. மனத்தில் ஒரு பயம் சட்டென்று ஒட்டிக்கொண்டது. அடுத்த நாள் செய்தி வந்தது, விபத்தில் இறந்துவிட்டான் என்று. மன ஆழத்தில் அது அப்படியே தங்கிவிட்டது. அவன் ஏன் அன்று திரும்பிப் பார்க்கவில்லை. தேவதச்சனின் இந்தக் கவிதை இந்தச் சூழலை எப்படி சந்திக்கிறது பாருங்கள்.

திரும்பிப் பார்த்தல்

கதவு திறந்திருக்கிறது. பூட்டிக்கொள்
என்றாய்.
வாசலுக்கு வந்து
நிலைப்படியில் நின்றபடி
நீ

சென்றுகொண்டிருக்கும் திசையில் பார்க்கிறேன்
நீ
ஏனோ
திரும்பிப் பார்க்கவில்லை
உன் தலை கலைய வீசும் காற்றில்
உதிர்ந்துகொண்டிருக்கும் இலைகள்
லோயா மரத்தில் அசைந்தபடி இருக்கின்றன
நீ
திரும்பி வருவாயோ மாட்டாயோ
எங்கே குண்டு வெடித்து
சிதறப் போகிறாயோ
நீ
திரும்பி வந்தால்
என்னைப் பார்ப்பாயோ மாட்டாயோ
எப்போ
குண்டு வெடித்துச்
சிந்தப் போகிறேனோ
நீ
என்னைத்
திரும்பிப் பார்த்திருக்கலாம்

வீட்டிலிருந்து எப்போதும்போல் வெளியேறும் அவன் திரும்பிப் பார்க்கவில்லை. நிலைப்படியில் நின்று பார்க்கிறவள் மனத்தில் ஓடுகிற எண்ணம்தான் கவிதையிலிருக்கும் வரிகள்.

உன் தலை கலைய வீசும் காற்றில்
உதிர்ந்துகொண்டிருக்கும் இலைகள்
லோயா மரத்தில் அசைந்தபடி இருக்கின்றன

கவிதைக்குள் அப்பொழுது பிறக்கிற லோயா மரம்தான் கவிதையின் ஜீவன். அவன் திரும்பிப் பார்த்திருந்தால் அமானுஷ்ய பயம் தொற்றிக்கொண்டிருக்காது. வாழ்வில் இப்படியான இடங்களில் மனிதப் புரிதலுக்கு வெளியே உள்ள ஏதோ ஒன்றால் அலைக்கழியும் மனம் எதனாலும் அமைதி கொள்ளாது. வழிபாடு, குருட்டு நம்பிக்கைகள், தினசரி ஒழுங்கு என்று ஏதேதோ தேவைப்படுகின்றன. வெளியே சென்ற மகள் திரும்பி வருவாள் என்ற நம்பிக்கை ஒவ்வொரு நாளும் தேவைப்படுகிறது. குறிப்பிட்ட நேரம் பள்ளிக்கோ அலுவலகத்துக்கோ போவது, பிறகு ஒரு நேரத்தில் வீடு திரும்புவது. இப்படிக் கட்டமைத்துக்கொண்ட ஒழுங்கின் வழியாகத் தினசரி வாழ்வில் அமானுஷ்யமானதை எதிர்கொள்கிறோம். பயத்திலிருந்து தற்காத்துக்கொள்கிறோம். இதற்கு அடிப்படையே

நீ
என்னைத்
திரும்பிப் பார்த்திருக்கலாம்

கவிதையின் அந்தரங்கம்

என்ற இறுதி வரிகள்தான். கவிதை இங்கே உரையாட விரும்புவது திரும்பிப் பார்த்திருக்கலாம் என்பதையே. உதிர்ந்துகொண்டிருக்கும் இலைகள் லோயா மரத்தில் அசைந்துகொண்டிருப்பதை எப்படித் தாங்குவது?

திரும்பிப் பார்த்தல் இன்னொரு கவிதையில் எப்படி வருகிறது பாருங்கள். 'அலகிலா விளையாட்டு' கவிதையின் தலைப்பு.

சிறுவர்கள்
திரும்பிப் பார்த்தபடி
திரும்பிப் பார்த்தபடி
விளையாடத் தொடங்குகிறார்கள்

பெரியவர்கள்
திரும்பிப் பார்த்தபடி
திரும்பிப் பார்த்தபடி
விளையாட்டைத் தடுத்துக்கொண்டிருக்கின்றனர்

திரும்பிப் பார்க்கையில்
பார்வை திரும்பாத
சிலபோ்
எப்போதும்
ஆடிக்கொண்டிருக்கின்றனர் மைதானத்தில்
அலகிலா விளையாட்டு
மைதானத்தில்

திரும்பிப் பார்த்தல் இந்தக் கவிதையில் வேறாக இருக்கிறது. பெற்றோர்கள் பற்றிய அச்சம் குழந்தைகளைத் திரும்பிப் பார்க்கத் தூண்டுகிறது. எப்போது வேண்டுமானாலும் அழைக்கப் படலாம் என்ற எண்ணம் இருந்தபடியே விளையாடிக் கொண்டிருக்கிறார்கள். முடிவிலாது விளையாடும் சாத்தியம் இல்லை அவர்களிடம். பெற்றோர்கள் திரும்பிப் பார்ப்பது அக்கறை சார்ந்ததாக இருந்தாலும் குழந்தைகளின் சுதந்திர இருப்புக்கு இடையூறுதானே! அப்படியானால் அலகிலா விளையாட்டு எப்போது நடக்கும்? இதுதான் கவிதை சந்திக்க விரும்பும் இடம். அலகிலா விளையாட்டின் சாத்தியம் பார்வை திரும்பாத இடத்தில் மட்டுமே இருப்பதாக உரையாட விரும்புகிறது கவிதை. விளிம்பிலா பிரபஞ்ச விளையாட்டை யார் நிகழ்த்த முடியும்? திரும்பிப் பார்த்தல் மீது தேவதச்சனின் பார்வை பழக்கமான திரும்பிப் பார்த்தல் அல்ல.

தேவதச்சனின் கவிதைகளை வாசித்துவிட்டதாக வாழ்வில் ஒருபோதும் என்னால் சொல்லமுடியாது. ஆழமாக உள்வாங்கி அவை நம்மோடு உரையாட விரும்பிய இடங்களை அறிந்து

இன்னும் நான் வாசிக்கவில்லை என்று கருதுகிறேன். முன் படித்த கவிதைகள் இப்போது வேறு பிரதிகளைத் தரக் காத்திருக்கின்றன. எப்போதும் புதிதாக இருக்கின்றன கவிதைகள். அதனால் வாசிப்பு நிகழ்ந்துகொண்டே இருக்கின்றது. வாழ்வின் எல்லாத் தருணங்களையும் தனது கவிதைகளில் சந்தித்த கவிஞர் தேவதச்சன். குழப்பம், சிக்கல், புரியாமை, விடையில்லாத பல கேள்விகள், வாழ்வின் அமானுஷ்யங்கள் என்று பலவற்றை உரையாடக் காத்திருக்கின்றன அவரின் கவிதைகள். ஒரு கவிதைக்குள்ளே எண்ணிலா மடிப்புகள் இருப்பதைப் பார்க்கலாம். ஒரே நேரத்தில் பல அனுபவங்களைக் கவிதைக்குள் மீட்டிப் பார்ப்பது தேவதச்சனின் தனித்த அடையாளம். வாசித்து முடிக்கும்போது அனுபவங்கள் திரண்டு ஒருமுகமாவது கவிதை நிகழ்வு. கீழே உள்ள கவிதையின் முதல் இரண்டுவரிகள் எவ்வளவு ஆச்சரியத்தைத் தருகின்றன. கவிதையை வாசித்து முடிக்கும்போது அது முற்றிலும் வேறாக இருப்பதை உணரலாம்.

சாவாமையின்

சாவாமையின் வரைபடம் கிடைத்துவிட்டது
மேஜையில் விரித்துக் கையூன்றிப் பார்க்கின்றேன்
அருகில்
இரும்பின் பாடலைப்
பாடிக்கொண்டிருக்கும்
சாவியை
உலோககால மனிதன்
முணுமுணுத்துக்கொண்டிருக்கிறான்.

சாவாமையின் வரைபடம் கிடைத்துவிட்டதாக மனம் பூரிக்கிறது. படத்தை மேஜையில் விரித்துக் கையூன்றிப் பார்க்கத் தொடங்கும்போது அருகில் ஒரு பாடல் ஒலிக்கிறது. அது சாவியின் பாடல். கூடவே உலோகத்தின் மொத்தப் பாடல்களும் ஒலிக்கத் தொடங்குகின்றன. நேற்றின் மனிதன்மீது பார்வை கொள்கிறது.

மூடியிருக்கும் தம்ளரில்
பிரளயத் தண்ணீர்
திறந்து வைத்திருக்கிறது, தன்
கடுமையை.

கவிதையை ஒரு ஒழுங்கில் வாசிக்க வேண்டியதில்லை. அது நம்மோடு ஒரே நேரத்தில் பலவற்றை நினைவூட்ட விரும்புகிறது. மேஜை மீதிருக்கும் வரைபடம் ஒரு நிலையான வரைபடமாக இல்லாது மனத்தைப் பல வகைகளில் கலைத்துப்போடுகிறது. தம்ளரில் இருக்கும் தண்ணீர் பேரழிவைத் தருகிற சுனாமிவரை

தனது கடுமையைத் திறந்துவைத்திருப்பதாகச் சொல்கிறது கவிதை. மூடியிருக்கும் என்ற சொல் வரைபடத்தின்மீது வினைப்படத் தொடங்குகிறது.

> வரைபடத்தின்
> கோடுகள்
> ஊர்ந்துகொண்டும்
> ஓடிக் கொண்டுமிருக்கின்றன
> எப்படித்தான்
> பயணத்தைத் தொடங்குவது

எளிய வரைபடம் இப்போது பயணத்தைச் சிக்கலாக்குகிறது. GPS இங்கே வேலை செய்ய மறுக்கிறது. வரைபடத்தில் உள்ள கோடுகள் ஊர்ந்துகொண்டும் ஓடிக்கொண்டும் இருக்கின்றன. நிரந்தரமல்லாத கோடுகளால் உருவான வரைபடத்தின் வழி பயணம் செய்வது எப்படி? வரலாற்றில் எதுவுமே நிரந்தரமில்லை. நமது அன்றாடத்தில் உள்ள எல்லாமும் அப்படித்தான். இயற்கையின் செயல்பாடு நமது எல்லையில் ஏது? எல்லாமும் தற்காலிகமாக இருக்கிற இடத்தில் இந்த வரைபடம் எனக்கு எப்படி உதவும் என்று தூக்கியெறிகிறது கவிதையில் தோன்றும் பாத்திரம்.

> எரிச்சலில்
> படத்தைத் தூக்கி
> எறிகிறேன்.
> தாள்
> வெளியிலும்
> கோடுகள், என்
> தலையிலும் விழுந்துகொண்டிருக்கின்றன.

வரைபடத்தைத் தூக்கி எறிந்துவிடலாம். தலையில் விழுகிற கோடுகளை என்ன செய்வது? நகர்கிற கோடுகள் எல்லாமும் தற்காலிகம் என்பதைச் சுட்டுகின்றன. நிரந்தரம் என்று நினைப்பதும்கூடத் தற்காலிக நிரந்தரம்தானே! கருந்துளையின் ஈர்ப்பில் பிரபஞ்சமும் நிரந்தரமல்ல. நிரந்தரம், நிரந்தரமில்லை என்பதைத் தாண்டி வாழ்வின் வரைபடம் எவ்வளவு சிக்கலானது? குழப்பம்தான் கவிதையின் மையம்.

ஆத்மாநாம்:
தற்காலக் கவிதையின் முகம்

நவீன கவிதையில் அதிகம் பேசப்படுகிற கவிஞர்களில் ஆத்மாநாமும் ஒருவர். கவிதைமீது கொண்டிருந்த அக்கறை, விவாதம், படைப்பு மூன்றும் அவரைப் பார்க்கத் தூண்டியவை. மனநீரின் கொந்தளிப்பைக் கவிதையால் தணிக்க முயன்றவர். வாழ்க்கையின் சிக்கலை, அற நெருக்கடியைக் கவிதையில் சந்தித்தவர். தற்காலக் கவிதையின் முகம்

என்று முதலில் கவனம் பெற்றவர். 'ஐயோ' என்ற தலைப்பில் ஒரு சிறு கவிதை:

> சொன்னால் மறக்கிறார்கள்
> எழுதினால் நிராகரிக்கிறார்கள்
> தாக்கினால் தாங்குகிறார்கள்
> சும்மா இருந்தால் தாக்குகிறார்கள்
> அற்புத உலகம்
> அற்புத மாக்கள்

இதுபோல சமூக அன்றாடத்திலிருந்து நிறைய கவிதைகள். கடைசி வரியின் பகடியில் வலியின் ஈரம். தனிமனிதனும் சமூகமும் சந்திக்கிறபோது பல நேரங்களில் ஒருவகையான புரியாமையில் மனம் மோதி அலையும். உண்மையில் மனிதர்கள் யார் என்று மயங்குவோம். அப்படியான ஒரு பார்வை இக்கவிதையில் இருக்கிறது. சி. மணியின் 'யார் அந்த மனிதன்?' கவிதையை இத்தோடு சேர்ந்து வாசிக்கலாம். இவரே அரசியல் கவிதையின் ஆரம்பம். 'ஒன்றும் இல்லை' போன்ற அகநோக்குக் கவிதைகளும் உண்டு. 'மேலும் ஒரு நாள்' ஆத்மாநாமை அறிந்துகொள்வதற்கான கவிதை.

> அறிவு எதற்கு
> பொருள் எதற்கு
> அனுபவம் எதற்கு ...

என்று நீளும் கவிதை வரிகள்,

> ஆர்ப்பரிக்கும் கடலலைகள்
> நகைக்க
> சிறுமீன்கள் நம்முடனே
> மௌன மொழி பேச

என்று முடியும். ஆத்மாநாமின் தனித்த மொழியைச் சுட்டுகிற கவிதை என்று இதைச் சொல்லலாம். சமூகத்தைப் பல சித்திரங்களாகக் காட்டி வாசக மனத்தில் ஓடவிடுகிறார். ஒரே நேரத்தில் காட்சியாகிற பல பிம்பங்களில் மோதிச் சிதறுகிற மனம் மீண்டும் நிலைகொள்கிறபோது புதிதாகிறது இவரது கவிதை ஆக்கம். கொஞ்சமான வாழ்தலில் பாரதி போன்று கவிதைக்குள் (தீவிரம்) செயல்பட்டார். இதுதான் கவிதை என்று நினைத்துக்கொண்டிருக்கிற வாசக மனத்தைப் பாதிப்பதே இவரது கவிதை இலக்கணம். தனித்த வெளிப்பாட்டு மொழி அவருக்கு வசப்பட்டிருந்தது. அவரது கூறல் முறை அன்று புதியது. கவிஞர்கள் மத்தியில் தனித்தும் வியந்தும் பார்க்கப்பட்டார். இவரது தாக்கத்தை இப்போதும் பலரது கவிதைகளில் காணலாம்.

ஆத்மாநாமின் அக உலகம் நிகழ் உலகிலிருந்து முற்றிலும் வேறானது. சதா காலமும் கவிஞன் தான் கட்டமைத்துக்கொண்ட

உலகத்திலேயே இருக்க முடியாது; வெளியே வந்தாக வேண்டும். வெளியே வருகிற ஒவ்வொரு முறையும் நிகழ் உலகோடு மனம் போராடுகிறது. இரண்டையும் சமன்செய்து வாழ்வதற்கான ஓர் உலகைக் கண்டடைய வேண்டும். அதுவே வாழ்தல். இந்த மூன்றாவது உலகம் எது என்பதில்தான் படைப்பாளிகள் வேறுபடுகிறார்கள். எழுத்தின் பன்முகத் தன்மைக்கான இடமும் இதுதான். வாழ்வதற்கான ஓர் உலகைச் சிருஷ்டிக்க முடியாத யாரும் மனம் சிதைந்து வலி சூழ்ந்தே வாழ்கிறார்கள். ஆத்மாநாமுக்கு அப்படியான உலகில் வாழ விருப்பம் இல்லை.

கவிஞன் அப்போது பிறக்கிற மனத்திலிருந்தே எல்லா வற்றையும் பார்க்கிறான். நிகழும் ரசானுபவம் மொழியின் வார்த்தைகளாக வாசக வெளிக்கு வருகிறது. கவிதையை எழுதி முடித்ததும் கவிஞன் வெளியேறிவிடுகிறான். கவிதை மட்டுமே இருக்கிறது. வாசகன் கவிதையை ஒரு சுதந்திர வெளியில் சந்திக்கிறான். புதிய உறவில் புதிய அனுபவம் கிடைக்கிறது. இது கவிதையின் வெற்றி. இது கவிதையின் ஆற்றல். அதனால்தான் கவிதை அழியாதிருக்கிறது. ஒவ்வொரு வாசிப்பிலும் கவிதைக்குப் புது உடலும் புத்துயிரும் கிடைக்கிறது.

○

கவிஞன் பார்ப்பதையே நாமும் பார்க்க வேண்டிய கட்டாயம் இல்லை. ஆனால் அவன் நின்று பார்த்த இடம் முக்கியமானது. இடம்தான் காட்சியை விரிக்கிறது. கவிஞன் சுட்டும் இடத்திலிருந்து இந்த உலகைக் காண்கிறபோது கவிஞனைவிடவும் கூடுதலாகவோ வேறாகவோ வாழ்வின் ரகசியங்களை வாசகர் பார்த்துவிடுகிற சாத்தியம் இருக்கிறது. ஆத்மநாமின் 'முடிவு' என்று தலைப்பிட்ட கவிதை:

இன்று முடிந்துவிட்டது
முடியாமல் தொடர்ந்து
முடிவைத் தேடித் தேடி
அலையும் கால்கள்
சோர்ந்துவிழும் படுக்கையில்
மனம் மேலே இன்னும் மேலே
பறந்து செல்லும்

மனம் ஒன்றை அறியத் துடிக்கிறது. இதுவரையிலும் யாரும் அதை முழுதாக அறிந்து சொல்லவில்லை. அறியத் துடிக்கும் மனத்தைத் தடுத்து நிறுத்தும் சாத்தியமில்லை. அப்போது என்ன நிகழும்? முடிவில்லாத எண்ணம் பெருக்கெடுத்து ஓடும். விளிம்பற்ற வானில் பறவை எதுவரை செல்லும்? மனம் மேலே இன்னும் மேலே பறந்து செல்கிறது. பற்றிக்கொண்ட கேள்வியிலிருந்து விடுபட மறுக்கிறது. மனத்தின் பயணத்தை நிறுத்த முடியவில்லை.

கவிதைக்கு முந்தைய மனத்தின் விளையாடல் தொடர்கிறது. கவிதை உருப்பெறுகிற இடத்தில் இப்போது வாசகர்.

எங்கே முடிவு
படபடக்கும் காகிதங்கள் கேலி செய்யும்
சலசலக்கும் இலைகள் தாளம் போடும்
எப்படி இருக்கும் முடிவு
காற்றிலா மண்ணிலா நீரிலா
காலம் காலமாய்த் தேடியவர்
இருக்கின்றார் ஆழ்ந்த உறக்கத்தில்
இம்மண்ணுக்குள்
என்றோ என் கனவில்
வந்தது முடிவு
சரியாகப் புலப்படவில்லை

இந்தக் கவிதையின் உயிர் அல்லது சக்தி என்று இரண்டு வரிகளைச் சொல்லலாம். 'படபடக்கும் காகிதங்கள் கேலி செய்யும்/சலசலக்கும் இலைகள் தாளம் போடும்'. இந்த வரிகள்தான் ஆத்மாநாமை இன்றும் கொண்டாட வைக்கின்றன. 'எப்படி இருக்கும் முடிவு' என்ற கேள்விக்கான எதிர்வினைகளே இந்த இரண்டு வரிகளும். அறிய முடியாததை வார்த்தை களைக் கொண்டு அறிய முயல்வதைத்தான் காகிதங்கள் கேலி செய்கின்றன. இயற்கை அந்தக் கேலியை வரவேற்கிறது. கவிதை மேலும் தொடர்கிறது . . .

பரந்த வெளியில் நான்
சூரியன் தலைப்பக்கம்
கடல் காலடியில்
எங்கே உன்னைக் காணோம்
இவ்வளவு காலமாய் என்றேன்

இந்த உரையாடலை யார் யாரோடு நிகழ்த்துகிறார்? கவிதையிலேயே பதிலும் இருக்கிறது. ஆரம்பம், முடிவோடு உரையாடுகிறது. முடிவும் தொடக்கமும் சந்திப்பது பேரழகு. முடிவைக் கண்டுகொண்ட ஆரம்பம் எங்கே உன்னைக் காணோம் இவ்வளவு காலமாய் என்கிறது. மேலும் நீள்கிறது கவிதை . . .

யார் நீ என்றொரு குரல்
உன்னைத் தேடி அலுத்த
ஆரம்பம் என்று கூற
உன்னுள்தான் இருக்கிறேன்
என்றது முடிவு
பின் இப்போது என்பதற்குள்
காலை புலப்பட்டது

முடிவு ஆரம்பத்திலேயே இருக்கிறது என்ற பதில் வெளியில் இருந்து வருவது கவிதைக்குள்ளிருக்கும் பகடி. 'பின்

இப்போது' என்கிற வார்த்தைகள் மிக முக்கியமானவை. தத்துவ விசாரத்திலோ தர்க்கத்திலோ சிக்கிக்கொள்ளாமல் கலையின் விளிம்பில் காட்சியாகிறது கவிதை.

கவிதையைக் கவிதையாக மட்டுமே பார்க்கிறார். 'காலை புலப்பட்டது' என்ற இறுதி வரி முதல்வரியில் பட்டுத் தெறிக்கிறது. கவிதையின் இறுதிவரியும் முதல்வரியும் இணைந்து காட்டும் முரண்மெய்தான் இந்தக் கவிதையின் ஒளி. முடிவுதான் இங்கே தொடக்கம்; தொடக்கம்தான் முடிவு. ஆக முடிவு நடுவில் நின்று ஊசலாடுகிறது. ஆத்மாநாம் மாய வித்தைக்காரனாய் முடிவை அலைக்கழிக்கிறார். மனம் ஆக்கிப் பார்க்கும் வினை என்பதாக முழு உரையாடலும் திசை மாறுகிறது.

கவிதை உண்மையில் முடிவையோ ஆரம்பத்தையோ பேசவில்லை. இரண்டுக்கும் இடைப்பட்ட வாழ்க்கையின் ரகசியத்தை அறிய முயல்கிறது. மறைவெளி எப்போதும் ரகசியங்களால் ஆனது. அதனால்தான் ஆத்மாநாமே அறியாது 'படபடக்கும் காகிதங்கள் கேலி செய்யும்/சலசலக்கும் இலைகள் தாளம் போடும்' என்ற வரிகளை அவரது கவிதை மனம் எழுதி விடுகிறது. முடிவை அலைக்கழிக்கும் விதம் வியக்கவைக்கிறது. இந்த வியப்பு ஆத்மாநாமின் மீதும் படிகிறது. இந்தக் கவிதைக்குள் மேலும் பயணிக்க, வாசித்தபின் கிடைக்கும் மனத்தில் சற்றே சாயலாம்.

○

பிச்சை

நீ ஒரு பிச்சைக்காரனாய்ப் போ
பிச்சை பிச்சை என்று கத்து
உன் கூக்குரல் தெருமுனைவரை இல்லை
எல்லையற்ற பெருவெளியைக் கடக்கணும்
உன் பசிக்கான உணவு
சில அரிசிமணிகளில் இல்லை
உன்னிடம் ஒன்றுமே இல்லை
சில சதுர செங்கற்கள் தவிர
உனக்குப் பிச்சையிடவும் ஒருவருமில்லை
உன்னைத் தவிர

இதனைச் சொல்வது
நான் இல்லை நீதான்

கவிதையை வாசித்து முடித்ததும் பிச்சைக்காரனாக ஆவது கவிதையின் வினை. நம் பசிக்கான உணவைப் பெறுவது எப்படி? முதலில் நம் பசிகுறித்த பார்வை இல்லாது உணவை அறிய முடியாது. பசியும் உணவும் மனத்தோடு தொடர்புகொண்டு

புதுப்புதுவெளிகளைக் காட்சியாக்குகிறது கவிதை. 'நீ ஒரு பிச்சைக்காரனாய்ப் போ' என்கிறபோது கவிதை நம்மீது காட்டும் பிரியத்தில் நெகிழ்கிறோம். கவிதை ஒரு பயணத்தை அறிமுகப் படுத்துகிறது.

'உன் கூக்குரல் தெருமுனைவரை இல்லை
எல்லையற்ற பெருவெளியைக் கடக்கணும்'

பூமியைத் தாண்டி நிகழ் உலக அனுபவத்தையும் தாண்டிய உள்முகப் பயணத்தைக் கவிதை ஏன் வேண்டுகிறது? பசியும் உணவும் ஓர் இடத்தில்தான் என்று இந்தப் பயணம் கற்றுத்தரும். இறுதிவரியைப் படித்த பின்பு மீண்டும் கவிதையைப் பலமுறை வாசிக்கலாம். சொல் இப்போது தனித்தும் சேர்ந்தும் ஏற்படுத்தும் அதிர்வலைகள் அனுபவ அடர்த்தி சார்ந்தவை. கவிதையின் இறுதி வரிகள் கவிதையை எல்லாரிடமும் நகர்த்திவிடுகிறது. மனத்தைச் செப்பமாக்க முயல்கிறது கவிதை. தன்னையும் தனக்கு வெளியே நீளும் முடிவற்ற வெளியையும் ஒரே நேரத்தில் பார்க்கத் தூண்டுகிறது. எல்லா வீட்டுச் சமையல் அறையிலும் சமைப்பதற்கான பொருட்கள் ஒரேமாதிரி இருந்தாலும் சமைத்து வரும் உணவு ஒரேமாதிரியாக இருப்பதில்லை. வாசகனிடம் வருகிற கவிதையும் அப்படியானதே. அவரவர் விரும்பும் வண்ணம் சமைத்து மகிழலாம்.

○

ஆத்மநாமின் கவிதைகளில் தனித்த குரலைக் கேட்கலாம். தமிழ்க் கவிதையில் முன் கேட்டிராத குரல். இந்தக் குரல்தான் அவரது கவிதைகளை வாசிக்கப் பலரைத் தூண்டின. 'என் அறை' என்ற கவிதையின் முதல் நான்குவரிகளில் ஒரு கதவு திறக்கிறது

என் அறை
உங்களுக்குப் பழக்கமானதுதான்
உங்களுக்கு மட்டும் என்ன
எனக்கும்தான்
ஏன் அறைகள்
நம்முடன் பழகுகின்றன
இல்லை நாம்
அறைகளுடன் பழகுகிறோம்
நாம் எல்லோருமே
அறைவாசிகள்

ஆரம்ப வரிகளில் இப்படி தன்னையும் இணைத்துக்கொண்டு பேசும் அழகு கவிதைக்குள் இழுக்கிறது. கவிதையைத் தொடர்ந்து வாசிக்கிறபோது தொடக்கத்தில் உணர்ந்த அறை மனத்தில் வேறு பொருள் கண்டு விரிகிறது; பழக்கம் என்ற சொல்லும்

தான். பழக்கமான சொல்லுக்குக் கவிதை ஏற்றும் புதிய அர்த்தம் வார்த்தைகளைப் பொருள்கொள்வதிலிருந்து மீட்டு உணர்தல் வெளிக்குத் தள்ளுகிறது. ஒவ்வொரு வரியும் ஒவ்வொரு சொல்லும் வாசக அனுபவமாகின்றன. கவிதை வாசகனின் உடைமை ஆகிறது.

அவர் சுட்டும் அறையின் உள்ளே நுழைந்து அவரது காலடியைப் பின்தொடர்கிறோம். 'அறைவாசிகள்' என்ற சொல் மீது மோதுண்டு சிதறுகிறோம். நாம் கட்டமைத்துக்கொண்ட எல்லைகளின் உள்வெளி தீண்டுகிற கணத்தில் 'நாம் நாகரிக குகைவாசிகள்' என்று உணர்ந்து பதறுகிறோம். அதுவரையிலும் தாங்கிப்பிடித்த பலவும் பிடிதளர்ந்து கீழே விழுகின்றன. அறைக்கு வெளியே ஓடப் பார்க்கின்றன மனத்தின் கால்கள். காதில் ஒலிக்கும் கவிதையின் இறுதிவரிகள் அருவிநீராகக் கொட்டி மனத்தை எல்லையற்ற வெளியில் நிறுத்துகின்றன.

புரட்சிக்காய்க் காத்திருந்து
கொட்டாவி விடும்
புத்திசாலி நடுத்தரங்கள்

வீரமாய் மார்தூக்கி
முதுகைச் சொறியும்
புத்திசாலிப் பன்றிகள்

முதலில் ஒழிப்போம்
நம் புத்திசாலித்தனம்
நிர்வாணமாய் நிற்போம்
நீரலைகள் கரைகளிலே

இந்தக் கவிதையில் உரக்க ஒலிக்கும் இரண்டு சொற்கள் ஒன்று புத்திசாலித்தனம், மற்றது நிர்வாணம். புத்திசாலித்தனத்தை ஒழித்து நிர்வாணமாய் நிற்பது அறைக்கு வெளியே நிகழ்வதாக முடிகிறது கவிதை. வாசித்து முடிக்கிறபோது அறை, அறைவாசிகள் என்ற சொற்கள் பழக்கமான வெளிச்சத்திலிருந்து விடுபடுகின்றன. கவிதையில் கிட்டுகிற புதிய வெளிச்சத்திலிருந்து பார்க்கத் தூண்டுகிறது. கவிதைக்குள் வரும் எந்தச் சொல்லும் பழக்கமான உள்ளீட்டைக் கொஞ்ச நேரம் வைத்திருந்து வெளியேற்றிவிடுகின்றன. வாசிக்க வாசிக்கச் சொற்களில் புதிய உள்ளீடு இறங்கி வாசகரை வரவேற்கின்றன. முழுமையான கவிதைகளில் சொற்கள் புதிது புதிதாய் வேறுவேறாய்ப் பிறந்துகொண்டே இருக்கின்றன.

ஆனந்த்:
மனவெளிப்பறவை

வாசகரைக் கைப்பிடித்துக் கூட்டிப்போகிற நெருக்கம் ஆனந்தின் கவிதைகள். மனத்தின் மறைவெளி அழகைக் காட்டி மகிழ்பவர் ஆனந்த். ஆழ்மனத்திலிருந்தே தனது கவிதைகளைச் செப்பம் செய்கிறவர். மனத்தைச் சற்றே எட்டிப் பார்ப்பது. வழியைக் கண்டறிந்து நுழைந்து சற்றே கிடப்பது. பிறகு மன அடுக்குகளில் வியாபித்து அந்த அனுபவத்திலிருந்து வாழ்வின் அழகியலைக்

கவிதையாக்கிக் கொண்டாடுவது. ஆனந்தின் கவிதாலயம் இப்படி யான கட்டமைப்பில் வியக்கவைக்கிறது. விளிம்பில் தேங்காத உள்ளடக்கம் ஆனந்தின் கவிதைகள்.

கீழே உள்ள கவிதையில் 'ஒன்றுமில்லை' என்பதில் இலைமுதல் பிரபஞ்சம்வரை எல்லாமும் இருக்கின்றன. இதுதான் ஆனந்தின் சொல்முறை அழகு. இது எப்படி கவிதையாகிறது? முடிவில்லாப் பிரபஞ்சத்தை மனவெளியில் ஓர் இலைபோல உதிரவிடுகிறார். இலையின் உதிர்தலைப் பிரபஞ்ச எல்லைவரை இட்டுச் செல்கிற மனவினைதான் கவிதையாகிறது.

ஒரு இலை உதிர்வதால்
மரத்துக்கு ஒன்றுமில்லை
ஒரு மரம் படுவதால்
பூமிக்கு ஒன்றுமில்லை
ஒரு பூமி அழிவதால்
பிரபஞ்சத்துக்கு ஒன்றுமில்லை
ஒரு பிரபஞ்சம்
போவதால்
எனக்கு
ஒன்றுமில்லை

இவரது கவிதைகள் தற்கணத்தில்தான் இயங்கும். கவிதையில் இயங்கும் அந்த நேரத்தின் காலவெளி நிகழ் உலகின் கால அளவிற்குத் தொடர்பில்லாதது. இப்போதுதான் பிறந்தது போன்ற அப்பழுக்கில்லாத தோற்றம் இவரது கவிதைகள். பிறந்த குழந்தைமீது அன்பைத் தவிர வேறு எதையும் காட்ட முடியாது. ஆனந்தின் எல்லாக் கவிதைகளும் வாசிக்கிற அந்த நேரம் பிறக்கிற குழந்தைகள். ஒருவராலும் வெறுக்க முடியாத ஒருவித பரவச அனுபவம். ஆனந்தின் கவிதைமீது நிகழ் உலகின் சிறு தூசியும் படிய முடியாது. அப்போதுதான் பிறந்து வாசகரைச் சந்திக்கிறது கவிதை.

கவிதையில் வருகிற 'ஒரு' என்ற வார்த்தைதான் நம்மிடம் உரையாட முயல்கிறது. கவிதையை மீண்டும் மீண்டும் படிக்கிற நிகழ்வில் 'ஒரு' என்பதழிந்து 'எண்ணிலா' பிறக்கிறது. இது எப்போது நிகழ்கிறது? அந்த வரிகள் . . .

ஒரு பிரபஞ்சம்
போவதால்
எனக்கு
ஒன்றுமில்லை

இந்த வரியில் தோய்ந்து அதன் ஈரம் உலராது மீண்டும் மீண்டும் கவிதையை வாசியுங்கள். எண்ணிலாப் பிரபஞ்சங்கள் சூழ்ந்துகொள்ளும்.

இயற்கையின் சமீபகாலப் பெரும் தீண்டல் சுனாமி. சுனாமியின் அவலத்தைப் பலரும் கவிதையாக்க முயன்றார்கள். அனுபவ வெளிப்பாடாக மட்டும் அமைந்தன பலரின் கவிதைகள். தனிமனித அனுபவம் எல்லாருக்குமான, முடிந்தால் எல்லாவற்றுக்குமான அனுபவமாக மாற வேறு ஏதோ நிகழ வேண்டும். அதுதான் கவிதையைத் தந்து போகும். சுனாமியை மனித அனுபவத்திலிருந்து விடுவிப்பது இங்கே கவிதையாகிறது.

'பேரலை' . . .

அலைகள் வந்துபோய்க்கொண்டிருந்த
கரைகளில்
கடல் வந்துபோயிற்று

வலைகள் படகுகள் மனிதர்கள்
கொஞ்சம் காலம்
எல்லாம் அடித்துக்கொண்டு
போன பின்பு
கடல் உள்மூச்சு வாங்கியதில்
யார் கண்ணும் காணாத பாறைகள்
வெளிச்சத்துக்கு வந்தன

பாறையிடுக்குகளில் சிக்கிய மீன்கள்
என்ன நினைத்தன?

பாறைகள் பார்த்தது
எந்தக் காட்சியை?

எல்லாரும் அறிந்த அல்லது உணர்ந்த பொது அவலத்தின் மீதான கவிதையாக்கம் அவ்வளவு எளிதானதல்ல. ஆனந்தின் இந்தக் கவிதையோடு யாரும் உரையாடலாம். எவ்வளவு பெரிய நிகழ்வை, வான்மேவிய நீருடலை, கரைகளில் கடல் வந்து போயிற்று என்கிறார். முழுக் கடலையும் உடலாக அதிரவிடுகிறது கவிதை. இயற்கையின் ஆற்றலையும் அதன் மறைவெளி ரகசியங்களையும் வாசக உணர்வில் ஓடவிடுகிறது இந்தக் கவிதை.

தத்துவத்தை விலக்குகிறது கவிதை. உண்மையை வாழ்வின் வெட்ட வெளியில் நிர்வாணப்படுத்துகிறது. இதுவரையிலான அனுபவங்களை மனத்திலிருந்து வெளியேற்றி அந்த நேர அனுபவத்தை மட்டும் உணர்த்தி மௌனமாகிறது கவிதை. 'கடல் வந்து போயிற்று' என்ற வரியிலிருக்கும் ஒளி பூமிமீது சூரியனைக் கரைத்து நிரப்புகிறது. ஒளி அளவு மீறினால் பொருள்கள் இல்லை. அலைக்குப் பதிலாகக் கடலே வந்து போனால் கரையில் ஏதுமிருக்காது.

'எல்லாம் அடித்துக்கொண்டு/போன பின்பு/கடல் உள்மூச்சு வாங்கியதில் . . .' இந்த வரிகள்தான் அனுபவம் கவிதையாகும்

க.வை. பழனிசாமி

அசாத்தியத்தை நிகழ்த்தியவை. இயற்கையின் பேராற்றலைப் பேசாமல் பேசுபவை. உள்மூச்சு வாங்கியதில் கடல் பின் நகர்கிறது. நீர் மறைத்த பொருள்கள் காட்சியாகின்றன. அப்போது தோன்றிய வெளியை மனிதப் பிரக்ஞையில் சற்றே ஓட விடுகிறது கவிதை. ஆக 'யார் கண்ணும் காணாத பாறைகள்', 'பாறையிடுக்கில் சிக்கிய மீன்கள்' எனக் கவிஞன் சுட்டுகிற இடங்கள் அர்த்தம் கொள்வதற்கானவை அல்ல; வாசிக்கிற மனம் உணர்தலில் தோய்வதற்கானவை.

மீன்கள் என்ன நினைத்தன? பாறைகள் அப்போது பார்த்தது எந்தக் காட்சியை? இந்தக் கேள்விகள் வாசகன் தன்னளவில் உரையாடுவதற்கான இடங்கள். இந்த உரையாடலின் வழியாகக் காணும் உலகம் வாசிப்புக்கு முன்பிருந்த உலகமல்ல. இந்த உள்மன நிகழ்வே கவிதை.

பலரும் வாசித்துக்கொண்டாடிய ஆனந்தின் கவிதை 'முதல் அம்பு'. இந்தக் கவிதை திறந்துவிடுகிற வெளி முடிவில்லாதது. ஒவ்வொரு வாசிப்பிலும் ஒரு புதுவெளியைத் திறந்துவிடுகிற கவிதை. கவிதையிலிருக்கும் ஏதோ ஒரு சொல் சாவியாக மாறுகிற கணத்தில் வாயில் திறந்துகொள்கிறது. உள்ளே இருக்கும் ஐஸ்வரியம் வாசக அனுபவச் சேகரம். கவிதைவழியாக வாசகன் தனது ஐஸ்வரியத்தைக் கண்டு மகிழ்கிறான். மனத்தில் வெளிச்சமாக நுழைகிறது ஆனந்தின் கவிதை.

> நான் முதல் அம்பு.
> பன்னெடுங்காலமாய்
> இந்த மலையுச்சியில்
> கிடக்கிறேன்
> யார் மீதும் விரோதமற்ற
> ஒருவன் வந்து
> தன் வில் கொண்டு
> என்னை
> வெளியில் செலுத்துவானென.

அம்பு காத்திருக்கிறது. யார்மீதும் விரோதமற்ற ஒருவன் வருகைக்கு. இதில் முரண் என்னவென்றால் அம்பு வில்லாளியைத் தேர்வு செய்கிறது. அப்படியான விருப்பத்தோடு மலை உச்சியில் காத்திருக்கிறது. அதுவும் பன்னெடுங்காலமாய். அம்பு எதுவென அறிய ஏங்குகிறது மனம். கவிதை பேசுகிற அம்பை அறிவது கவிதை. அம்பு தனித்து இயங்காது. வில் வேண்டும். வில்லை ஒருவர் இயக்க வேண்டும். மூன்றும் இணைந்தாலும் அம்பு வெளியேறாது. எதை நோக்கி என்ற இலக்குத் தெரிய வேண்டும்.

அம்பு எதை இலக்காக வைக்கிறது? நேரடியாக எதுவும் சுட்டப்படவில்லை. கவிதை மௌனிக்கும் இடத்தில் வாசக மனம்

பேசத் தொடங்குகிறது. அதனால் இது வாசிக்கும் மனத்தின் கவிதையாகிறது. இதிலிருக்கிற படிமம் புரிந்தும் புரியாமலும் இருக்கிறது. படிமம் தேவைப்படுவது தன்னால் முழுதாக அனுபவத்தை உணர்த்த முடியாமல் போனதற்காகத்தான். அங்கே உண்மையைச் சொல்ல முயல்வது மட்டுமே நடக்கும். உண்மை முற்றாக அறியக்கூடியதல்ல.

முதல் அம்பு, மலைஉச்சி, பன்னெடுங்காலமாய் . . . இந்த மூன்றும் எதைச் சொல்ல வருகின்றன? அம்பு செலுத்தப்படுவது ஏன் நிகழ வேண்டும்? யார்மீதும் விரோதமற்ற ஒருவன் யாராக இருக்க முடியும்? கவிதையிலிருக்கும் படிமம் உரையாடலைத் தூண்டுகிறது. நீளும் உரையாடலில் படிமம் காட்சியாகிப் பார்வையில் அதிர்கிறது. படிமம் உருவாக்கும் உணர்தல் வெளியில் கவிதை நெருக்கமாகிறது.

அன்பை, கருணையை வேண்டுகிறது கவிதை. யார்மீதும் விரோதமற்று வாழும் விருப்பத்தைப் பேசுகிறது கவிதை. அப்படியான தருணத்துக்குக் காத்திருக்கும் மனிதன்தான் முதல் அம்போ? மனவினைதான் வில்லாளியோ? ஆக மூன்றும் நிகழ்வது ஒரு இடத்தில் (மனத்தில்). கவிஞன் எப்படியோ இந்த இடத்தைப் பார்த்துவிட்டான். இதுதான் என்று அவனும் முற்றாக அறியவில்லை. இந்த உணர்வை வாசகனுக்குக் கடத்த முயல்கிறான். கவிஞன் பார்த்த இடத்தை நாமும் பார்க்க விழைகிறோம்.

'யார் மீதும் விரோதமற்ற' என்ற வரி கவிதையில் நமக்கான திறப்பு. போரை விளையாட்டாக மாற்ற விரும்புகிறது கவிதை. வாழ்க்கையும் உண்மையும் சந்திக்கும் புள்ளியில் காத்திருக்கிறது முதல் அம்பு. பன்னெடுங்காலமாய் மலையுச்சியில் முதல் அம்பு காத்திருக்கிறது என்று சொல்வதன் வழியாக எதை உணர்த்த முயல்கிறது கவிதை? இந்தக் கேள்விக்கான பதில் முடியாதிருப்பது படிமத்திற்கேயான சிக்கல். இதற்கு முற்றிலும் வேறான ஒன்றையும் வாசகன் சந்திக்கலாம். அம்பு வேறு எதையோ உணர்த்த வருவதாகப் பிடிபட்டால் கவிதை முற்றிலும் மாறிவிடும். அதனால் நவீன கவிதையை வாசகப் பிரதிக்கானது என்கிறோம்.

சுவர்

    சுவருக்கு வெளியில் இருந்து
    சுவர்களைப் பார்த்து இருந்தேன்
    உள்ளும் புறமும் தெரிந்தது

க.வை. பழனிசாமி

பின் சுவரானேன்
உள்ளும் புறமும்
ஒன்றெனத் தெரிந்தது

இப்போது
சுவருக்குள் என்ன இருக்கிறது
என்பதைத்தான்
பார்க்க வேண்டும்

சுவர் தன்னைப் பார்க்கும்போது
சுவர் இல்லாமல் போகிறது

வாசகப் பரப்பில் கவிதை கொள்ளுகிற வடிவம் நிலையானதல்ல. மனம் ஓர் அனுபவத்திற்கு ஆட்படுகிறது. அனுபவ நிகழ்விற்குப் பின் பெருகும் எண்ணம் மனத்தைக் கலைத்துப் போடுகிறது. புறம், அகம் இரண்டும் ஒன்றில் ஒன்று சதா கலந்து புதுவெளியைத் தோற்றுவித்தது. அக்கணம் பிறவிகொண்ட கண் அதைப் பார்த்தபடியே நம்மோடு பேசுகிறது. இது முற்றிலும் அகவயமான நிகழ்வு. கவிஞனுக்குள் நிகழ்வது. அதை அப்படியே வாசகரும் பார்ப்பது சாத்தியமன்று. அந்த உணர்வைத் தர கவிஞன் முயல்கிறான்.

கவிதையை வாசிக்கும்போது சுவர் என்ற சொல்மீது மனம் கவிகிறது. பழக்கமான அர்த்தத்தில் இந்தச் சொல் பயன்படுத்தப்படவில்லை. அக்கறையாக வாசிக்கும் எவருக்கும் அது விளங்கிவிடும். கவிதையில் பல இடங்களில் விரவியிருக்கும் இச்சொல் கவிதையின் இறுதியில் இல்லாமலும் போகிறது. கவிதையின் வார்த்தைகள் கட்டமைக்கிற உள் நிகழ்வுகளால் சுவர் என்ற வார்த்தை உருவம்மாறி உருவம்மாறி இறுதியில் இல்லாதும் போகிறது. இந்த நிகழ்வே இங்கு கவிதை. தனக்குள் நிகழ்ந்த அனுபவத்தைப் பேசுகிறது கவிதை. முற்றிலும் உணர்தல் தளத்தில் உரையாடலை நிகழ்த்துகிறது.

சுவர் இருக்கிறது. வெளியிலிருந்து அதை ஒருவன் பார்க்கிற போது உள்ளும் புறமும் தோற்றம்கொள்கிறது. ஆக உள்ளும் புறமும் சுவரால் காட்சியாகிறது.

பார்க்கும் அவனே சுவராகிறபோது உள்ளும் புறமும் ஒன்றெனத் தெரிகிறது. சுவர் அங்கு வருவதற்கு முன்பு இருந்த நிலைதான் அது.

சுவர் தன்னைப் பார்க்கிறபோது சுவரும் இல்லாமல் போகிறது. பார்ப்பவனையும் பார்க்கப்படும் பொருளையும் அழித்து இரண்டையும் பார்க்கும் ஒன்றைச் சமைக்கிறது கவிதை. அப்போது பார்த்தல் என்ற வினை மட்டுமே இருக்கிறது.

சுவர் என்ற சொல்லுக்குக் கொள்கிற வேறுவேறு அர்த்தங்கள் இந்தக் கவிதையைப் புதுப்புது வடிவில் காட்டும். சுவரை 'நான்' ஆகப் பார்ப்பதோ அல்லது பிரக்ஞைக்கு வெளியே பார்ப்பதோ நிகழ்ந்தால் கவிதைமீது வேறு வண்ணம் படியும். புதிய உரையாடலும் நிகழும். 'பறக்கும் பறவையில் பறக்காதிருப்பது எது?' என்று கேட்டுவிட்டு நகர்ந்துவிடுவார் ஆனந்த். பற்றி எரியும் மனத்தை அணைக்க நீர் தேடி அலைவோம்.

சிறு பறவை அழைத்துவரும் மேகம்

அதோ
அந்தச் சிறு பறவை
அழைத்துவரும் மேகம்
தண்ணென என்னை நிறைக்கையில்
நான்
இல்லாது போவேன்
என் சட்டையை நீ எடுத்துக்கொள்ளலாம்
நீ என் செருப்பை எடுத்துக்கொள்.
என் சுவாச கோளங்களை
மேகம் நிறைக்கையில்
கணிதங்கள் அற்றுப் போகும்
அதன் பின்
என்னைப் பற்றி
ஏதேனும்
அறிய வேண்டுமாயின்
அந்தச் சிறு பறவையை
அழைத்துக்
கேள்.

ஆனந்த் சுட்டும் 'சிறு பறவை அழைத்துவரும் மேகம்' உணர்தல் தளத்தில் வசீகர அழகில் நின்று நம்மை அலைக்கழிக்கிறது. சிறு பறவை எது? அது அழைத்து வரும் மேகம் எனச் சுட்டப்படுவது மேகம்தானா? வாசிப்பில் தெறிக்கும் இந்தக் கேள்வி ஒரு உணர்வெளியைத் தோற்றுவிக்கிறது. அந்த உணர்வெளியில் உள்ள மனிதன் முந்தைய உலகத்தோடு தொடர்பில்லாதவன். அந்த நேரம் பிறந்தவன். தற்கண மனிதன். அதனால் அது 'தண்ணென என்னை நிறைக்கையில்/ நான்/ இல்லாது போவேன்' என்கிறது கவிதை. தண்ணென என்ற சொல்லின் குளிர்ச்சி வாசிக்கிற மனத்திலும் இறங்குகிறது.

செருப்பு, சட்டை எல்லாமும் அன்றாட வாழ்க்கையின் குறியீடுகள். நிகழ் உலகிலிருந்து அந்த நேர மனஉடல் துண்டித்துக் கொள்கிறது. புதிதாகப் பிறந்த உடலுக்கு அந்தக் கணப் பிரக்ஞை மட்டும் உண்டு. எனவே,

என்னைப் பற்றி
ஏதேனும்
அறிய வேண்டுமாயின்
அந்தச் சிறு பறவையை
அழைத்துக்
கேள்.

எனக் கவிதை முடிகிறது. இது என் வாசிப்பில் கிட்டுவது. மூலக் கவிதையோடு இதற்குள்ள உறவு நான் அறியாதது. வாசகப் பரப்பில் இக்கவிதை கொள்ளும் வடிவம் நிலையானதாக எப்படி இருக்க முடியும்? மனம் ஓர் அனுபவத்திற்கு ஆட்படுகிறது. அனுபவ நிகழ்விற்குப் பின் பெருகும் எண்ணம் மனத்தைக் கலைத்துப்போடுகிறது. புறம், அகம் இரண்டும் ஒன்றில் ஒன்று சதா கலந்து புதுவெளியைத் தோற்றுவித்து அக்கணம் பிறவிகொண்ட கண் அதைப் பார்த்து நம்மோடு பேசுகிறது. இந்த இடம் கவிஞன் மட்டும் பார்த்த இடம் என்பதை மீண்டும் கவனப்படுத்திக்கொள்ள வேண்டும்.

சுகுமாரன்:
கவிதைகள் மீட்டும் தனித்த ராகங்கள்

கவிதைக்குத் தெளிவான விளக்கங்களை வழங்குவது அதன் சுயத்தை அழிப்பதாகும். அதை வாசகனின் உணர்தல் தளத்துக்கு நகர்த்துவதே நாம் செய்யக் கூடிய காரியம். கவிதையில் காட்சியாகும் எதன் பிம்பத்தின் பின்னாலும் கூடவே காட்சியாகின்றன எண்ணற்ற பிம்பங்கள். ஒரு பிம்பத்தோடும் இணையலாம் அல்லது

க.வை. பழனிசாமி

வார்த்தைகளின் விளிம்புதாண்டி அலைகின்ற பிம்பங்களில் எதை வேண்டுமானாலும் தனக்கானதாக எடுத்துக்கொள்ளலாம். கவிதை எப்போதும் வாசகனுக்கானது. படைத்த நொடியில் அது கவிஞனிடமிருந்து விடைபெற்றுக்கொள்கிறது. அதன் ஜீவிதம் வாசகத் தீண்டலில் இருக்கிறது. கவிதை புட்டிப்பால் அல்ல யாரும் புகட்ட. முலைக்காம்பிலிருந்து பீறிடும் சுயம் அது. கைபுனையாத இயற்கை ஊற்று. தனதான அந்தரங்கத்தைக் கவிதையே தீவிர வாசகருக்குக் காட்டிவிடும்.

சாத்தியங்கள்

கிளையிலிருந்து உதிரும்
இலையின் முனகல் புரியுமா ?
எனில்
மரத்தின் வரலாறு தெரியும் உனக்கு

சிறகிலிருந்து பிரியும்
இறகின் அலைச்சல் அகப்படுமா ?
எனில்
பறவையின் சுதந்திரம் வசப்படும் உனக்கு

மேகத்திலிருந்து விலகும்
துளியின் நீர்மை உணரக் கூடுமா ?
எனில்
நதியின் ஜாதகம் சாத்தியம் உனக்கு

சொல்லிலிருந்து வெளியேறும்
மௌனத்தின் குரல் கேட்கலாகுமா ?
எனில்
கவிதையின் ஜீவிதம் புரியும் உனக்கு

கவிதை உணர்தல்வெளிக்கு வாசகனை நகர்த்திவிட்டு மௌனமாகிவிடுகிறது. இதில் அவர் சுட்டும் வினைகள் யாவும் மனித வினைகளல்ல. மரம், பறவை, நதி, இலை, இறகு, துளி எல்லாமும் மனித அனுபவங்களுக்கு வெளியே உள்ளன. இலையின் முனகலை ஒருபோதும் கேட்க முடியாது. கிளையிலிருந்து உதிரும் இலையின்மீது மனம் சாய்க்க முடியும். அப்படித்தான் இறகின் அலைச்சல். துளியின் நீர்மை. இவை நமது மொழிக்குள் வராதவை. ஆனால் உணர்தல் வெளியில் சாத்தியம். மொழியை ஒதுக்கிவிட்டுப் பழக்கமான அனுபவங்களையும் துறந்துவிட்டு வாசகரைப் புதிய இடத்தில் பிடித்து நிறுத்தி அந்த இடத்திலிருந்து எல்லாவற்றையும் பார்க்கத் தூண்டுகிறது. அப்படியான அனுபவத் திற்கு ஆட்படுகிற மனத்தால் சொல்லிலிருந்து வெளியேறும் மௌனத்தைக் கேட்டுவிட முடியும். பழக்கமான மொழியின் உரையாடலைத் தவிர்த்துவிட்டுக் கவிதைக்குள் அப்போது

பிறக்கிற புதிய மொழியின் வழியாக எல்லாவற்றையும் பார்க்க வைக்கிறது கவிதை.

○

கவிதையின் பேரழகு எது என்று கேட்டால் சட்டெனத் தோன்றுவது இதுதான். காணும் எல்லாவற்றின் மீதிருக்கும் பெயரையும் ஒரு கணம் அழித்து மொழியற்ற வெளியில் சற்றே நிறுத்திப் பார்க்கத் தூண்டும் அதன் ஆற்றல். சு.ரா.வின் 'சிதறும் கண்ணாடிகள்', தேவதச்சனின் 'பின்தொடரல்' கவிதைகளில் வருகிற வண்ணத்துப்பூச்சிகள் மொழிக்குள் ஏது? கவிதைக்குள் பிறக்கிற புத்துயிர்கள்தானே. இது கவிதைக்குள் பிறக்கிற மொழியின் எந்தச் சொல்லுக்கும் பொருந்தும். கவிதை வாசிப்பு மொழியின் பழக்கத்திலிருந்து வாசகரை விடுவிப்பதுதான். அதனால்தான் மொழியின் வாசிப்பிலிருந்து கவிதையைப் புரிந்துகொள்ள முடிவதில்லை. கவிதை புரியவில்லை என்று சொல்வதும் இதன் தொடர்பானதே. சொற்களில் சிக்கிக்கொள்கிற கவிதையாக்க முயற்சி கவிதை ஆவதில்லை. சுகுமாரனின் 'அறைவனம்' கவிதையின் மெய்ச்சாற்றை மனத்தில் நிரப்பிக் குதூகலிக்கிறது.

அறைவனம்

    பிறகு விசாரித்தபோது தெரியவந்தது
    அது கானகத்துப் பறவையாம்
    அடிக்கடி தென்படாதாம்
    அபூர்வமாம்

    எப்படியோ
    அறைக்குள் வந்து சிறகு விரித்தது

    அலமாரியில் தொற்றி
    அது யோசித்தபோது
    புத்தகங்கள் மக்கி மரங்கள் தழைத்தன

    நீர்ப்பானை மேல் அமர்ந்து
    சிறகு உலர்த்தியபோது
    ஊற்று பெருகிக் காட்டாறு புரண்டது

    ஜன்னல் திட்டில் இறங்கி
    தத்தியபோது
    சுவர்கள் கரைந்து காற்றுவெளி படர்ந்தது

    நேர்க்கோடாய் எம்பிக்
    கொத்தியபோது
    கூரை விரிந்து வானம் விரிந்தது

    அறையைப் பறவை
    அந்நியமாய் உணர்ந்ததோ
    பறவையை அறை
    ஆக்கிரமிப்பாய் உணர்ந்ததோ?

க.வை. பழனிசாமி

என்னவோ நடந்த ஏதோ நொடியில்
வந்த வழியே பறந்தது பறவை
அது
திரும்பிய வழியில் திரும்பிப் போனது
அதுவரை அறைக்குள்
வாழ்ந்த கானகம்.

அந்த நேரத்து மனம்தான் இந்தக் கவிதையை எழுதியது. வாசகனும் அப்படி பிறக்காமல் கவிதைக்குள் நுழைய முடியாது. இந்த மாயங்களை நிகழ்த்தும் பறவை வெளியில் ஏது? கவிதைக்குள் உயிர்கண்டு உறவாடும் பறவை குறித்து வரும் வரிகளைக் கவனிப்போம்.

அது கானகத்துப் பறவையாம்
அடிக்கடி தென்படாதாம்
அபூர்வமாம்

ஆரம்ப வரிகள் ஓர் அபூர்வப் பறவைமீது மனத்தைக் குவிக்கிறது. மேலுமான வரிகள் மிடாஸ் தீண்டல்போல மாயத்தை நிகழ்த்துகின்றன. மனிதக் கட்டுமானங்களை உதிர்த்து இயற்கையின் பெருவெளியில் நிறுத்தி அறையை வனமாக்கிக் கொண்டாடுகிறது. இது பறவையா அந்த நேர மனமா? இதில் அறை, பறவை, கானகம் எல்லாமும் ஒன்றாவதும் தனித்தனியாவதும் கவிதை நிகழ்வன்றோ! நீங்கள் எங்கிருந்து இந்தக் கவிதையை வாசித்தாலும் அந்த இடம் கணநேரத்தில் கானகமாகிவிடும்.

புத்தகங்கள் மக்கி மரமாவது, ஊற்று பெருகிக் காட்டாறு புரள்வது, சுவர்கள் கரைந்து காற்று வெளிபடர்வது, கூரை விரிந்து வானம் விரிவது எல்லாமும் கவிதைக்குள் பிறக்கும் பறவையால் நிகழ்கிறது. இப்படி ஒரு பறவை ஏன் பிறக்க வேண்டும்? அப்படி ஒரு பறவை நுழையாமல் அறை கானகமாகாது. கவிதை காட்சிப்படுத்துவதைத் தாண்டி உணர்த்த விரும்பும் ஏதோ ஒன்றை அறிய மீண்டும் மீண்டும் வாசிக்கிறோம். கீழே உள்ள வரியில் மனம் நங்கூரமிட்டு நின்றுவிடுகிறது

அது
திரும்பிய வழியில் திரும்பிப் போனது
அதுவரை அறைக்குள்
வாழ்ந்த கானகம்.

பறவையோடு கானகமும் திரும்பிப்போவது பறவையால் நிகழ்கிறது. அந்த மாயப் பறவையைப் பின்தொடர்கிறது வாசக மனம்.

○

கவிதை வாசிப்பு முழுமையாக நிகழலாம்; நிகழாதும் போகலாம். ஒரு சொல், ஒரு வரி, சில வரிகள், முழுக் கவிதை என்று எந்த இடத்திலும் வாசகரை ஈர்த்து மீண்டும் மீண்டும் படிக்கத் தூண்டலாம். அர்த்தமாகும் எதுவும் எல்லை கண்டு நின்றுவிடும். அதனால்தான் கவிதை அர்த்தமாவதைத் துறந்து உணர்தல் நிலைக்கு நகர்த்த சதா முயல்கிறது. வாசகரை உணர்தல் நிலைக்குத் தள்ளிவிட்டுப் பிடிபடாத இடமொன்றில் அலையவிட்டுக் கூடவே பயணிக்கும் அற்புதம் கவிதை. *Mystery*யை வெளிப்படுத்த முயல்வதல்ல கவிதையின் வேலை. *Mystery*க்குள் மூழ்கவைத்து அதன் அடி ஆழத்தில் கிடத்துவது.

உயிரின் ஆகாயம்

மழை பதப்படுத்திய
மண்ணிலிருந்து முளைப்பது போல
உன்
உடலிலிருந்து முளைத்ததும் மலர்ந்தேன்

உனது சரீரம்
எல்லையற்ற நிலம்

காலம் அளந்துவைத்த
மௌனத்திலிருந்து அதிர்வதுபோல
உன்
குரலிலிருந்து ஒலித்ததும் படர்ந்தேன்

உன் சாரீரம்
திசைகளற்ற வெளி

பரஸ்பரம்
தசைகளை ஊடுருவிக் கடந்து
நாம் சேர்ந்தது
உயிரின் ஆகாயம்

அந்த நிலத்தில்
ஒன்று... நூறு... ஒரு கோடி
மஞ்சள் பூக்களின் புன்னகை

அந்த வெளியில்
ஒன்று... இரண்டு... ஒரு நூறு
வயலின்களின் மத்யமாவதி

அந்த ஆகாயத்தில்
ஒன்று... ஆயிரம்... பல கோடி
பட்டுப்பூச்சிகளின் திருவிழா

அப்போது நாம்
பால் வேற்றுமை களைந்த மனம்

அப்போது நேரம்
பொழுதுகளற்ற வேளை

உன் உடலில் என்னையும்
என் உடலில் உன்னையும்
கண்டடைந்த முகூர்த்தம்

கவிதையில் உள்ள வார்த்தைகள் எல்லாமும் நம்மைக் கூட்டிச் சென்று ஒரு இடத்தில் பிடித்து நிறுத்துகிறது. உள்முகப் பயணமும் பயண விளைவும் பிரதானமானது. காட்சியும் காட்சி யாகிற பிம்பங்களும் தருகிற அனுபவம் கவிதை நிகழ்வால் விளைவது. சொற்கள் வெளியேறிய பின் ஒரு கோடி மஞ்சள் பூக்களின் புன்னகையைப் பார்க்கிறோம். ஒரு நூறு வயலின்களின் இசையைக் கேட்கிறோம். அதுவும் மத்யமாவதி ராகம். நிறைவும் பரிபூரணமும் ததும்பிவழிகிற திசைகளற்ற வெளியில். பல கோடிப் பட்டுப்பூச்சிகளின் திருவிழாவைக் காண்கிறோம். எல்லாமும் எங்கே? நிகழும் இடம் எது?

பரஸ்பரம்
தசைகளை ஊடுருவிக் கடந்து
நாம் சேர்ந்தது
உயிரின் ஆகாயம் .... உடல்களைத் துறந்து
முடிவிலியில் சஞ்சரிக்கும் உயிரின் வெளியில்.

உனது சரீரம்
எல்லையற்ற நிலம்

உன் சாரீரம்
திசைகளற்ற வெளி

இந்த இடத்தை அடைந்த உயிரை ஆண், பெண் என்ற விளிம்பில் நிறுத்த முடியுமா? இரு பால் உயிரின் கலப்பை, அதன் ஆனந்த நடனத்தை, இதுவரை சொல்லப்பட்ட அனைத்துப் ‘பால்வெளி’களையும் கடந்து ஒலிக்கிறது கவிதை.

○

கவிதை எப்போதுமே விடையற்ற கேள்விகளை எழுப்பி அந்த இடத்தில் சற்றே நிறுத்தி உணர்வெளியை விரித்தபடியிருக்கும். அந்த இருப்பு வாசிப்பில் போதுமானது. சில நேரங்களில் அத்தோடு நிறுத்தாமல் முடிவற்ற பயணத்தையும் நிகழ்த்தி, வாசகரை அலையவிடும். அந்த அலைதல் போதையாகி வாசிக்கும் வெறி கூடிவிடும். இந்தக் கவிதை அப்படியான அனுபவத்தைத் தருகிறது.

இறந்தவர்களும் இருப்பவர்களும்

வீட்டிலிருந்து
சவத்திடலுக்குப் போகும் பாதை
நேரானது – துடைப்பக்குச்சிபோல

மயானக் கொட்டகையிலிருந்து
வீடு திரும்பும் வழியோ சிக்கலானது –
சீப்பில் சுருண்ட ரோமம்போல

வீடு திரும்பும் வழி
மயிர்ச் சிக்கலாகக் காரணம்
இறந்தவர்கள் மீண்டும்
வாழ்க்கைக்குள் வரக் கூடாது

எனினும்
இறந்தவர்கள் நாமறியாமல்
வீடு திரும்பிக்கொண்டிருக்கிறார்கள்

மரணத்துக்கு முன்பு
பாதியில் நிறுத்திய சதுரங்க ஆட்டத்தை
மறுபடியும் தொடர நிர்ப்பந்திக்கிறார்கள் நம்மை
ஆனால்
நகர்த்தும் காய்கள் கண்ணுக்குத் தெரிவதில்லை

மரணத்துக்கு முன்பு
சுட்டுவிரலை வெட்டி அடையாளம் வைத்த புத்தகத்தை
மறுபடியும் வாசிக்க வற்புறுத்துகிறார்கள் நம்மை
ஆனால்
புரளும் பக்கங்களில் வெண்தாள்ச் சூனியம்

இறப்புக்குப் பிறகும்
வாழ விரும்பும் அவர்கள்
நம்மிடம் சொல்கிறார்கள்
'ஒருமுறையேனும் செத்துப்பார்.'

வாசித்த உடன் கவிதையோடு நெருக்கம் வருகிறது. முதல் இரண்டு பத்திகளும் 'சுட்டுவிரலை வெட்டி அடையாளம் வைத்த புத்தகம்' என்னும் படிமமும் மனத்தில் ஒட்டிக்கொள்கின்றன. துடைப்பக்குச்சி, மயிர்ச்சிக்கல், வெட்டிவைக்கப்பட்ட சுட்டுவிரல் ஆகிய எல்லாமும் மரணத்தை வேறு இடத்திலிருந்து பார்ப்பதாகத் தோன்றுகிறது. அதைத் தெரிந்துகொள்ளும் ஆவல் கூடுகிறது. கவிதையை மீண்டும் மீண்டும் படிக்கிறோம்.

எனினும்
இறந்தவர்கள் நாமறியாமல்
வீடு திரும்பிக்கொண்டிருக்கிறார்கள் ......

இந்த வரிகள் கவிதைக்கான திறப்பாக வாசிப்பில் கூட்டிச் செல்கின்றன. உணர்வெளியில் இருப்பையும் இன்மையையும் கலக்கவிட்டு வாழ்வெளியை வேறு இடத்திலிருந்து பார்க்கத் தூண்டுகிறது. படைப்பாளி ஒரு வித அனுபவத்திலிருந்து எழுதத் தொடங்குகிறான். கவிதை மெல்ல மெல்லப் படைப்பாளியின் அனுபவத்திலிருந்து வெளியேறித் தனக்குள் ஓர் அனுபவத்தை

நிகழ்த்திக் காட்டுகிறது. இதுதான் கவிதை நிகழ்வாகத் தோன்று கிறது. படைப்பாளி இந்த அனுபவத்திற்குத்தான் உண்மை யாக இருக்க வேண்டும். கவிதையில் சுகுமாரன் முற்றிலும் வெளியேறிவிடுகிறார். கவிதை நிகழ்த்திக் காட்ட விரும்புகிற அனுபவத்திற்குத் தன்னை ஒப்புக்கொடுத்துவிடுகிறார். இறந்தவர்கள் இடத்திலிருந்து இருப்பவர்கள் இடத்தைப் பார்க்கிறது கவிதை.

எந்த அனுபவமும் கவிதைக்குள் அப்படியே வருவதில்லை. படைக்கும் அந்த நேரத்தில் நிகழும் அனுபவம் கவிஞனே அறியாதது. அது அந்த நேரத்தில் நிகழ்வது. கவிஞன் அந்த நேரத்திற் கான கருவியாக இருந்தாலே போதுமானது. 'ஒருமுறையேனும் செத்துப்பார்' என்று வாழ்பவன் சொல்வதற்கும் இறந்த பிறகும் வாழ விரும்புகிறவர்கள் சொல்வதற்கும் எவ்வளவு வித்தியாசம் இருக்கிறது.

வாசிக்கும்பொழுது நிகழும் அனுபவம் மீண்டும் மீண்டும் அதே கவிதையை வாசிக்கவும் தூண்டுகிறது. கவிதை தருகிற மரண அனுபவம் வாழ்பவனுக்கும் இறந்தவர்களுக்கும் ஒரே நேரத்தில் நிகழ்கிறது. நிகழ் உலகில் சாத்தியமில்லாததைக் கவிதை சாத்தியமாக்குகிறது. இறந்தவர்களையும் இருப்பவர்களையும் சந்திக்க வைக்கிறது கவிதை. பாதியில் நிறுத்திய சதுரங்க ஆட்டம், அடையாளம் வைத்த புத்தகம் எல்லாமும் கூடவே வந்த இறந்தவர்களை நோக்கி நகரும்போது மனம் சந்திக்கும் வெற்றிடத்தைக் கவிதை வேறு பொருள்கொண்டு நிரப்புகிறது. அது இன்னதென்று சுட்டுவது கவிதையின் அழகியலைச் சிதைத்து விடும். உணர்தலுக்கு மட்டுமே சாத்தியமான இடங்களால் நிரம்பி வழிகிறது கவிதை.

○

கவிதையை வாசித்த உடன் மனத்தில் பிறக்கிற நிறைவு எதைச் சுட்டுகிறது? முன் நிரம்பாத வெற்றிடத்தை வாசிப்பு ஏதோ ஒருவகையில் இட்டு நிரப்பியதைத்தானே உணர்கிறோம். மனத்தில் இப்படி எண்ணற்ற வெற்றிடங்கள். இந்த வெற்றிடங்கள் பழக்கமான வெற்றிடங்கள் அல்ல. குழந்தையின் மனம் வெற்றிடத்தால் நிரம்பியது. எந்த ஒன்றும் அதற்குப் புதியது. தேவதச்சனின் கவிதையில் வருவதுபோல இன்னும் தாதி கழுவாத குழந்தைக்கு ஏது பழைய சட்டை, ஏது பழைய வீடு? எல்லாம் புதியது. ஆனால் வளர்ந்த மனிதனிடம் தாதி கழுவாத குழந்தையிடம் உள்ளதுபோன்ற வெற்றிடம் கிடையாது. ஆனால் வேறுவகையான வெற்றிடம் உண்டு. நிரந்தரமாக எதையும் வைத்துக்கொள்ளாததால் விளைகிற வெற்றிடம். இந்த வகையான

வெற்றிடம் அவ்வப்போது தோன்றி மறையக்கூடியது. கலையின் ஆகச் சிறந்த பணியே இந்த வெற்றிடங்களை நிரப்புவதும் காலி செய்வதும் மீண்டும் நிரப்பிக் காலி செய்வதுமே. இந்தத் தொடர் நிகழ்வில்தான் கலை இலக்கியம் புதுப்பிக்கப்பட்டுக்கொண்டு இருக்கிறது. சுகுமாரனின் இந்தக் கவிதை இப்படியான இடத்திற்கு நம்மை நகர்த்துகிறது.

பிறகு
நிகழும் பொழுதுகளைவிடவும்
சில சமயங்களில்
அற்புதமானவை பின்நிகழ்வுகள்

குழந்தையின் முத்தத்தைவிட
அற்புதம்
கன்னத்தில் தேங்கும் எச்சில் குளிர்

மழையின் நீர்மையைவிட
அற்புதம்
இலைகள் பெய்யும் மீதித் துளிகள்

சங்கீதத்தின் சுழிப்பைவிட
அற்புதம்
மௌனத்தில் அதிரும் நாதமிச்சம்

உயிர் கலந்த ஆரவாரத்தைவிட
அற்புதம்
பகிர்ந்த உடல்களின் மோக அமைதி

பின்நிகழ்வுகள் என்ற சொல்தான் கவிதையில் வினைப்படுகிற இடம். நிகழ்வுகளால் ஆன நமது அனுபவங்களைச் சற்றே வெளியேற்றிவிட்டுக் கவிதைக்குள் நிகழ்கிற அனுபவத்தைச் சந்திக்கவைக்கிறது. நிகழ்வின் தொடர்ச்சி அல்ல. பின் நிகழ்வுகள். அனுபவ நீட்சி அல்ல. புதிதாக ஓர் அனுபவத்தைத் தருவது. இது முற்றிலும் கவிதையால் நிகழ்கிறது. எச்சில் குளிர், மீதித் துளிகள், நாதமிச்சம், மோக அமைதி ... இந்தச் சொற்களால் கிட்டும் உணர்தல் கவிதை நிகழ்வில் மனம் கரைகிறபோது கிட்டுவது. கவிதை தேர்ந்த வாசிப்புக்கு வாசகனை இட்டுச் செல்கிறது. 'நாதமிச்சம்' என்ற சொல்மீது பொருள்கொள்ளும் சாத்தியம் இல்லை. ஆனால் கவிதை முழுவதிலும் இந்தச் சொல் பட்டுத் தெறிக்கிறபோது நிற்காத நாதமழையில் நனைகிறோம்.

க. மோகனரங்கன்:
மோகனரங்கனின் மீகாமம்

கவிதை குறித்துப் பேசுவதைவிடக் கவிதையை வாசித்து வாசித்து அறிவது மேலானது. கவிதையை எது தீர்மானிக்கிறது அல்லது கொண்டாடுகிறது? அந்த நேரம் ஜனிக்கிற மனம்தான். ஒவ்வொரு மனமும் வேறுவேறுதானே. வேறு வேறு மனம் வேறு வேறு கவிதைகளைப் பேசுவது இயற்கை.

ஆனால் எல்லாரும் ஏன் சில குறிப்பிட்ட கவிதைகளைப் பற்றிப் பேசுகிறார்கள். அப்படி அங்கே என்ன நிகழ்கிறது? கேள்விக்குப் பதிலை அறிவதைவிட உணர்தலே சிறந்தது. கவிதைகள் சிலவற்றை வாசிக்கிறபோது அதற்கான பதிலை அவரவர் விரும்புமிடத்தில் சந்தித்துவிடலாம். கவிதையைக் கவிதைக்குள்தான் சந்திக்க முடியும்; சந்திக்க வேண்டும்.

கவிதையில் கவிதை சொல்லி, பாத்திரங்கள், கவிஞன் என அடிப்படையான மூன்று நிலைகளைப் பார்க்க முடிகிறது. ஒவ்வொரு கவிதைக்குள்ளும் பிறக்கிற கவிதைசொல்லியைக் கவனித்துவிட்டுத்தான் மேலும் பயணிக்கிறோம். ஒவ்வொரு கவிதைசொல்லியும் அந்தந்தக் கவிதைக்காகவே பிறக்கிறான். நமக்காகப் பிறந்து நம்மோடு உரையாடுவதை நினைக்கிறபொழுது வாசிக்கிற கவிதை மனத்திற்கு நெருக்கமாகிறது. கவிதைகுறித்து எழுகிற உரையாடல்கள் எல்லாமும் கவிதையை மேலும் புரிந்துகொள்வதற்குத்தான். மோகனரங்கனின் ‘மீகாமம்’ தொகுப்பின் முதல் கவிதை தீ.

மூடியிருக்கும்
திரைதான்
மூட்டுகிறது
முகத்தைப்
பார்க்கும்
தவிப்பை

இங்கே தவிப்பு தீயாகிறது. திரை என்ற சொல் முகத்திரையாக மட்டும் பொருள் தராமல் வேறாகவும் பார்க்கத் தூண்டுகிறது. மறைக்கப்பட்ட எதுவும் பார்க்கும் ஆவலைத் தூண்டத்தானே செய்யும். ஸ்டாலின் காலத்தில் ரஷ்யா இரும்புத் திரையால் மூடப்பட்டிருந்தது. இப்போதுகூட வட கொரியாவும் சீனாவும் ஏதோ ஒருவகையில் மூடப்பட்டிருக்கின்றன. மறைக்கப்பட்ட எவற்றின் மீதும் அறியும் ஆவல் இருக்கத்தான் செய்யும். அறியா வெளியின் வினைதான் வாழ்வின் புதிர். அதை முன்கூட்டிப் பார்க்கும் முயற்சிதான் அறிவியலும் ஞான வேட்கையும்.

Unknown எனும் பெரும் திரையை விலக்கிப் பார்ப்பதுதான் எல்லாமும். நம்மைத் தூண்டுவது *known* அல்ல, மூடியிருக்கும் திரையான *Unknown*தான். பெண்ணின் முகத்தைப் பார்ப்பதான எளிய பொருள் கொள்வதிலிருந்து விடுவித்து மேலுமான எண்ணற்ற பிரதிகளுக்கான சாத்தியம் இருப்பதால் இது கவிதையாகிறது. கவிதை எண்ணற்ற உணர்வு முடிச்சுகளை வைத்துக்கொண்டு வாசகரை அழைக்கிறது. வாசகர் அதைத் தனது மன அடுக்குகளில் சந்திக்கிறபோது கவிஞன் தோற்றம்கொள்கிறான். பெண்ணின்

முகத்திரையாக எழுதப்பட்டிருந்தால் திரை என்ற சொல்லுக்குப் பொருள் அடர்த்தி கிட்டியிருக்காதல்லவா?

◯

ஒரு முத்தத்தை முன்னிட்டு

மூடிய
கதவுகளின்
அடியில்
தேங்கும்
விளக்கின்
வெளிச்சம்
போல
இரு
விழிகள்
அணைந்த பிறகு
அதிகமாக
மிளிருகிறதுன்
இதழ்கள்

சங்கப் பாடல் ஒன்று நவீன ரிசார்ட் ஒன்றின் அறைக்குள் ஒலிக்கிறதுபோல உணர்கிறோம். மரபின் தொடர்ச்சியும் இன்றின் வாழ்தலும் கலந்திருக்கிறது. கவிதைக்குள் பிறக்கும் நேரம் வெளியில் உள்ள காலத்திலிருந்து துண்டிக்கப்பட்ட காலம். நேற்றும் இன்றும் அல்லது எப்பொழுது வாசித்தாலும் கவிதை அதே நேரத்தை வைத்திருக்கிறது. கவிதைக்குள் காலமேது? கண்களின் இயல்பான செய்கையைத் தனக்கான கவிதைவினையாக மாற்றுகிறார் மோகன். இமைகளை மூடித்தான் அந்த ரஸத்தைப் பருக முடியும். மூடிய/கதவுகளின்/அடியில்/தேங்கும்/விளக்கின்/ வெளிச்சத்தோடு இணைப்பது கவிஞனுக்குள் நிகழ்ந்த ரஸவாதம். இதில் உள்ள காட்சியின் அதிர்வு மற்ற சொற்களைக் கவிதையின் அங்கமாக மாற்றுகிறது. இதில் அணைதல் வெளிச்சமாவது கவிதையில்தான் சாத்தியமாகும். அறையின் வெளிச்சம் கதவின் இடுக்கில் கசிவது இயல்பானது. அதை மூடிய இமைக்கு மடைமாற்றம் செய்வது கவிதையின் கொண்டாட்டம். மொத்தக் கவிதையும் இதழ்கள்மீது வெளிச்சமாகப் படிகிறது.

பற்றியிழுத்துத் துய்த்த இதழ்களில்
சற்றுமுன் நீ சுவைத்த இனிப்புப் பண்டத்தின் மதுரம்

மோகனின் இந்த வரிகளில் நிகழும் shift எவ்வளவு ரம்மிய மாக இருக்கிறது. முத்தம் என்ற ஒரு நிகழ்வை ஓராயிரம் இடங்களிலிருந்து பார்த்துவிட முடிவது காமத்தின் அதீத சக்தி.

◯

தோற்ற மயக்கம்

துள்ளும் மீனுக்கும்
தூண்டில் முள்ளுக்கும்
இடையே எப்போதுமிருப்பது
கை சொடுக்கும் நேரம்தான்;
அதற்குள்
ஓடி முடிகிறது ஒரு நதி
தேங்கி நிறைகிறது ஒரு ஏரி
புரண்டு மடிகிறது ஒரு கடல்
தோன்றி மறைகிறது ஒரு கனவு
வாழ்வென மயங்குகிறது ஒரு நினைவு.

கவிதையின் இயக்கம் 'கை சொடுக்கும் நேரத்தில் இருக்கிறது. நோவா வெடிப்பின் அந்தக் கணமும் கை சொடுக்கும் நேரத்தில்தான் நிகழ்ந்தது. ஒரு கணம் எதையும் தலைகீழாய் மாற்றிவிடும். இந்தக் கவிதையை வாசித்து முடிக்கும்போது கவிதை குறித்தும் ஒரு பார்வை கிடைத்துவிடுகிறது. முன் பழக்கமில்லாத புதிய வேலையைச் சொற்களுக்குத் தருவதுதான் கவிதையாகிறதோ என்று தோன்றியது. அனுபவம் தேர்ந்தெடுக்கும் சொற்கள் அப்போது பிறப்பவை. அதற்கு முந்தைய நேரத்துப் பொருளைச் சுட்ட முடியாது. மீன் மீனாகவோ கடல் கடலாகவோ இருக்க வேண்டிய அவசியமில்லை.

கை சொடுக்கும் நேரத்தில் ஒரு உயிருக்குள் 'ஓடி முடிகிறது ஒரு நதி/தேங்கி நிறைகிறது ஒரு ஏரி/புரண்டு மடிகிறது ஒரு கடல். தோன்றி மறைகிறது ஒரு கனவு/வாழ்வென மயங்குகிறது ஒரு நினைவு.' இப்படியாகச் சொற்களை வினைப்பட வைத்த வரிகளைப் பாருங்கள். 'துள்ளும் மீனுக்கும்/தூண்டில் முள்ளுக்கும்/ இடையே எப்போதுமிருப்பது/ கை சொடுக்கும் நேரம்தான்.' இதில் மிக முக்கியமானது மீனுக்குத் தூண்டில் பற்றிய பிரக்ஞை கிடையாது. துள்ளும் மீனும் தூண்டில் முள்ளும் சந்திக்கலாம்; சந்திக்காமலும் போகலாம். எல்லாம் கை சொடுக்கும் அந்த நேரத்தின் அறியவொண்ணா வினை. இது மீனுக்கான கவிதையா? வாசகனை சற்றே மீனாக்கிப் பார்க்கிறது கவிதை. எந்த ஒரு நிகழ்விற்கும் அந்தக் கணத்துக்கு முந்தைய நேரகால அளவு கை சொடுக்கும் நேரம்தான். வாசிப்பின் மனவினை யில் கவிதை தெறிக்கிறது. கவிதை நிரந்தர முகம் காட்டியபடி வாசகனுக்காகக் காத்திருப்பதில்லை. வாசிப்பில் அந்த நேரத் தூண்டிலில் அகப்படுவது கவிதை. ஆக கவிதை, ஒரு வாசகரின் அந்த நேர முகம்.

○

க.வை. பழனிசாமி

அனுபவம் மனிதவெளி தாண்டிப் பயணிக்கும் சாத்தியம் கவிதையில் நிகழ்ந்தால் அது கவிதையின் ஆகச் சிறந்த பலன். அதன் பயணதூரம்தான் கவிதையின் சக்தி. இந்தப் பயணம் ஒவ்வொரு வாசிப்பிலும் வேறுவேறாக இருக்கிறது. வாசக அனுபவம் அதைத் தீர்மானிக்கிறது. எந்தக் கவிதைக்குள்ளும் வாசகரும் படைப்பாளியும் சேர்ந்து பயணிப்பதில்லை. அதனால்தான் கவிதையில் வாசகப் பிரதிகளுக்கான இடம் அதிகம் இருக்கிறது. இந்தக் கவிதை அப்படியான வாசிப்பைத் தருகிறது.

நிழல்கள் . . .

கோடாரியைத்
தொலைத்த கவலையுடன்
நீர்க்கரையோரம்
நின்றிருந்த
விறகுவெட்டி . . .

அறிந்த கதையாக இப்படித் தொடங்குகிறது கவிதை. கதை கவிதைக்குள் வருகிறபோது எண்ணற்ற மடிப்புகளை உள்ளடக்கி ஒளிர்கிறது. ஒரு நிகழ்வின் வழியாகக் கவிதை தன் உலகையே காட்டிவிடும் அதீத சக்தி கொண்டது. இனி கவிதையின் மற்ற வரிகளைப் பார்ப்போம்.

தன்முன் தோன்றிய
தேவதையை
தங்கம் வெள்ளி இரும்பு என மும்முறையும்
மறுதலித்தான்.
வெட்டிய
மரங்களின் நிழல்கள்
தனது
உறக்கத்தை
உறிஞ்சி
கனவுகளைக்
கலைப்பதால்
விருட்சங்களின்
வேரொடு
சேர்ந்ததன்
நிழல்களையும்
வீழ்த்தும் உபாயம் வேண்டிப்
பணிந்தான்.

பருண்மையான
பொருட்களிடத்து மாத்திரமே
தன் வலிமை பலிதமாகும்
என்றுரைத்த தேவதை,

> ஒவ்வொரு
> வேரை வெட்டும் போதும்
> உன் மனதில் விழுந்த பள்ளம்
> நிறைந்தாலன்றி அந்
> நிழல்கள் நீங்காதெனக் கூறி
> மறைய,
> வினையறுத்தவன்
> விதை தேடி
> விதி சூழ் வனம் புகுந்தான்.

நேற்றைய கதை நிகழ்வை நவீன வாழ்வெளிக்குக் கூட்டி வருகிற முயற்சியால் சொற்கள் எல்லாமும் கவிதைக்கான வினையாகின்றன. ஒவ்வொரு சொல்லும் இணைந்து கவிதையை முழுமையாக்குவதால் தனிச் சொற்கள் யாவிலும் கவிதை ஈரம். விறகு வெட்டி மரம்வெட்டியாவதால் கதை இங்கு கவிதையாகிறது. 'மனதில் விழுந்த பள்ளம்' என்ற வரி உணர்தல் தளத்தில் வாசக மனத்தை முற்றாக ஆக்கிரமிக்கிறது. கவிதையின் கடைசி வரிகளில் காவிய அழகு சுடர்கிறது.

கவிதையை வாசிக்கும்போதிருந்த மனம் வாசித்த பின்பு வேறாவதே கவிதை. பள்ளம் நிறைந்தாலன்றி அந்நிழல்கள் நீங்காது என்கிற இடம் வாசகருக்கான வெளி. இந்த வெளியில் நின்றே வாசகர் கவிதையைத் தனதாக்கிக்கொள்கிறார். இந்தக் கவிதையின் ஆகச் சிறந்த சிறப்பு அதன் இறுதி வரிகள். வினையறுத்தவன்/விதை தேடி/விதி சூழ் வனம் /புகுந்தான்.

கவிதையின் ஆரம்ப வரிகள் நீரில் விழுந்த கோடாரியைத் தேடும் நேற்றின் கதைபோலத் தொடங்குகிறது. வாசித்து முடிக்கும்போது முன்சொல்லிய நீதிகளைப் புறந்தள்ளி மனிதன் அல்லாத வாழ்வெளியில் வாசகனை அலையவிடுகிறது. மனித வினைக்கும் பிரபஞ்ச வினைக்குமான சந்திப்பு கவிதையின் அடர்த்தி. மனித அனுபவம் சிதறுண்டுபோகிறது. மொத்த உயிர்களுக்குமான பூமியைப் பார்க்கத் தூண்டுகிறது. வாசித்துமுடித்தபின்பும் அழிக்க முடியாது கூடவே வரும் வரிகள்...

> பருண்மையான
> பொருட்களிடத்து மாத்திரமே
> தன் வலிமை பலிதமாகும்
> என்றுரைத்த தேவதை....

வாசிப்பில் கவிதை நம்முன் வைக்கும் பேருண்மை, இறை மனிதனுக்கானது மட்டுமல்ல; பெருவெளியும் இறையின் எல்லைதான். இறை என்பது மனிதன் சுட்டும் இறை அல்ல; அது மேலுமானது. மனிதன் எதைத் தனது பலம் எனக் கருதினானோ அதை எள்ளி நகையாடுகிறது கவிதை. கோடாரியைத் தொலைத்த

க.வை. பழனிசாமி

கவலையிருந்தும் தன்முன் தோன்றிய தேவதையிடம் அதை வேண்டி நிற்கவில்லை மரம்வெட்டி. அவனின் இந்தச் செயல்தான் கவிதைமீது கவனம் குவிக்கிறது. 'விதி சூழ் வனம் புகுந்தான்' வரியில் நவீனக் காவியத் தன்மை இருக்கிறது.

❍

பாரதிதாசன் தன் 'எதிர்பாராத முத்தம்' கவிதையில் முத்தங்களின் பன்முகத்தைத் தன்னுடைய மொழியில் சொல்லியிருப்பார். முத்தத்தின் நீட்சியை 'மாமியவள் பால் கறந்து முடிக்க மருமகன் இவனும் முடித்தான் முத்தம்' என்று வரும். முத்தத்தின் கால நீட்சி அப்போது வியக்க வைத்தது. ஆனால் தீரா முத்தத்தில் முத்த வகைகள் மிகவும் நவீனமானவை. கூடவே வாழ்தலின் வெவ்வேறு அழகியலையும் இணைத்துப் பேசும் தற்கண வாழ்வின் கவிதைகள்.

தீரா முத்தம்

நவில்தொறும்
நல்கப் பெறும்
நன்னூல் ஒன்றின்
நயம் போல
உண்ணும் தோறும்
உண்ணும் தோறும்
ஒன்றெனத் தீராது
ஓரோர் சுவை காட்டும்
இப்
பண்புடையாள் மாட்டு
பகிர்ந்துகொள்ளும்
முத்தங்கள்

இலக்கியத்தின் முந்திய சொற்கள் எவ்வளவு அழகாக மீட்டுருவாக்கம் கண்டுள்ளன. முத்த ஈரம்போல சொற்கள் மனத்தில் இறங்குகின்றன. 'நன்னூல் ஒன்றின் நயம்போல' என்ற வரிதான் தீரா முத்தத்தின் இடம் என்பது முன் கேட்டிராத இசை. ஒவ்வொரு முறையும் ஒரு முத்தத்தின் மூலம் நீங்கள் பருகுவது ஒரே கடலின் வெவ்வேறு உப்புகள் என்ற கவிதையின் ஈரம் உலர்வதற்குள் 'தீரா முத்தம்'. நேற்றின் சொற்கள் நவீனமாவதே இவரது எல்லாக் கவிதைகளும். கல்லாதது உலகளவு என்ற கவிதையை மடைமாற்றம் செய்கிறது... 'திரைகடலோடி திரவியம் சேர்த்தவனும் துறை ஒன்றிலே மூழ்கி முத்தெடுத்தவனும் பெற்றது கைநீரளவு எனும் பெருமை உடைத்து இக்காமம்' என்கிற கவிதை. முடிவின்மையின் முதல்படியிலேயே வியக்கவைத்து ஈர்க்கிற சொல்முறை. இரண்டு ஒன்றாவதும் அந்த ஒன்று முடிவிலிக்கு நகர்வதும் கவிதை மொழியால் சாத்தியமாகிறது. நவீனக்

காமத்துப் பால் என்று கொண்டாடுகிறது மனம். ஒன்றெனத் தீராது என்று சொல்வதில் மனம் ஆக்கிக்கொள்ளும் நகர்தல் ஒன்று இருக்கிறது. இந்த நகர்தல் காமத்திற்கு மட்டுமல்ல, வாழ்வின் ஒவ்வொரு கணத்திற்கும் ஆனது.

❍

மஞ்சள் பச்சை சிவப்பு

'மஞ்சள் துணியென வெய்யில் விழுந்து கிடந்த வீதியைக் கடந்து' என்று தொடங்கும் கவிதையில் விரும்பும் பெண்மீதான ஈர்ப்பைக் காலவெளியில் ஒரு கணம் முக்கி எடுக்கிறது கவிதை. 'கடகடத்துப் பாயும் 23 பெட்டி ரயிலில்' என்ற வரியில் இந்த வினை நடந்து முடிகிறது. தேவதச்சனின் ஒரு கவிதை . . .

ஆண்டாள் என் பள்ளித் தோழி
கடவுளையும் பேயையும்
பற்றிய என் விவாதங்களை
ஓயிலாகக்
கேட்டுக்கொண்டிருப்பாள்

என்று தொடங்கும் பாடல் பின் ஒரு வயதில் அவளைச் சந்திக்கிறபோது 'காய்கறிப் பையோடு எந்தப் பக்கம் போவது என்று திரும்பும் ஆண்டாளின் ஓரிரு நரைமுடியில் மிதந்து வருகின்றன நாலைந்து அன்னப் பறவைகள்' என்று முடியும். மோகனின் 'மஞ்சள் பச்சை சிவப்பு' கவிதை இப்படி முடிகிறது.

தறிகெடப் பாயுமென் நினைவில்
நெடுநேரம்
ஆடிக்கொண்டிருந்தது
ஒரு சிவப்புக் கொடியென
அந்தச் சின்னஞ்சிறு உள்ளங்கை

'பிழைபட்ட காலத்தின் நீட்சியாய்' என்று சொல்லிவிட்டு அவளை அவளது மகனோடும் கணவனோடும் பார்க்கிறபோது அச்சிறுவன் சிவந்த உள்ளங்கை தெரிய தாய்க்குக் கை அசைக்கிறான். வேறு வேறு பொருள் தரும் வாழ்வின் வெவ்வேறு தருணங்களை இன்றில் அதிரவிடுகிற வினையே கவிதையாகிறது. உள்ளங்கை சிவப்புக் கொடியாகும் அழகு கவிதையில் சுடரும் வண்ணம். நெடுநேரம் என்ற சொல்மீது கவனம் கூடுகிறது. கவிதையின் ஆகச் சிறந்த பயன் அடையாளங்களைத் துறக்கவைத்து உண்மையின் முன்பு சற்றே பிடித்து நிறுத்துவதாகும். அப்போது நாமும் கவிதையும் உரையாடத் தலைப்படுகிறோம். கவிதையில் ஒரு போதும் கவிஞன் தனக்கான உணவை வைப்பதில்லை.

❍

உயிர்த்தேன்

கொள்வாரில்லை
எனவே,
கொய்வாருமில்லை
கொடியிடை மகளிரின்
கூந்தலாடி உதிரும்
விதியோ
கோயிலுறை
தெய்வங்களின்
நிவேதனமாகிப் பெயரும்
பேறோ
இல்லாதொழியினும்

இதுவரையிலுமான வரிகள் மனிதவெளி அனுபவத்திலிருந்து மட்டுமே பூக்களைப் பார்த்துப் பேசுகின்றன. மகளிரின் கூந்தல் ஏறும் வாய்ப்பில்லை, இறைவனின் இடம் பெயரும் பேறுமில்லை என்கிறபோது பூக்களை மனித எல்லையில் நிறுத்தும் சாதாரணத்தை வாசக வெளிக்கு முதலில் கடத்துகிறது. தேவை இருந்தால்தானே பறிப்பது நிகழும் என்று சொல்லத் தொடங்கும் வரிகள் எங்கே கவிதையாகின்றன அல்லது எப்போது எல்லா வரிகளும் கவிதையின் அங்கமாகின்றன? தொடர்ந்து வரும் வரிகளை வாசிக்கலாம் ...

தன் நீர்மை
குன்றாது,
அன்றன்று அலர்ந்திடும்
கானகத்து
வெண்சிறு பூக்களைச்
சுற்றிப் பறக்கும்
தும்பிகள்,
ஊதிக் குடித்த
மதுவின் மதுரம்
பற்றி
பாடிப் பரவுகின்றன

அனுபவத்தை மனித வெளியிலிருந்து மீட்டு எல்லாவற்றிற்குமான அனுபவமாக மாற்றுகிற நிகழ்வே இங்கே கவிதை. பூக்கள் மனித அடையாளம் தொலைக்கும்போது காலமும் வெளியேறிவிடுகிறது. காலமற்ற காலம் கவிதைக்குள் பிறந்து விடுகிறது. சட்டென்று மனம் தும்பிகளின் உலகத்தில் பிரவேசிக்கத் தொடங்குகிறது. பூக்கள் பூக்களாகப் பார்க்கப்படும் புதிய அனுபவம் ஏனைய பொருள்கள் மீதும் படிந்து புத்துலகம் ஒன்று காட்சியாகிறது. கவிதையின் ஆகச் சிறந்த வரி 'தன் நீர்மை குன்றாது' என்பதாக மனம் சொல்கிறது. மனிதனின்

பார்வையிலிருந்து பூக்களை விடுவிக்கிறது கவிதை. வசிப்பதற்கு முன்பிருந்த உலகம் துண்டிக்கப்பட்டு வாசித்து முடிந்த பின்பு மனம் புதிய உலகைப் பார்க்கத் தொடங்குகிறது. ஒவ்வொரு கவிதைக்குள்ளும் இந்த நிகழ்வு சாத்தியமாகிறபோது கவிதைக்கு மனம் பித்தாகிறது.

❍

'கிறுக்கல்' கவிதை மென்று தீராத அனுபவத்தைத் தொட்டு விடுகிறது. முற்றுப்பெறாத அனுபவம்தான் கவிதைக்கான சிறந்த கச்சாப்பொருள். ஒரு கவிதை தன்னுள் முழுமை காண்பது நவீன கவிதையின் சிறப்பு. அப்படி நிகழும்போது அது தனித்து உயிர்கண்டு வாசகனை ஈர்க்கிறது. வாசகப் பிரதியும் சாத்தியமா கிறது. கீழுள்ள கவிதையில் ஒரு சொல்கூடக் கூடுதலாக இல்லை. அவ்வளவு கச்சிதமாக உருவம் கண்டிருக்கிறது.

தினம் நடக்கும்
தெரு வழியில்
இடிந்த சுவரையொட்டி
நிற்குமந்தப் பழைய காரின்
பின்புறக் கண்ணாடியில்,
கிறுக்கப்பட்டிருந்த பெயர்
கூட்டிப் படிக்க முடியாதபடி
மங்கிவிட்டிருந்தது.

கவிதை சொல்லியின் இந்தக் காட்சிச் சித்தரிப்பை வாழ்வில் பலரும் சந்தித்திருப்போம். இடிந்த சுவர், பழையகார், பின்புறக் கண்ணாடியில் கிறுக்கிய மங்கிய எழுத்து . . . இவை மற்ற வரிகளை வாசிக்கும்போது உடன் வந்து வாழ்வின் பேருண்மையைச் சந்திக்கவைத்துவிடுகின்றன.

எவர் கை எழுத்தோவென
நின்று யோசிக்கும்
நானும்,
நாளை இல்லாமல் போவேன்!
தொட்டெழுதிய
என் உருவும்
எனையறிந்த
எவரொருவர் நினைவிலிருந்தும்
மறையும்.
மிஞ்சும் தூசி
எங்கும் தங்கும்

உலகில் பிறக்கும் எந்த மனிதனும் தனக்குப் பின்னால் தன்னை நினைவில் வைத்திருப்பவர் வாழ்கிறவரைதான் அறியப்படுவான். ஒரு நிழற்படம் சில வீடுகளில் பாதுகாக்கப்பட்டுத் தினமும்

ஆராதனை செய்யப்படலாம். என்றோ ஒருநாள் எதுவோ நடந்து குப்பைக்கு அந்தப் படம் வரும்போது எளிய குப்பையாய்க் கடந்துசெல்வதும் நிகழத்தான் செய்யும். நேற்று இருந்தவன் எப்போதும் நேற்றின் இன்றில் இருப்பது மட்டுமே உண்மை. நேற்றின் இன்று நாளைய இன்றில் ஏது? அதுவும் நினைவிருப்பவர் வாழ்கிறவரைதான். கடைசி இரண்டு வரிகள் கவிதையை மீண்டும் ஆரம்பத்திலிருந்து படிக்கத் தூண்டுகிறது ஏனோ?

❍

கண்ணுறக்கம்

மகன் விளையாடி மறந்துபோன உடைந்த பொம்மை கவிதைக்குள் பெறுகிற படிம உரு வாசக மனத்தை முழுதாகக் கலைத்துப்போட்டுவிடுகிறது. மீகாமம் தொகுப்பின் நட்சத்திரக் கவிதை இதுதான். கவி ஆழத்தின் ஊற்றுநீர்ச் சுவையாக இந்தக் கவிதையை உணர்ந்தேன். 'வைத்திருக்கவும் இடமில்லை/ எடுத்தெறியவும் மனமில்லை' . . . உடைந்த பொம்மைமீதான தாயின் எண்ணங்கள். எளிமையாகத் தொடங்கும் கவிதையோடு வருகிற வாசக மனம் எதிர்பாராத கணமொன்றில் பாறைமீது மோதிச் சிதறுகிறது.

நள்ளிரவில்
தன் கருப்பையில்
குளிர்ந்த உலோகக்
குறடொன்று
நுழைவதாய்க்
கனவுகண்டு
பதறி விழிப்பவள்,
உதிரப் பிசுபிசுப்புடன் கூடிய
உருவற்ற சதைக் குவியலை
உணர்ச்சி ஏதுமற்ற முகத்துடன்
மூடியெடுத்துச் செல்லும்
செவிலியைக் கண்ட
அரை நினைவு......

என்ற வரிகளில் கவிதை உருத் திரள்கிறது. பொம்மை அவளுக்கு வேறொன்றாய் மாறுகிறது. மனம் நினைவின் வேரைத் தீண்டிப் பதறுகிறது. மனம் ஏன் அப்படிப் பதறுகிறது? பொம்மை அவளிடம் வேறு எதையோ நினைவூட்டுகிறது. பூமிக்கு வராத தன் பிள்ளையை அந்த நேரம் நினைக்கத் தூண்டுகிறது.

குளிர்ந்து போகாத
அவளது அடிவயிற்று வெம்மையை
தனது பிளாஸ்டிக் கைகளால்
உணர்ந்தபடி

அந்தக் குழந்தை
முதல் முறையாக
உறங்கத் தொடங்கியது.

உறங்குவது பொம்மைதான்; ஆனால் பொம்மையல்ல. கவிதை ஏன் அழியாதிருக்கிறது? கவிதை அல்லாது வேறு எதில் இவ்வளவு உணர்வோடு பூமிக்கு வராத தன் பிள்ளையைப் பேச முடியும்? கவிதை அவளின் குழந்தையை மட்டும் பேசவில்லை. உடைந்த பொம்மையின் குறியீட்டு மொழியின் விரிதல் தளம் இந்த இறுதி வரியால் விரிந்தபடியிருக்கிறது. மனம் தாயிடமிருந்து விலகி உடைந்த பொம்மைக்கு நகர்வதுதான் கவிதையின் வினை. 'அடிவயிற்று வெம்மையைத் தனது பிளாஸ்டிக் கைகளால் உணர்ந்தபடி...' இந்த வரிக்குப் பொருள் காண்பதல்ல வாசிப்பு. இந்த வரி தருகிற உணர்வில் தோய்வதே வாசிப்பு. இந்தக் கவிதைக்குப் பொருள்கொள்வதிலிருந்து விடுபட்டு வார்த்தைகள் கூட்டிச் சென்று நிறுத்துகிற இடத்தின்மீது பார்வைகொள்வது சிறந்த வாசிப்பாகத் தோன்றுகிறது.

ஷாஅ:

கண்புகாவெளிக்குள் கவிதை

கவிதை எப்போது அசைகிறது? புத்தகத்தில் கவிதை பாறையாகக் கிடக்கிறது. அதற்கான கண் தீண்டாமல் பாறை சிற்பம் ஆகாது. பாறை சிற்பமாக அசைய அதற்கான விரல்கள் வேண்டும். கவிதையும் அப்படித்தான். கவிதையும் வாசகனும் இணைவதால் உயிர்கண்டு உறவாடுகிறது கவிதை.

ஷாஅவின் கவிதைகள் சிறு புள்ளிக்குள் நிகழும் பிரபஞ்ச அலைதல். அதனால் ஒவ்வொரு நகர்வும் கவிதையாகிறது.

காயப் போட்ட துணி எடுக்க
மொட்டை மாடி போனேன்
தூரத்து மலைகள்
என் சட்டையை அணிந்திருந்தன
ஒன்றையும் கழற்றத் தோன்றவில்லை
பேசாமல் தலையைக் கொய்து
மலைமேல் வைத்து
அவசரமாகப் படி இறங்கினேன்

அலுவல் வேலைக்கு
விரல் நுனி போதும்

மொட்டை மாடி ஏறித் துணி எடுத்து வரும் யாருக்கும் இல்லாத பார்வை. காயும் துணி, துணிகளுக்கு இடையில் தெரியும் மலை. அவ்வளவுதான் இவரின் அனுபவம். ஆனால் அனுபவம் கிளைத்துப் பெருக்கும் எண்ண மழையில் சொட்டச் சொட்ட நனைகிற கண நேரத்தில் மலை இவரின் சட்டையைப் போட்டுக்கொள்கிறது. தன் சட்டையை அணிந்திருக்கும் மலைமீது தன் தலையையும் வைத்துத் திரும்புகிறார். இருந்த இடத்திலிருந்தே சற்றே மலையாகித் தாவரம் கலந்து திரும்ப இவரால் முடிகிறது. இன்று இது போதும். மலையாகக் கிடந்து அந்த உணர்வில் திரும்பும் இவருக்கு இனி என்ன வேண்டும்? விரல் நுனியில் தனது வங்கி வேலையைக் கவனித்துக்கொள்கிறார். மனம் பெருவெளியில் அலைந்துகொண்டிருக்கிறது. இவரது விரலில் மூளை உண்டு என்பதை மறந்துவிடாதீர்கள்.

மலை அணியும் சட்டை மாறக்கூடியது. மொட்டை மாடிக்குப் போகும் ஒவ்வொரு முறையும் புதிய சட்டை அணிந்து மலை பார்வைகொள்ளும். கவிதை வாசித்த பிறகு கொடியில் காயும் சட்டையை எடுக்க மொட்டை மாடிக்கு நீங்கள் போகும்போது மலை உங்களின் சட்டையையும் அணிந்திருக்கலாம். கவிதை பொருள்கொள்வதில் இல்லை. மனம் ஆக்கிப் பார்ப்பதில் இருக்கிறது. அப்படியான மனம் ஜனிக்காமல் கவிதைக்குள் போகக் கூடாது. கவிதையை வாசிக்கிறபோது மனத்தின் எண்ணற்ற கண்கள் திறக்க வேண்டும். திறக்கிற கண்களில் ஏதோ ஒரு விழிக்குள் அந்த நேரம் நுழையும் வார்த்தைகள் ஒரு கவிதையைத் தந்து போகும். மொட்டைமாடியில் காய்கிற துணியை எடுக்கப்போகும் எளிய நிகழ்வின்போது அவரது அந்த நேரக்கண் மலையில் அவரது சட்டையப் பார்த்து விடுகிறது. பார்த்தல்தான் கவிதை. ஆனால் பார்த்தலில் எண்ணற்ற அடுக்குகள் உள்ளன. இந்தப் பார்வைதான் தன் தலையைக்

கொய்து மலைமேல் வைக்கிறது. அதனால் மொத்த மலையும் அவராகிவிட முடிகிறது. ஒரு சட்டையைக் கொடுத்து மலையைத் தனதாக்கக் கவிஞனால் முடிகிறது.

○

மீன் கலை

   தூண்டிலில் சிக்கியதும்
   வலையில் அகப்பட்டதும் போக
   சிக்காத மீன்
   பிடிப்பது எப்படியென்று
   ஓடும் நதியைக் கேட்டேன்
   நதி சேரும் கடலைக் கேட்டேன்
   நதியும்
   கடலும்:

   தூண்டில் வேண்டாம்
   வலை வேண்டாம்
   வேண்டுவதெல்லாம்
   மீன்
   அதைச் சூழும்
   நீர்
   மீன் ரகசியம் இது

   சிக்காத மீன் நம் வசமாக வேண்டுமானால் என்ன செய்வது? வலையில், தூண்டிலில் கிடைக்கும் மீன்கள் கொஞ்சம்தானே! எல்லா மீன்களும் வசமாக வேண்டுமானால்? சிக்காத மீன் என்றால் அது இங்கே மீன் அல்ல. வசமாகாத உறவுகளும் அறியவராத எல்லாமும். இந்த எல்லாமும் வசமாக யாது செய்ய? நீயே நீர் ஆகுக என்கிறது கடலும் நதியும். ஆக எல்லாமும் உறவாக, எல்லாமும் என்னுள் இருக்கும் அந்த இடத்திற்கு நான் நகர வேண்டும். அப்போது வலை வேண்டாம். தூண்டில் வேண்டாம். அன்பும் கருணையும் எனது மனவினையாக ஆகும் தருணம் எல்லாமும் எனது உறவுகள்.

   கவிதையை வாசிக்கிற அந்த மனிதன் யார்? எந்த அடையாளமும் அற்றவனே கவிதையின் வாசகராக ஆக முடியும். கவிதை ஆன்மாவின் குரல். ஆன்மா என்ற சொல் நமது தமிழ் மரபிலிருக்கும் பொது உயிர்; மதம் சார்ந்ததல்ல; கலையின் முடிவில்லா விரிதல். வாசிக்கும் ஒவ்வொரு முறையும் புதிதாக மலரும் மலரின் வாசனையைக் கவிதை மட்டுமே தரும். மீன் ரகசியம் என்ற சொற்கள் முடிவில்லாமல் விரிந்து எண்ணற்ற அனுபவங்களில் தோய்த்துத் தோய்த்துப் பரவசப்படுத்துகிறது. வாழ்வின் ரகசியத்தையும் நெருக்கமாக்குகிறது. மீனாகவும்

நீராகவும் மாற்றி மாற்றிக் குதூகலப்படுத்துகிறது. சிக்கும் மீனும் சிக்காத மீனும் எனப்படுவதில் உள்ள இடைவெளியை அவரவர் அனுபவத்திலிருந்து பார்க்க வேண்டும். வாசகருக்கான இடம் கவிதையின் தொடக்க வரிகளில் கிடைத்துவிடுகிறது. கவிதையின் உரு ஒரு சிற்ப அழகில் நம்மோடு உரையாடுகிறது. கவிதையிலிருக்கும் மீன் மீனாக இல்லாமல் வேறு வேறு உருவம் காண்பது இங்கு கவிதை நிகழ்வாகிறது.

○

உதடு படும் வானில்

உதடுபடும் வானில் பல
முத்தம்

மிதந்து போகிற
ஒவ்வொன்றையும்
மலையின் முகடுகள் தடுக்கவில்லை
மரத்தின் கிளைகள் பிரிக்கவில்லை
மறித்து நீ
இடைநிற்காதே

தானாக வந்து தானாகத் தொடுவது
நீயாகவும் இருக்கலாம்

முதல் வாசிப்பின்போது கவிதையின் சில வரிகள் நெருக்கமாக லாம். மீண்டும் மீண்டும் படிக்கும்போது அதன் உள்ளடுக்குகள் துலக்கமாகத் தொடங்குகின்றன. கவிதையின் முதல் வரி மற்ற வரிகளை வாசிக்கத் தூண்டுகிறது. தொலைதூர வானம் உதடு படும் தூரத்து நெருக்கமாகிறது. கவிதைமீது ஆர்வம் வருகிறது. பொருள் தந்து கூட்டிப்போகிற கவிதை அந்த வினையிலிருந்து கொஞ்சம் கொஞ்சமாக விடுபடுகிறபோது கவிதை மேலும் நெருக்கமாகிறது. கவிதைதான் எவ்வளவு அழகு? வார்த்தைகள் புதுப்புதுப் பொருள் கண்டு இயற்கையின் பேரழகை மிடறு நீராக்கி மனத்தில் இறக்கிவிடுகிறது. வாழ்க்கையின் பேருண்மையைச் சட்டெனக் காதோரத்தில் எவ்வளவு நேசத்தோடு சொல்லிப் போகிறது?

எப்போதும் பராமரித்துக்கொள்
மூடிய தருணத்தையும்
மெல்லத்
திறக்கும் அதிர்வையும்

இந்த நான்கு வரிகள் கவிதைக்குள் நாட்டிய அதிர்வுபோல மனத்தில் இறங்குகின்றன. அற்புதத் தருணங்கள் அபூர்வமாகத்தான் கிடைக்கும். கிடைத்த அந்தத் தருண அதிர்வை நிரந்தரமாகத்

க.வை. பழனிசாமி

தக்கவைத்துக்கொள்ள ‘ஏதோ’ செய்ய வேண்டியிருக்கிறது. திறக்கும் அதிர்வை மட்டுமல்ல; மூடிய தருணத்தையும் பராமரித்துக்கொள் என்கிறபோது அந்த ‘ஏதோ’ எல்லாருக்கும் பொதுவானதாக எப்படி இருக்க முடியும்? கீழே வருகிற இறுதி வரிகள் அதைப் பேசுகின்றன:

முத்தங்கள் சூழ்ந்த
மலை
தொடும் வானமும்
மரம் தொடும் வானமும்
ஒன்றல்ல
ஒன்றும் அல்ல

மலை தொடும் வானமும் மரம் தொடும் வானமும் ஒன்றல்ல. ஒன்றும் அல்ல. எறும்புக்குள்ள தூரம் அதன் விளிம்பிலிருந்துதானே. மலையுச்சியில் நின்று கைநீட்டும் ஒருவனுக்கும் பள்ளத்தாக்கிலிருந்து கை நீட்டும் ஒருவனுக்கும் தூர வேறுபாடு உண்டுதானே. கூர்ந்து நோக்கினால் அதுவும் அல்ல. வானம் இதற்கு அப்பாற்பட்டது. அதைத்தான் கவிதை உணர்த்துகிறதோ!

இந்தக் கவிதை அனுபவங்களின் அடர்த்தியிலிருந்து ஒரே நேரத்தில் காட்சியாகத் துடிப்பதாகத் தோன்றுகிறது. அதனால் எண்ணற்ற அடுக்குகளாக வாசிப்பில் மோதுகிறது. ஒரு கவிதை யாக வாசிப்பில் பிடிபட மறுக்கிறது. எண்ணற்ற உணர்வின் முடிச்சுகளைக் கொண்டதாகவே வாசிக்கத் தோன்றுகிறது.

❍

அதுவாக ஆகும் தருணம்

மரத்
துகளென
சிதறிப்
பறக்கிறேன்

மரமில்லாத மரப்
பொந்தாக நிற்கிறது
மனம்

மனதைக் குடைந்துகொண்டிருக்கிறது
மரங்கொத்தி

வாசிக்கும்போது காட்சியாகும் மரங்கொத்தியும் மரமும் கண நேரத்தில் வடிவம் இழக்கின்றன. முடிவில்லாத மனவெளி ஆழத்தை நோக்கிப் பயணிக்கும் மரங்கொத்தியின் அலகில் நாமும் இணைகிறோம். அதுவாக ஆகும் தருணத்தில் எல்லாமும் நிகழும்.

மரங்கொத்தியும் மரமும் வேறொன்றாக ஆகும் தருணம் கவிதைக்கு எண்ணற்ற பிரதிகள். மரங்கொத்தி மரத்தை ஏன் கொத்துகிறது? அதற்கு ஒரு காரணம் இருக்கிறதல்லவா? மனத்தைக் கொத்தும் மரங்கொத்திக்கும் ஒரு காரணம் இருக்குமல்லவா? அவரவர் மரங்கொத்தி நோக்கி நகர்த்துகிறது கவிதை. இதில் வாசக இடம் எள் முனை அளவுகூடக் குறையவில்லை. ஷாஅவின் கவிதைகள் வாசகரை மதிக்கிற கவிதைகள்.

○

போகும் கால் வரும் கால்

வழி எல்லாப் பக்கமும்
போய்க்கொண்டும்
வந்துகொண்டும் இருக்கிறது

கால்கள் யாவும்
போகாமலும்
வராமலும்
நடந்துகொண்டிருக்கின்றன

சொல்லுக்கான பொருளை அழிப்பதும் வேறு பொருள் காணத் தூண்டுவதும் சில நேரங்களில் கவிதையாகிறது. அந்த நேரம் முளைக்கும் கால்கள், அந்த நேரம் திறக்கும் வழிகள். வாசிக்கும்போது மனத்தில் கவிதை இப்படியான பொருள்கொண்டு இறங்குகிறது. பாதை நிரந்தரமான வழியாக இருக்கிறது. அதில் போவதும் வருவதும் நிகழ்ந்தபடியிருக்கிறது. அடுத்த முறை மனத்தின் வேறு அடுக்கிலும் வாசிக்கப்படலாம்.

○

2011 இன் கவிதை

எழுதித் தீர்ந்த பேனா
அனேகம் உண்டு மேசை எங்கும்.
அப்புறப்படுத்தும் முன்
ஒவ்வொன்றையும்
திறந்து பார்க்கிறேன்.
காலம் புகாத வெளியில்
குழியின் ஆழத்தில்
மை தோயாச் சொல்.
சொல்லிருக்கும்வரை
காலியாக இல்லை
பேனா
தீர்ந்து போனாலும்

'மை தோயாச் சொல்'தான் கவிதை முழுவதும் எதிரொலிக்கிறது. இது நாளையும் சொல்வதற்கான சாத்தியங்களை

நினைவுபடுத்துகிறது. கவிதைசொல்லியின் கூற்றிலிருந்தும் கவிதை விடுபட்டு முடிவற்ற அனுபவ வெளிக்கு வாசகரை நகர்த்துகிறது. எழுதாத சொற்களில்தான் எப்போதும் கவிதை இருக்கிறது. இந்தக் கவிதை அதை உரக்கவே பேசுகிறது. 'சொல்லிருக்கும்வரை' இந்தச் சொல்தான் எழுதாச் சொல் மீது கவனம் குவிக்கிறது.

காலம் புகாத வெளியில்
குழியின் ஆழத்தில்
மை தோயாச் சொல்.

இந்த வரிகளில் பேனா மறைந்து பிறக்காத உயிர்களின் அனுபவத்தையும் உணரத் தூண்டுகிறது. சொற்கள் பிறப்பதற்கு முந்திய கணத்திற்கு வாசக மனம் நகர வேண்டும். அந்த நேரம் உணர்வின் தூய உரு மொழி தீண்டாது காட்சியாகும்.

○

அசையாதிருப்பதை
இலையிடம் கற்றேன்

சூரியன் அமர்கிறது
சந்திரன் அமர்கிறது
பனியும்
பல கண்ணும்
எதற்கும் அசைவில்லை

மேல் எத்தனைநிறம் விழுகின்றது
எதுவும் தெரியாமல் படிகிறது தூசி
சிலசமயம்
ஊர்கின்றன பூச்சியும்
எறும்பும்
சிலந்தியோ புழுவோ
வீடு பின்னி வைத்திருப்பதும் உண்டு

சிறு காற்றில் ஆனால்
அசைந்து போகிறது இலை
நானும்

இலைமீது சூரியன், சந்திரன், பனி, கண்கள் எனப் பலவும் விழுந்தாலும் அசையவில்லை இலை என்று நீள்கிறது. அசைநிலை பற்றிய தேடலாய் விரிகிறது. இலையைப் பார்க்கும் கவிஞன் இலையைச் செடியின் அங்கமாகப் பார்க்காமல் இலையின் விளிம்பு தாண்டிய வெளியிலிருந்து மீண்டும் இலைக்கு வருகிறான். இந்தப் பார்வையே இங்கு கவிதையாகிறது.

அசைநிலை இலையின் அசைநிலையா? அசைவது இலை யிலும் இல்லை. காற்றிலும் இல்லை. பார்க்கப்படுவதால்தான் அசைவதும் அசையாதிருப்பதும் நிகழ்கிறது. இலைமீது விழும்

பலவற்றாலும் அசையாத இலை சிறுகாற்றில் அசைகிறது. இலையின் இந்தத் தனித்த வினை வேறு எதையோ சொல்ல வருகிறது. அது வாசகனுக்குள்ள உரிமையின் இடம். தேவதச்சனின் ஆடாத மரத்தைக் காற்று ஒருபோதும் பார்த்ததில்லை என்ற வரியையும் கூடவே அதிரவிடலாம்; அதுவும் இதுவும் வேறு என்றாலும்.

○

அலைபாடல்

புறப்பாடல் ஒன்றைப்
பாடியபடி ஓடிக்கொண்டிருக்கிறது
பேராறு
பருவங்களின் தொடர்வெளியில்
படகோட்டி அசைத்து அசைத்து வரும்
துடுப்போசையில்
நீரின் அகப்பாடல்

அகமும்
புறமும்
நெளியும் அலையில் துள்ளித்
துள்ளுவது
அத்தனையும் உறுமீன் உறுமீன்

'அகமும் புறமும் நெளியும் அலையில் துள்ளித் துள்ளுவது அத்தனையும் உறுமீன் உறுமீன்' என்று முடிகிறது கவிதை. பருவங்களின் தொடர்வெளியில் ஓடும் பேராறு, அதில் போகும் படகோட்டி, துடுப்பின் அசைவு, நீரின் அகப்பாடல் எல்லாமும் எதைப் பேசுகின்றன? இக்கவிதை அகத்தையும் புறத்தையும் ஒவ்வொரு கணமும் கலக்கவிட்டுப் புறஅகம், அகப்புறம் என்றாக்கி மகிழ்கிறது. மனத்தை உடலாகவும் உடலை மனத்தாகவும் மாற்றிப்போடுகிறது. இந்த அதிசய நிகழ்வில் பார்வையில் படுவது எல்லாமும் உறுமீன்கள். அத்தனையும் உண்ணக் கொக்கிற்கு வேண்டும் முடிவிலாப் பெருவயிறு.

○

நான் அதற்கு

என் நிழல்
எனக்குப் புகலிடம் இல்லை
என் உணவு இல்லை
என் ஆடையும் இல்லை
அவ்வளவு ஏன்
அது என் உறுப்பும் இல்லை

க.வை. பழனிசாமி

சதா
வேண்டும் அதற்கு

பொருள் சொல்லிக் கவிதை நம்மை வியக்கவைக்க முடியாது. வாசககரும் கவிதையும் உரையாட வேண்டும். வாசகர், படைப்பாளி இருவரின் அனுபவங்கள் கவிதைக்குள் நிகழும் அனுபவத்தைச் சந்திக்க வேண்டும். கவிதைக்குள் இருக்கும் அனுபவம் அதனுள் நிகழும் நிகழ்வு. இருவரும் உரையாடக் காத்திருக்கிறார்கள். நவீன கவிதை வெறும் சாளரத் திறப்புதான்; பார்வைகொள்வது வாசகனிடம் நிகழ வேண்டும். இந்தக் கவிதை நிஜம், நிழல் இரண்டையும் மோதவிட்டுத் தெறித்து விழுவதைப் பார்க்கத் தூண்டுகிறது. நிஜம் நிழலற்றும் இருக்கவல்லது. நிழல் நிஜம் சார்ந்தது. அது ஒருபோதும் தனித்து இல்லை. நிழலுக்கு நிஜத்தின் இருப்பு தேவை. இந்தச் சார்புத் தன்மையை வாழ்வின் அன்றாடத்தின் மீது திருப்பிவிடுகிறது. மனித உறவு சார்ந்தும் யோசிக்கலாம் அல்லது மனிதவெளி தாண்டியும் கவிதையை நகர்த்தலாம். இப்படியான உரையாடலைச் சங்கப் பாடல்கள் மீது நாம் உரையாடிப் பார்க்கவில்லை. நமக்கு வழங்கப்பட்ட பொழிப்புரை, பதவுரை, கருத்துரை எல்லையிலிருந்தே வாசித்து வருகிறோம்.

பெருந்தேவி:
கவிதையின் இன்னொரு முகம்

சங்ககாலம் தொடங்கி இன்றுவரையிலுமான ஒரு பயணம் கவிதைக்கு உண்டு. பயணத்தின் ஊடாகக் கவிதையில் வளர்ச்சியும் உருமாற்றமும் நிகழ்ந்துள்ளன. உயிர்த்திருக்கும் எதற்குள்ளும் இவ்விரண்டும் இயல்பானவையாம். வரலாறு

க.வை. பழனிசாமி

பேரெல்லையில் செயல்படுவது. வாழ்வின் நுண்ணிய தளங்களை உற்றுநோக்கிப் பதிவிடவல்லது கவிதை. வரலாற்றைவிட மக்களின் வாழ்வை அறிய கவிதை உதவுகிறது. நீண்ட பயணத்தில் கவிதை தனக்குள் சில அனுபவங்களை நிகழ்த்திக் காட்டுகிறது. அது மனிதனின் புற அனுபவம் மட்டுமல்ல, கவிதைக்குள் நிகழ்கிற அனுபவம். இந்த உள் அனுபவங்கள் கவிதையைப் புதுப்பிக்கின்றன. வாழ்வின் சில தருணங்களின்மீது புதிய வெளிச்சத்தைப் படரவிட்டு வாசகனைப் பார்க்கத் தூண்டு கின்றன.

அன்றாடத்தின் அலகுகளைக் கவிதை அப்படியே வைத்துக் கொள்வதில்லை. தனக்கான அலகுகளை உருவாக்கி வாழ்வின் பார்க்காத பக்கங்களையும் சேர்த்து அதிரவிடுகிறது. கவிதை தன் பயணத்தில் நின்று பார்த்த இடங்களைத்தான் கவிஞரின் பெயரைச் சுட்டி அவர் பார்த்ததாகச் சொல்கிறோம். அது கவிஞரின் இடமல்ல, கவிதையின் இடம். இந்த இடங்களில் அது தன்னை மேலும் வளர்த்தெடுக்கிறது. அடையாளம் துறப்பதே கவிதை. இந்த நிகழ்வு கவிதையை வாசகனுக்கு நெருக்கமாக்குகிறது

பார்வை வேறுபடுவதால் கவிதை மேலும் முன்னோக்கி நகர்கிறது. எதிர்க்கவிதை குறித்து பெருந்தேவி ஒரு வாதத்தை முன்வைக்கிறார். வாதத்தை மறுப்பதைவிட அதன்மீது கூடுதலான பார்வைகளைப் பதிவுசெய்யலாம். அதுவே ஆரோக்கியமானது. உண்மையைத் தேடுவது தொடர் நிகழ்வு. ஆனால் இங்கே உண்மை, பிடிபடக்கூடிய ரூபம் அல்ல. உணர்வெளியில் அரூப உருவேறி சதா தோற்ற மயக்கத்தில் வைத்திருக்கிற பிடிபடா முடிவிலி கவிதை.

'உன் சின்ன உலகத்தைத் தாறுமாறாகத்தான் புணர்ந்திருக் கிறாய்' என்ற தொகுப்பில் உள்ள கவிதைகளையும் தனது முந்தைய கவிதைகளையும் எதிர்க்கவிதைகளாகக் கருதலாம் என்கிறார் பெருந்தேவி. எதிர்க்கவிதையே அசலான கவிதை என்பது அவரின் நிலைப்பாடு. அதற்கான சில காரணங்களையும் முன்வைத்து உரையாடுகிறார். 'நவீன கவிதையில் அதிகப்படியாகிவிட்ட படிம, மாயாஜால அலங்காரங்கள், வாக்கு வன்மையைக் கவிதைத் திறமென புஜ வலு காட்டும் போக்கு போன்றவற்றால் வாழ்க்கையிலிருந்து கவிதை அந்நியப்பட்டுப் போனதால் விளைந்த இலக்கிய பாணி அது. தற்காலத் தமிழ் நவீன இலக்கியப் புலத்திலும் பெருவாரியான கவிதைகள் இவ்வகையில் அந்நியப்பட்டு நிற்பதைத் தேர்ந்த வாசகர்களால் உணர முடியும்' என்றும் பதிவிடுகிறார். 'நேரடியான மொழியைக் கையாண்ட

செவ்வியல் செழித்த எந்த ஒரு மொழியிலும் அந்த வழியில் எதிர்க்கவிதை தன்னை வைத்துக்கொள்வதால் அதை நெருக்கமாக உணர்கிறேன்' என்கிறார். நம் சங்கக் கவிதைகளைக் கருதி, 'கவிதையை வேருக்குத் திருப்புதல்' என்ற நிகனோர் பர்ராவின் கரிசனையை நம் மண்ணுக்குமானதாக அவ்வகையிலேயே புரிந்து கொள்வதாகவும் கூறுகிறார். தனது நிலைப்பாட்டை உறுதி செய்கிற வகையில் வாசகப் புரிதலுக்காகக் கவிதை குறித்து நிறைய கவிதைகளை எழுதியுள்ளார். இவர் அளவுக்குக் கவிதை குறித்த கவிதைகளை யாரும் எழுதியதாகத் தெரியவில்லை. கவிதை குறித்த இவரது கருத்துகளையும் கவிதைமீது கொண்டிருக்கும் அக்கறையாக உணர்கிறேன்.

'கவிதையில் அதிகப்படியாகிவிட்ட படிம, மாயாஜால அலங்காரங்கள்' என்று அவர் சொல்வதற்கான இடங்கள் எங்கெல்லாம் இருக்கிறதோ அதை அதற்கு உரியவர்கள் யோசிக்கலாம். ஆனால் அவற்றை முறையாகவும் சரியாகவும் பயன்படுத்துகிறவர்கள் மிக நல்ல கவிதைகளை எழுதுவதை வாசிப்பின் வழியாக நாம் உணர்ந்தே இருக்கிறோம். கவிதை பன்முகத் தன்மையது. அதன் ஒரு பரிமாணமே அசலானது என்று கூறுவது கவிதையின் பல்வேறு வெளிப்பாட்டு உத்தி களைப் புறக்கணிப்பதாகும். அதற்கு அடிப்படையாக அவரது பதிவிலிருந்தே சுட்டுகிறேன். 'கவிதை உருவாகும் கணம், காலத்துக்குக் காலம் மாறிக்கொண்டிருக்கும் அதன் வடிவம், கவிதைக்கும் கவித்துவத்துக்கும் இடையில் ஊடாடும் உறவு, தற்கால வாழ்க்கையைக் கவிதை எதிர்கொள்ளும் விதம், இவை குறித்தெல்லாம் தமிழில் நிறைய பேச வேண்டியிருக்கிறது' என்கிறார். இந்தப் பதிவுகளின்மீது உரையாடத் தொடங்கும்போது மற்ற பார்வைகள் வருவது இயல்பே. கவிதை குறித்த எந்த உரையாடலும் மேலுமான உரையாடலுக்கே இட்டுச் செல்லும். அதற்கு அடிப்படையான காரணம் வாழ்வின் மறைவெளியாகும். வாழ்வின் குழப்பமும் புரியாமையும் கவிதைக்குள்ளும் இருக்கத்தான் செய்யும்; விடையற்ற கேள்விகளைச் சந்திப்பதும் கவிதையின் செயலே.

அன்றாட உரையாடலில் பயன்படுத்துகிற ஒவ்வொரு சொல்லுக்குப் பின்னும் பல சொற்கள் மறைந்திருக்கின்றன. வெளியே சொல்லாத, சொல்ல முடியாத, மொழிக்குள் வராத உணர்வுகளும் உண்டு. ஆழ்மனத்தில் சேகரமாகி மொழியற்று ஓடுகிற நீரோட்டத்தை எப்படி காண்பது அல்லது உணர்வது? ஒவ்வொரு சொல்லும் அந்த நீரோட்டத்தில் பட்டுத் தெறித்தே வெளிவருகின்றன. அதன் பாதிப்பில்லாத சொற்கள் இல்லை. இந்த ஆழ்மறை தளமே கவிதையின் ஊற்று. மனித குலத்தின்

ஒட்டுமொத்த ஆழ்மன நீரோட்டம் ஒரு தேர்ந்த கவிதைக்குள் சிறிதாக அதிரவல்லது. ஒவ்வொரு கவிதைக்குள்ளும் இந்த நீரோட்டத்தின் பாதிப்பைக் காணலாம். அதனால்தான் கவிதைக்கு இத்தனை ஈர்ப்பு; அறிவில் அடைய முடியாத பயணம் கவிதை.

எதிர்க்கவிதை எல்லா அனுபவங்களுக்கும் சாத்தியமாகிற வாய்ப்பில்லை. பலவகையான சொல்முறைகள் தவிர்க்க முடியாதவை. கவிதைக்குள் நிகழ்கிற அனுபவம் வடிவத்தைத் தீர்மானிக்கிறது. அதுசொற்கள் உணர்வேறி வர உந்துகின்றன. ஒரு கவிதை எதிர்க்கவிதைபோலத் தொடங்கினாலும் முடிவதற்குள் பழக்கமான உருவகம் அல்லது படிமம் என்று வேறு ஏதாவது ஒரு உத்திக்குள் பயணப்படுவதையும் தவிர்க்க முடியாது. ஆக எல்லாக் கவிதைகளும் எதிர்க்கவிதையாக இருக்க வேண்டிய அவசியமில்லை. அனுபவ அடர்த்தியும் வடிவத்தைத் தீர்மானிக்கிறது. கூறல் முறைக்கு ஏற்ப அவரவர்களுக்கான வார்ப்பு ஒன்று வசப்படுவது இயல்பே.

பிரமிள், தேவதச்சன் போன்றவர்கள் எதிர்க்கவிதை மறுக்கிற உத்திகளின் வழியாகப் பிரமிக்கத்தக்க பல கவிதைகளைப் படைத்திருக்கிறார்கள். கவிதை யாத்தல் கவிஞர்களிடையே வேறுபடுவது இயல்பானது. எந்த மொழியும் தனது பண்பாட்டுத் தளத்திலிருந்து தனக்கான கூறுமுறையைத் தேர்வுசெய்து கொள்கிறது. அதனால்தான் எப்போதும் கவிதைக்குள்ளிருந்து கவிதையைப் பார்க்க விரும்புகிறேன். ஒவ்வொரு கவிதையும் தனக்கான இலக்கண ஒழுங்கையும் அமைத்துக்கொள்ளும். பொது இலக்கண வரையறைக்குக் கட்டுப்படுவதல்ல நவீனக் கவிதைகள். பெருந்தேவி தனது வடிவ முயற்சி வழியாகச் சிறந்த கவிதைகளைத் தந்திருக்கிறார். கவித்துவம்தான் அடிப்படை. பெருந்தேவியின் இந்தக் கவிதை கொரோனா காலத்தின் கவிதை. நகர முடியாத இருப்பிலிருந்து தனது அனுபவத்தைக் கவிதைக்குள் நிகழ்த்திக் காட்டுகிறார்.

யாராவது சொல்லுங்களேன்

இந்த அறைக்குள்ளேயே
நடந்துகொண்டிருக்கிறேன்
சில நாட்களாக
கதவு சுவராகிவிட்டது
அறைக்கு வெளியே வீடிருக்கிறதா
வெளியே நகரம் இருக்கிறதா
நகரத்தில் கோயில்கள் கடற்கரைகள்
இருக்கின்றனவா

கடல் இன்னும் அலைவீசுகிறதா
தெரியவில்லை
இந்தச் சில நாட்களுக்குள்
சாதாரணமாகச் சில ஆயிரம் பேராவது
இறந்திருக்க வேண்டும்
விபத்து கொலை புற்றுநோய் மாரடைப்பு
எல்லாரும் என்ன ஆனார்கள்
பிணங்கள் என்னாயின
அறைக்குள் என் நடையின்
வேகம் கூடியிருக்கிறது
இப்போது பல மைல்கள்

இதுவரையிலான வரிகள் கொரோனா காலத்தின் தீவிரத் தாக்கத்தை நினைவில் கொண்டுவருகின்றன. ஒட்டுமொத்த மனித பயம் ஒரு குறிப்பிட்ட கால அளவிற்குக் கொஞ்சமும் குறையாமல் மக்களின் வாழ்வெளியை ஆக்கிரமித்திருந்தது. கவிதையின் ஒவ்வொரு வரியும் அதை நினைவூட்டுகின்றன. மறுக்கப்பட்ட புறவெளிமீது மனம் திரும்புகிறது. நகரம் இருக்கிறதா, கோயில் இருக்கிறதா, அலைவீசுகிறதா என்னும் கேள்விகள் சூழல்மீது கவிவது இருப்பின் விளைவே. வேறு ஒரு கவிதையில் கொரோனா சூழலை இப்படி காட்சிப்படுத்துகிறார். இந்தக் கவிதையோடு சேர்த்து அதையும் வாசிக்கலாம்.

ஒரு மருத்துவர் தன் கோட்டைக் கழற்றிவிட்டு
கைகளைக் கழுவுகிறார்
மீண்டும் கழுவுகிறார்
தன் விரல்களையே பார்க்கிறார்
மீண்டும் கழுவுகிறார்.

ஒரு மருத்துவர்வழியாகச் சூழலின் அதீத தாக்கத்தைப் புரிந்துகொள்ளலாம். பிணங்கள் வழியாக அதை மேலும் அடர்த்தியாக்குகிறார். '**காட்சிகள்**' என்ற தலைப்பிட்ட கவிதையில் இவை வருகின்றன.

ஒரு பெரிய குழிக்கு அருகில்
கூடமாய்க் காத்திருக்கின்றன பிணங்கள்
அவசரமாக உள்ளே தள்ளுகிறார்கள்
வாகனத்தில் ஏறுகிறார்கள்
விடப்பட்ட ஒரு பிணம் முணுமுணுக்கிறது
வாகனத்திலிருந்து ஒருவன் திரும்பிப் பார்க்கிறான்
அவன் கண்களுக்கு நுழைகிறது

இந்த வரிகளையும் சேர்த்தே 'யாராவது சொல்லுங்களேன்' கவிதையை வாசிக்க வேண்டும். 'எந்தக் கற்பனையும் அதீதமில்லை' இது ஒரு கவிதையின் தலைப்பு. இந்தத் தலைப்பு இப்போது வாசிக்கிற கவிதைக்குக் கூடுதல் பொருள் சேர்க்கிறது. கவிதையின்

கடைசிவரியை வாசிக்கும்போது இதை மேலும் உணர முடியும். மரணத்தைச் சந்தித்து சந்தித்து வெளியேறிய கணங்கள் மனத்தில் வேரூன்றிக் கிடக்கின்றன. அந்த அனுபவத்தைக் கவிதை பேசுகிறது. படிமம், உருவகம் ஏதுமற்று நேரடித் தன்மையில் சொல்லப்பட்ட இதுவரையிலான வரிகள் உயிரின் தனித்த அனுபவங்களாக வாசிப்பில் மோதுகின்றன. சொற்கள் உணர்வேறி வாசகனைத் தீண்ட அவை போதவில்லை. கவித்துவம், உணர்வின் தீண்டல்தான். கவிதை அந்த இடம் நோக்கி நகரத் தொடங்குகிறது.

> விபத்து கொலை புற்றுநோய் மாரடைப்பு
> எல்லாரும் என்ன ஆனார்கள்
> பிணங்கள் என்னாயின
> அறைக்குள் என் நடையின்
> வேகம் கூடியிருக்கிறது
> இப்போது பல மைல்கள்

இந்த வரிகளுக்கு நெருங்கும்போதே கவிதை அறைக்குள் ளிருந்து வெளியேறத் தொடங்குகிறது. மனம் பல அடுக்குகளில் செயல்படுவதை வாசகர் உணர்கிறார். தீவிரம் கவிதைக்குள் இறங்க முற்படுகிறது. கேள்விகள் விரட்டுகின்றன. மைல்கள் என்ற சொல்லைக் கவனியுங்கள். கவிதையின் பேரழகு இது. பதற்றம் கவிதையின் அனுபவமாக மாறிவிடுகிறது. ஒட்டுமொத்த மரணங்களும் ஓர் உயிரில் இறங்கிப் பாடாய்ப் படுத்துகிறது. சொல்முறை மாறுகிறது. மற்ற வரிகளைக் கவனியுங்கள்.

> ஒரு அடியிலிருந்து
> இன்னொன்றுக்கு
> பறக்கிறேன்
> ஒரு பூச்சிபோல
> கீழே விழுகிறேன்
> செத்துப் பார்க்கிறேன்
> என் பிணத்துக்கு என்ன ஆகுமென
> இப்போது தெரிந்தாக வேண்டும்

கொரோனாவின் தீவிரம், உள்ளிருக்கும் பதற்றம் எல்லாமும் 'இப்போது பல மைல்கள்' என்ற சொற்களின் வழியாக வாசிப்பில் தீண்டுகின்றன. 'பறக்கிறேன் ஒரு பூச்சிபோல' என்று கவிதைக்குள் அப்போது பிறக்கின்ற சொற்கள் கவிதையை வாசகருக்குக் கடத்தி விடுகின்றன. என் பிணத்துக்கு என்ன ஆகுமென உயிருள்ள மனிதனிடமிருந்து எழுகிற கேள்வி எல்லாரையும் ஒரு கணம் பிணமாக்கி நகர்கிறது.

நவீன வாழ்க்கையின் பல தருணங்களைக் கவிதைக்குள் அதிகம் கொண்டு வந்திருப்பவர் என்று பெருந்தேவியைத்தான் சொல்ல முடியும். அவரது கவிதைகள் இன்றைய வாழ்வின்மீதான பார்வையை முன்வைத்து உரையாடுகின்றன. வாழ்வை அவர் சந்திக்கிற இடத்திலிருந்து விரிவான தளத்தில் உரையாடலாம். மொழியைக் கவிதைக்குள் அவர் சந்திக்கிறபோது ஒரு கோபம் இருப்பதை உணர முடிகிறது. அதற்கு அவருக்கு உரிமை இருக்கிறது. 'தமிழ் நவீன இலக்கிய வரலாறு' கவிதையை வாசித்து இதை அறியலாம். 'என்ன நினைக்கிறாய்?' என்ற கவிதையில் முகநூல் குறித்துப் பேசுகிறபோது வருகிற சில வரிகளை கவனித்தால் தெரியும். இதுபோல சுட்ட பல கவிதைகள் உள்ளன. இந்தக் கோபம் அவரது கோபமல்ல; கவிதை நிகழ்வில் தெறிப்பவை. கீழேயுள்ள இரண்டு கவிதைகளில் மனிதனுக்கு வெளியே உள்ள பரந்த வாழ்விடம் மோதுகிறது.

உடைமை

என் லேப்டாப்பில் அமர்கிறது
குட்டிப்பூச்சி
ஒரு கீ–யின் பாதிகூடஇல்லை
லி – லிருந்து ளி – வுக்கு
நடக்கிறதா தத்துகிறதா
அதற்காவது தெரியுமா ?
குந்துமணிக் கண்
முழித்துப் பார்க்கிறது
அதன் பார்வையில்
நான் பொருட்டேயில்லை
என் விரல்நுனியில்
ஒரு நொடி பட்டுத் தாவுகிறது
இந்த உலகமே
அதனுடையதாக நகர்கிறது
நான்தான்
எங்கிருந்தோ வந்து
குந்தியிருக்கிறேன்.

லேப்டாப் மீது ஒரு குட்டிப்பூச்சி உட்காருகிறது. உரிமை யாளருக்கு (உடைமையாளருக்குத்) தாங்க முடியவில்லை. தொடக்க வரிகள் அதை அழகாக உணர்த்துகின்றன. விரல் நுனிபட்டுத் தாவுகிறது. இங்கே மனிதனுக்கு உரிமையாக, உடைமையாக ஒரு லேப்டாப். பூச்சிக்கு? இந்தக் கேள்வியைச் சந்திக்கிறது கவிதை. இந்தக் கவிதையோடு அவரின் இன்னொரு கவிதையையும் வாசித்துவிட்டு உரையாடலாம்.

என் இருப்புக்கென்ன பொருள்?

காலையிலெழுந்து மடிக்கணினியைத் திறந்தால்
நான்கு கட்டெறும்புகள்
ஒரு டஜன் சின்னச் சிவப்பெறும்புகள்
பிள்ளையார் எறும்புகள் ஒரு மூட்டை
கலைந்தோடுகின்றன
சந்தேகமேயில்லை
பிள்ளையார் எறும்புகளின் பொதுக்கூட்டம்
நேற்றிரவு நடந்திருக்கிறது
கணினியின் கீபோர்ட் அருகில்
சிறப்பு அழைப்புப்
பேச்சாளர்களாகக் கட்டெறும்புகள்தாம்
இருந்திருக்க வேண்டும்
அவைதான் தலையுயர்த்தி
வெளிவருகின்றன கம்பீரமாக
எதிரிச் சிவப்பெறும்புகள்
கூட்டத்தில் கலகம் செய்ய வந்திருக்கும்
அயோக்கிய எறும்புகள் அவை
கடித்து வைக்கும்
எனக்குப் பிடிக்காது
பிள்ளயார் எறும்புகள்
பாவம் அப்பாவிகள்
என் கைகளும் கால்களும்
அவற்றுக்காகவே கட்டி வைக்கப்பட்ட
நெடுஞ்சாலைகள் என்றெண்ணி
டோல் கட்டணம் கூடத் தராமல் ஊர்பவை
ஊர்வதைத் தவிர
வேறெதுவும் அறியாதவை
எதற்குக் கூட்டம் நடத்தியிருக்கும் இவை
என்ன தீர்மானங்கள் இயற்றியிருக்கும்
இப்போது
மண்டைக்குள் இவை
நுழைந்துவிட்டன குடைகின்றன
என்னை அழைக்கவில்லை
என் கணினிக்குள் கூட்டம் நடத்தியிருக்கிறார்கள்
என்றால்
என் இருப்புக்கு என்ன பொருள்

இங்கேயும் ஒரு லேப்டாப். பூச்சிக்குப் பதில் எறும்புகள். அதிகமான பயன்பாட்டில் இருக்கும் நவீன கருவியோடு பூச்சிகள், எறும்புகளைச் சந்திப்பது கவிதைமீது ஆர்வத்தைத் தூண்டுகிறது. சமூகம், அரசியல், பொருளாதாரம், அன்றாட நெருக்கடிகள் அல்லது சகமனிதன் என்று சந்திக்கும்போது விவேகமான

புத்தியில், அறிவில், வஞ்சகத்தில் எதிர்கொண்டுவிடுகிறான். இயற்கையை எந்த உபாயத்தாலும் அவனால் வெற்றிகொள்ள முடிவதில்லை. கவிதை இதை நேரடியாகப் பேசவில்லை என்றாலும் வாசகப் பிரதியில் அதுவே பிரதானமாகிறது. நாம் அறியாத இடத்தின் வினைகள் தோற்றம்கொள்கிறபோது இருப்பின் மீதான அச்சம், புரியாமை எல்லாமும் அலைக்கழிக்கின்றன. பூச்சிகளின் உலகத்தில் நாம் இல்லை. ஆனால் நம் உலகத்தில் பூச்சிகள். பிரபஞ்சத்தின் எண்ணிலாப் பொருட்கள், அதன் வெற்றிடம் எல்லாமும் உண்டு. உடைமை, இருப்பு எல்லாமும் மனித மொழிகள் மட்டுமே.

> இந்த உலகமே
> அதனுடையதாக நகர்கிறது
> நான்தான்
> எங்கிருந்தோ வந்து
> குந்தியிருக்கிறேன்' என்ற உணர்தலும்
>
> இப்போது
> மண்டைக்குள் இவை
> நுழைந்துவிட்டன குடைகின்றன

என்ற தவிப்பும் கவிதையைச் சொற்களிலிருந்து விடுவித்து நாம் உணர்ந்திராத இன்னொரு அனுபவத்தில் வெளியேற முடியாமல் பிடித்து நிறுத்துகிறது. சோறு இல்லை என்ற இருப்பின்மீது கோபம் இல்லை. நவீன வாழ்தலில் உச்சபட்ச சாதனையாகக் கருதப்படும் கணினி இவற்றைச் சந்திப்பது கவிதைக்குள் நடக்கும் நிகழ்வு. இந்த உலகமே தன்னுடையதாக நகரும் பூச்சியும், மாநாடு நடத்திவிட்டுச் செல்லும் எறும்புகளும் மனிதன் அல்லாத எல்லாவற்றோடும் ஒரு கணம் நம்மை இணைத்து விலகுகின்றன.

> குந்துமணிக் கண்
> முழித்துப் பார்க்கிறது
> அதன் பார்வையில்
> நான் பொருட்டேயில்லை

'குந்துமணிக் கண்' வசீகரமாய் ஒட்டிக்கொள்கிறது. மீண்டும் கவிதையை வாசிக்கத் தோன்றுகிறது. லேப்டாப் மீதிருக்கும் பூச்சியின் இடத்திற்கு மனம் சற்றே நகர்ந்து குதூகலிக்கிறது. என் லேப்டாப் அப்போது இல்லை. அந்த எண்ணம் எப்படி மறைந்தது? எல்லாம் கவிதை செய்யும் மாயம். வாழ்வின் நிலைகளை, பிரச்சினைகளைத் தத்துவத்தின் வழியாகச் சந்திப்பது நவீன வாழ்தலுக்கான விடையன்று. எது உண்மையோ எது வாழ்வின் நிதர்சனமோ அதை நேரடியாகக் காண்பதே இன்றான வாழ்தலுக்கு உதவுகிறது. நேரடியான சொல்முறை வழியாக

க.வை. பழனிசாமி

கவிதையைத் தான் விரும்புகிற இடத்துக்குப் பெருந்தேவியால் நகர்த்த முடிகிறது.

○

அலகிலா விளையாட்டின் அழிக்கும் கடவுள்

வார விடுமுறை
மதியமாகிவிட்ட காலை
ஒரு நிதானமான இன்ஸ்டண்ட் காப்பி
நேஷனல் ஜியோகிராஃபிக்கில் ஓர் ஓநாய்க் கூட்டம்
மானை வேட்டையாடுகிறது
நேற்று ஒரு நண்பர் வாட்ஸப்பில்
பகிர்ந்த காணொலியில்
பாம்புக் கூட்டமொன்று ஓணானைத் துரத்தியது
வலியவை வாழ என்கிறது இயற்கை
போலச் செய்கிறார்கள் மனிதர்கள்
வசதிக்கு ஆசைக்கு
பொழுதுபோக்காய்க்கூட
சென்ற வருடம் ஒரு பெண்ணை ஐவர்
வன்புணர்ச்சி செய்தார்கள் தில்லியில்
வேலூரிலும் சிலர் அதையே
சென்ற மாதம்
என்ன கொஞ்சம் மாற்றி
கம்பை ஆசனவாய்க்குள் விட்டிருக்கிறார்கள்
பிறகு பெட்ரோல் ஒரு தீக்குச்சி
செத்துவிட்ட அந்தப் பெண் குரங்கு
தெய்வமாகிவிட்டதா என்று தெரியவில்லை
அடுத்த சேனல்

இதுவரையிலுமான கவிதை வரிகள் செய்திபோலத் தோன்றினாலும் இடையே சில பார்வைகளும் வைக்கப்படுகின்றன. எல்லாவற்றையும் பிம்பங்களாகப் பார்த்து நகரும் நவீன வாழ்தலை முன்வைக்கிறது கவிதை.

வார விடுமுறை
மதியமாகிவிட்ட காலை
ஒரு நிதானமான இன்ஸ்டண்ட் காப்பி...

இந்த மூன்றுவரிகள் சமூக நிகழ்வின்மீதான நமது அக்கறை யின் தன்மையைக் காட்டிவிடுகின்றன. மேலுமான வரிகளில் பிம்பங்களின் அதிர்வுகள் கூடுகின்றன. இயற்கை... வசதிக்கு... ஆசைக்கு எனும் வார்த்தைகள்... சேனல் மாறுவது எல்லாமும் செய்திகள் கவிதையாவதற்கு உதவுகின்றன. 'அலகிலா விளையாட்டின் அழிக்கும் கடவுள்' என்ற வரி மொத்தச் செய்திகளையும் உணர்வில் தோயவிடுகிறது.

உள்ளங்கையின் நூறு கிருமிகளோடு
ஒரு துளி டெட்டால் போரிடுகிறது
இந்த டெட்டாலை எனக்குப் பிடித்திருக்கிறது
அதுவும் ஓடி ஓடிக்
கிருமிகளை விழுங்குகிற விதம்
அதுவும் நொடியில்
அலகிலா விளையாட்டின்
அழிக்கும் கடவுள் டெட்டால்தான்
சந்தேகமேயில்லை
சக்திவாய்ந்த அதைத் தவிர
வேறெவரிடத்திலும்
சரணடைவதில் பொருளில்லை

அன்றாடம் நடந்துகொண்டிருக்கும் பெண்கள்மீதான வன்கொடுமைகளை 'ஒரு நிதானமான இன்டஸ்டண்ட் காப்பி' அருந்தியபடிச் செய்திகளாக, பிம்பங்களாகக் கடந்துபோக முடிகிறது. இந்த இடத்தில் பேசும் எல்லாச் சொற்களும் வினைப் படாத வெற்றுச் சொற்களாகத்தான் ஒலிக்கும். இந்த வகையான போலிகளைத் தவிர்த்து அதாவது சொற்களின் ஆரவாரத்தை ஒதுக்கிவைத்துவிட்டு வாசகனை உணர்தல் தளத்திற்கு நகர்த்து கிறது, அதுவும் எளிய பகடியாக. பிம்பத்தைப் பிம்பத்தால் சந்திப்பது கவிதையின் அழகியல். சக்திவாய்ந்த அதைத் தவிர/வேறெவரிடத்திலும்/சரணடைவதில் பொருளில்லை என்ற வரி நிச்சயம் அதன் நேரடி அர்த்தத்தில் நம்மைத் தீண்டவில்லை. ஆனால் பாடாய்ப் படுத்துகிறது.

❍

பெருந்தேவியின் கவிதைகள் சந்திக்கின்ற வாழ்வின் தருணங்கள் வாசிப்பில் மோதுகிறபோது ஒரு நிகழ்வில் எண்ணற்ற நிகழ்வுகள் சேர்ந்துகொள்கின்றன. எந்த ஒரு நிகழ்வும் தனித்து இல்லை. காலில் படுகிற சிறு அடியின் வலி இதுவரையிலுமான வலிகளை யும் கூட்டி வருகிறது. கவிதைக்குள் தோற்றம்கொள்கிற எந்த நிகழ்வும் தனித்து இல்லை. நிகழ்வின் பின்னே எண்ணற்ற நிகழ்வுகளும் சேர்ந்தே இருக்கின்றன. நிகழ்வின் இந்த அடர்த்தி வாசகனின் வாழ்விடம். மேலும் கவிதைக்குள் வருகிற தினசரி புறத்தே சந்திக்கிற அன்றாடம் இல்லை. 'கடைத்தெருவில் குட்டிச்சீதை' என்றொரு கவிதை. இந்தக் கவிதைசொல்லி சந்தித்த நிகழ்வின் அன்றாடம் கரைந்து கவிதையில் என்ன ஆகிறது என்று கவனித்தால் போதும். காலம் மனிதர்கள் எல்லாமும் கரைந்து புதியவெளியை உண்டாக்கிவிடுகிறது. நம்மிடம் இருக்கிற தேக்கத்தை நீக்கிப் புதிய நீரோட்டத்தை ஓடவிடுகிறது.

நம்முடைய மனத்தைப் புதுப்பிப்பதுதான் கவிதையின் நோக்கம். தன் சுயம், பெரும் சுயத்தைத் தொட்டு விரிகிறது.

மனித குலத்திற்கு வளம் சேர்க்கிற நிகழ்வே கவிதை. கவிதையை எந்தப் பெயரிட்டு அழைத்தாலும் கவிதை கவிதைதான். இருந்தாலும் பெருந்தேவி முன்வைத்து உரையாடும் 'எதிர்கவிதை என்றால் என்ன?' என்கிற கவிதைமீது கவனம் செலுத்திவிட்டு 'கடைத்தெருவில் குட்டிச்சீதை' கவிதைக்கு நகரலாம். இந்தக் கவிதை அந்தக் கவிதையை எப்படி சந்திக்கிறது என்பது வாசக சுதந்திரம்.

எதிர்கவிதை என்றால் என்ன?

ஒரு நீள்வட்டத்தின் மனோநிலை
வாழ்வுக்கு முன்னால்
நீ ஆட்டிக் காட்டும்
பூதக் கண்ணாடியைத் திருப்பி வைத்தல்,
அசல் கவித்துவம்,
தட்டுமுட்டுச் சாமான்களில் ஒன்றாகத்
துருப்பிடித்துக் கிடக்கும் கவிதையின்
சக்கரங்களைக் கழற்றி
துடைத்து
கிறீச்சிடாமல் எண்ணெ யிட்டு
ஒரு தள்ளு தள்ளும்போது
சட்டென அது மேலே பறந்து
தன் மூக்கால் உன் மூக்கைக் குத்தும்போது
உன் மூக்குக்குள் ஏற்படும் குறுகுறுப்பு
சமயத்தில் உன் மூக்கிலிருந்து
சிந்தும் ரத்தம்
என் கைக்குட்டையை
உனக்குக் கடன் தருவதில்
ஆட்சேபமில்லை

இந்தக் கவிதை வழியாகப் பெருந்தேவி தனது கவிதை வார்த்தலுக்கு அர்த்தம் சேர்க்கிறார் அல்லது நியாயப்படுத்துகிறார். கவிதையின் சக்தி, அதன் விரிவு, ஆழம் எல்லாமும் கவிதைக்குள் நிகழ்கிற அனுபவம் சார்ந்ததாகும். இந்தக் கவிதையில் அது நேர்த்தியாக நிகழ்ந்திருக்கிறது. ஒரு தருணத்தைப் படைப்பாளி சந்திப்பதற்கும் வாசகன் சந்திப்பதற்கும் நிறைய வேறுபாடுகள் உள்ளன. இந்த வேறுபாடுதான் வாசகப் பிரதிகளின் மையம். கவிதைக்குள் ஒரு அனுபவம் நிகழ்ந்தால் மட்டுமே அது சாத்தியம்.

கடைத்தெருவில் குட்டிச்சீதை

குரங்குப் படைகளும் சீதையும் லட்சுமணனும்
இல்லாமல்
தகர வில்லோடு
ராமன் வேஷமிட்ட குழந்தையைப்
பார்த்தேன் ஒருநாள்

கடைத்தெருவில்.
நீல நிறத்துக்கும்
அட்டை கங்கணத்துக்குமிடையே
சொறிந்துகொண்டிருந்தவனுக்குக்
காசு கொடுத்துவிட்டு
சீதையைப் பற்றிக் கேட்டேன்.
அம்மாவோடு முறுக்கு சுற்றிக்கொண்டிருப்பதாகச்
சொன்னான் அவன்.
அதே வழியில் அடுத்த நாள்
சீதை வேஷமும்
அனுமானும் எதிரே.
மட்கிய பாவாடை கமகமத்தவளிடம்
ராமன் எங்கே என்றேன்.
இஸ்கூலுக்குப் போய்விட்டானாம்.
ராவணனை விசாரித்ததும்
தெரியலை
என்றுவிட்டு நகர்ந்தாள்.
குச்சிமிட்டாய் வாங்கிக்கொண்டிருந்தது
அனுமான் அப்போது.
சீதை இலங்கையை மறந்தேவிட்டாளா
அல்லது
ராவணன் அவர்கள் கதைக்குள்
இன்னும் நுழையவே யில்லையா
என்றெல்லாம் விசாரித்தறிய
வாடா உறுதியோடிருந்தும்
ராவணக் குழந்தையை
இன்றுவரை நான்
பார்க்கவேயில்லை

கவிதையை வாசிக்கும்போது சொல்லப்பட்ட ராமாயணம், பயிற்றுவித்த ராமாயணம் இரண்டும் தெருவில் காட்சியாகிற ராமாயணத்தோடு மோதுகின்றன. அந்த நேரம் பிறந்த ராமாயணத்திற்குப் புதிய உரை ஒன்று நீங்கள் அறியாமலே எழுதப்பட்டுவிடுகிறது. கவிதை வெற்றியடைந்துவிடுகிறது. மனம் கட்டமைத்து வைத்திருக்கும் இதிகாசப் பாத்திரங்கள் குழந்தைகளைச் சந்திக்கும்போது திகைத்து நின்றுவிடுகின்றன. குழந்தைகளின் உலகில் வளர்ந்த மனிதர்கள் கட்டமைக்கும் எந்தப் பாத்திரத்திற்கும் வேலை இல்லை. இதற்கு உதவும் சில வரிகளை மீண்டும் வாசிப்போம்.

சீதையைப் பற்றிக் கேட்டேன்.
அம்மாவோடு முறுக்கு சுற்றிக்கொண்டிருப்பதாகச்
சொன்னான் அவன்.
ராமன் எங்கே என்றேன்.
இஸ்கூலுக்குப் போய்விட்டானாம்.

க.வை. பழனிசாமி

ராவணனை விசாரித்ததும்
தெரியலை
என்றுவிட்டு நகர்ந்தாள்.

குச்சிமிட்டாய் வாங்கிக்கொண்டிருந்தது
அனுமான் அப்போது.

ராவணக் குழந்தையை
இன்றுவரை நான்
பார்க்கவேயில்லை

மேற்படி வரிகளை மீண்டும்மீண்டும் அசைபோடுகிறது மனம். கவிதையின் ஆகச் சிறந்த திறப்பு 'குச்சிமிட்டாய் வாங்கிக் கொண்டிருந்தது/அனுமான் அப்போது'. ராவணன் இல்லாத இடத்தில் அனுமனுக்கு என்ன வேலை என்பதா அல்லது ராவணக் குழந்தை என்பதே ஏது என்பதா? குழந்தைகளின் மனத்தில் இறங்க முடியாத வேஷம் ஒளிர்கிறது. மேலும் குழந்தைகள் ராமாயணத்தில் அனுமனுக்கு வேலை ஏது? பண்பாடு கட்டமைத்த பிம்பங்களைத் தகர்க்கிறது. ராமாயணத்தைக் குழந்தைகளின் மத்தியில் அதிரவிடுகிற நிகழ்வு கவிதையாகிவிடுகிறது.

ராமன் ஸ்கூலுக்குப் போவதும் சீதை முறுக்கு சுற்றுவதும் கூடுதல் கவனம் பெறுகின்றன. கவிதையில் வருகிற ராமாயணம் குழந்தைகளை மையப்படுத்தி ஏன் சொல்லப்படுகிறது? கவிதையின் அழகியல் இங்கேதான் இருக்கிறது. நம்மிடம் நிறைய ராமாயணக் கதைகள் உள்ளன. ஒவ்வொரு பகுதியிலிருந்தும் சொல்லப்படும் ராமாயணம் ஒரே மாதிரியானவை அல்ல. ஆனால் எல்லா ராமாயணக் கதைகள்மீதும் எதிர்வினை ஆற்று கிறது குட்டி ராமாயணம். குழந்தைகள் மத்தியில் ராவணனை ஒருபோதும் கொண்டுவர முடியாதது போலவே அவர்களை ஒருபோதும் தீண்டாததும் மேலும் பலவும் கவிதைக்குள் கூடவே காட்சியாகின்றன.

❍

கவனமாக ஆடு

முதலில் பாட்டி தாத்தாவின் சாவைக்
கேள்விப்படுகிறோம்
பிறகு அம்மா அப்பாக்கள்
பிறகு நண்பர்கள் அவர்கள் குழந்தைகள்
அபூர்வமாக வரிசை மாறுகிறது
ஒருத்தி சொல்கிறாள்
"நம் கிளாஸ்ல அவதான் நல்லா பாடுவா"
ஒருத்தன் சொல்கிறான்

"அவன் உன் பின்னாடியே சுத்தினான் அப்பல்லாம்"
நான் சட்டென்று திரும்பிப் பார்க்கிறேன்
பின்னால் ஒரு நிழல் சுற்றுகிறது
பிரியம் கூடுகிறது
நிழலை நெருங்கும்போது
வயது உறுதிப்படுகிறது
இறந்தவனின் நிழலோடு தட்டாமாலை ஆடும்போது
கீழே விழாதிருப்பது முக்கியம்

தட்டாமாலை ஆடுவதற்கு இருவர் வேண்டும். ஆடிச் சுற்றி ஒருகட்டத்தில் இருவரும் கைவிட்டுக் கீழே விழுந்தும், சுற்றும் இருப்பை அனுபவித்துக்கொண்டாடும் குழந்தைகள். இங்கே நிழலோடு தட்டாமாலை சுற்ற விரும்பும் இடத்திற்கு நகர்வது கவிதை. ஆனால் கவிதை ஒவ்வொரு வரியிலும் ஒரு திறப்பைக் காட்டி ஈர்க்கிறது. சாவில் வயது பார்ப்பது புதிதாக இருக்கிறது. மரணம் பின்னகர்ந்து வயது அதிர்வது உணர்வில் தெறிக்கிறது. ஆனால் கவிதைக்குள் வயதும் மரணமும் சேர்ந்து கொஞ்ச நேரம் தட்டாமாலை ஆடுகிறது. வாசிப்பின் இடையில் வரும் இரண்டு பாத்திரங்கள் அவள், அவன் கவிதையை லகுவாக வாசிக்கவைக்கின்றன. இறுக்கம் இல்லாத வார்ப்பு. இந்த மன நிலை அவளைப் பிரியம் வளர்த்து நிழலை நோக்கி நகர்த்துகிறது. இடையில் வந்து கவிதைசொல்லி உரையாடத் தொடங்குபோது மரணம், வயது கலந்த மயக்கம் தெளிந்து இரண்டும் வேறுவேறாகின்றன. நிகழ் கணத்திற்கு அவள் நகர உதவுகிற வார்த்தைகள் வாசிப்பில் நமக்கானதாகிவிடுகின்றன. பெருந்தேவியின் பெரும்பாலான கவிதைகள் நவீன வாழ்க்கையின் பல தருணங்களைப் பேசுகின்றன. அவரே சொல்கிறார்:

என் வாழ்க்கையிலிருந்துதான்
கவிதை எழுதுகிறேன்
ஆனால் அது
என் வாழ்க்கையைப் பற்றியல்ல
யாராவது
என்னை ஒரு கொதிகலனுக்குள்
கொண்டுபோய் வைத்தால்
அதிலிருந்து எழுதுவேன்

என்கிறார்.

இன்னொரு கவிதையில்...

எதையும்
காப்பாற்றி வைக்க முடியாதபோது
கவிதை கைதூக்கி ஆசிர்வதிக்கிறது
புதிய செல்லாக் காசுகளால்

என்கிறார்.

ஆனால் கவிதை ஒன்றைச் செய்கிறது/ஒரு மன இருளிலிருந்து/ இன்னொரு மன இருளுக்கு/சில சொற்களை/முத்தமிட்டுப் பறக்கவிடுகிறது ...

இதுவும் கவிதை குறித்த அவரது பார்வைதான். இப்படி நிறையப் பதிவுகள் இருக்கின்றன. கவிதை வார்ப்பில் அவரிடம் உறுதியான சில பார்வைகள் உள்ளன. அந்த இடத்திலிருந்தே பெரும்பாலான கவிதைகளை எழுதுகிறார். முழுமையடையாத சில கவிதைகள் அவரது கவிதையின் கச்சாப் பொருட்களை அடையாளம் காட்டிவிடுகின்றன. அவை யாவும் நவீன வாழ்க்கைமீதான பார்வை. அவரது எண்ணம், பார்வை, விருப்பம், கோபம் எனப் பலவற்றையும் சொல்லிவிடுகிறார். அவரது நிறைவடைந்த அல்லது முழுமை கண்ட கவிதைகள் எல்லாமும் கவிதைக்கு இன்னொரு முகத்தை வழங்கிவிடுகின்றன. இப்படியான இடங்களை வென்றவர்கள் அதிகம் இருக்க முடியாது.

மாலதி மைத்ரி:
மொழியைச் சந்திக்கும் போராளி

வேறுமழை

நினைத்த பொழுதெல்லாம் வரும் மழை
வேண்டும் பொழுதெலாம் கிடைக்கும் மழை
சோர்ந்த பொழுதெலாம் பெய்யும் மழை
மகிழ்ந்த பொழுதெலாம் கொட்டும் மழை
மனம் அறியும் மழை
உணரும் மனம் மழை

க.வை. பழனிசாமி

என் சொல்

வெறுப்பின் முகத்தில் மேயும்
பீவண்டு
மூலைப் பூனையின்
நகப்பிறாண்டல்
எரியூட்டியவனைத் தின்ன நீளும்
தீநா
பழித்தீர்ப்பவளின்
குழவிக்கல்
ஆழ்மனக் கழிவுகளகற்றும்
பாதாளச் சுரடு
அரளிவிதை குடித்தவருக்குப் புகட்டும்
சாணிப்பால்
ஆக்கிரமிப்பாளன் விருந்து மேசையில்
அகதியின் மலம்
துளிர்க்கும் கண்ணீரைத் துடைக்கும்
மழலை விரல்
அதற்கு

மாலதி மைத்ரி மனத்தை எவ்வகையில் செப்பமாக்கிக் கவிதையை எதிர்கொள்கிறார் என்பதற்கு இந்தக் கவிதைகள் உதாரணம். பிறகான வாசிப்பில் வரும் எந்தக் கவிதையும் இந்தக் கவிமனத்தில் பட்டே எதிரொலிக்கிறது. மாலதி மைத்ரியின் முழுத் தொகுப்பையும் ஓரளவு படிக்கையில் (யாருடைய கவிதைகளையும் ஓரளவே படித்திருக்கிறோம். புரிந்து முழுதாக வாசித்த கவிதைகள் மேலும் குறைவு. கவிதை வாசிப்பு வாழ்நாள் நிகழ்வு) அவரது படைப்பின் வெற்றியாக இரண்டு அம்சங்களைப் பிரதானமாகச் சொல்லலாம். ஒன்று மொழியை ஆண் மையத்திலிருந்து விடுவிப்பது. மற்றது கவிதையின் தொடர் பயணத்தில் புதிய பரிமாணத்தை உருவாக்குவது. இது ஒரே நேரத்தில் இரண்டு குதிரைகள்மீது சவாரி செய்வதற்கு ஒப்பானது. தன் பேசுபொருளுக்கான மொழியாக மொழி மாறுவது. பிறகு, வாசக வெளியில் எண்ணற்ற பிரதிகளுக்கு இடம் தருகிற நவீனக் கவிதையாகவும் அமைவது. இந்த முயற்சியில் பெருந்தேவியும் மாலதி மைத்ரியும் கவனிக்கத் தக்க வெற்றியைப் பெற்றிருக்கிறார்கள். கவிதைகளை விரிவாகப் பார்க்கிறபோது இந்த அம்சங்களில் அவர்கள் கவனமாக இருந்துள்ளார்கள். மாலதி மைத்ரியின் ஒரு கவிதை:

யானைக் கதை

முன்பு ஒரு நாள் அம்மா சொன்ன
கதைக்குள் இருந்த யானை ஒன்றை
என் அம்மா எனக்குப் பரிசாகக் கொடுத்தாள்

வெகு காலம் கழித்து வெயில் தாளாமல்
யானையுடன் கடலுக்குச் சென்றேன்

மலை மலையாய் அலையெழும்பி
நீருக்குள் புதைத்துப் புரட்டி
கிண்டிக் கிளறி வெளியே என்னைத்
தூக்கி எறிந்தது கடல்
கரைந்து மீந்த பாதித் தும்பிக்கையுடன்

கடலும் வானமும் ஒன்றாகக் கலந்து பிளிறியது
சோகத்துடன் திரும்பினேன்
ஊரே கூடி என்னை வேடிக்கைப் பொருளெனப் பார்க்க
தெருவெல்லாம் அலையலையாய் என் பின்னே
தொடர்ந்து வர
கடலில் கரைந்த ஒற்றை யானைக்கு
ஓராயிரம் தும்பிக்கைகளென
என் மகள் ஊருக்கெல்லாம்
ஒரு கதை சொல்லிச் செல்கிறாள்

ஆச்சரியம். இது அவரது ஆரம்ப காலக் கவிதை. சங்கராபரணி தொகுப்பிலிருக்கிற கவிதை. முழுத்தொகுப்பின் கவிதைகளை வாசிக்கும்போது, சரியாகச் சொன்னால் வாசிக்கத் தொடங்கும்போது அவரிடம் தனித்த பார்வை இருப்பது புலப்படுகிறது. வார்த்தைகளில் படிந்திருக்கும் ஆண் தன்மையைப் பிடுங்கியெறிந்து பெண்ணுக்கான மொழியாக மாற்றுகிறபோது அது பொதுமொழியாக, சம உரிமையுள்ள மொழியாக ஆவது இவரது அழகியல். இந்தக் கவிதையில் வரும் ஊர், வாசிப்பில் ஈர்க்கிறது. பழந்தமிழ்க் கவிதைகளில் வருகிற ஊர்போல அர்த்தம் கூடி ஒலிக்கிறது. கவிதையை வாசித்து முடித்ததும் கண்ணை மூடிச் சற்றே மௌனமாக இருந்தால் போதும். ஆழ்மனத்தில் படைப்பாளிக்குப் பட்டுத் தெறிப்பதுபோல வாசகனிடம் நிகழவும் வாய்ப்புள்ள கவிதை. கவிதைக்குள் அப்போது பிறக்கிற யானைதான் கவிதை நிகழ்வு. சிறுபுலம்பல்கூட இல்லை. எவ்வளவு அழகாக வாழ்க்கையை எதிர்கொள்கிறது. அம்மா பரிசாகக் கொடுக்கும் யானை ஓராயிரம் தும்பிக்கைகள் கொண்ட யானையாக மகளிடம் மீண்டும் பிறவிகொள்வதுதான் ஆகச் சிறந்த வாழ்தல். மகள், ஒரு குறியீடுதான்.

வெகு காலம் கழித்து வெயில் தாளாமல்
யானையுடன் கடலுக்குச் சென்றேன்

இந்த வரிகளில் வருகிற யானை, வெயில், கடல் எல்லாமும் கவிதைக்குள்ளிருந்து பெறுகிற அர்த்தம்தான் மற்ற வரிகளின்மீது புதுப்புது வண்ணங்களைச் சேர்க்கின்றன. நடைமுறையில் சாத்தியமில்லாத காட்சிகள் கவிதைக்குள் மட்டும் சாத்தியம்.

அதை வாசகன் எதிர்ப்பில்லாமல் ஏற்கிற வகையில் அமைப்பதே கவிதை யாத்தல். யானை பலம் என்ற சொல்முறை இங்கே புதுப்பிக்கப்படுவது மொத்த கவிதைக்குள்ளும் எதிரொலிக்க வல்லது. இந்தக் கவிதையோடு சேர்ந்து வாசிக்க மேலும் பல கவிதைகள் உள்ளன. உதாரணத்திற்கு ஒரு கவிதை:

மனக்கடல்

ஆமை தன் முட்டைகளைக் கடற்கரையில்
புதைப்பது போல
கனவுகளைக் காக்கிறேன்
எக்கணமும் தன் கரைகளைப்
புதுப்பிக்கும் நினைவில் கடல்
மூழ்கிவிட்ட மரக்கலம்
ஆழத்தில் சிதைவும் உருக்குலைவும்
வண்ணங்களின் அடையாளங்களை மீறி
யூகங்களுக்கு அப்பால்
நிறத் தோற்றங்களுடன் நீர் வெளி
கருக்கொண்ட மேகமென
கவிந்த இருளுக்குள் நிலம்
கடலின் ஆழ்வெளியில் மலைச்சிகரங்கள் மீது
ஆமைக் குஞ்சுகள் விளையாடும்

எந்த ஒரு கவிதையும் வாசிக்கப்பட்டவுடன் வாசகனுக்குள் தன்வயமாவதற்குக் கால அவகாசம் தேவைப்படுகிறது. உணவை அப்படியே உடல் ஏற்றுக்கொள்வதில்லை. பல படிநிலைகளைக் கடக்க வேண்டியிருக்கிறது. உட்கிரகித்தலுக்கு முந்திய நிலைபோல வினைப்படுகிறது கவிதையும். ஒருமுறை இரு முறையென வாசித்துக் கவிதை உள் கரையக் காத்திருக்க வேண்டும். கொஞ்ச நேரத்தில் நடக்கலாம்; கொஞ்ச காலம்கூட ஆகலாம். காத்திருக்கத்தான் வேண்டும். வாசிப்பின் ஒரு தருணத்தில் கவிதை, ஏதோ ஒரு இடத்தில் திறந்துகொள்ளும். இந்தக் கவிதையின் திறப்பாக, ‘கருக்கொண்ட மேகமென/கவிந்த இருளுக்குள் நிலம்’ என்ற வரிகள் பிடிபட்டதும் கவிதை நெருக்கமாகிவிடுகிறது. கடலும் மனமும் ஒன்றாகி எல்லாமும் நமக்குள் நிகழத் தொடங்கிவிட்டன. இவரது கவிதைக்குள் தோற்றம்கொள்கிற பல பெண்கள் இந்தக் கவிதைக்குள்ளிருந்தே பிறக்கிறார்கள்.

கவிதைக்குள் ஒரு சொல் நகருவதை மட்டும் கவனியுங்கள். சொல் நிகழ்த்தும் நடன அசைவுகள் ஒரு நாடகத்தை நிகழ்த்தி விடுகின்றன. கவிதைக்குள் அப்படி நிகழும். ஒரு நல்ல கவிதை தீராத வாசிப்பில் நுழைவதும் அதனால்தான். திறப்பு கிடைத்ததும் சொற்கள் புதுப்பிக்கப்படுவது நிகழ்ந்தபடியிருக்கும். ‘எக்கணமும் தன் கரைகளைப்/புதுப்பிக்கும் நினைவில் கடல்’ –

இந்த வரியிலிருக்கும் கடல் உருமாற்றம் அடைவது கவிதையில் சாத்தியம். மனம் செப்பமாகிற இடத்தில் நிகழும் வினைகள் எல்லாமும் இந்தக் கவிதைக்குள் இருக்கின்றன. இந்தக் கவிதையை முன்சொன்ன கவிதைகளோடு மீண்டும் வாசித்தால் ஒவ்வொரு கவிதையும் இன்னொரு கவிதையில் பட்டுத் தெறித்து விரிந்தபடிச் செல்வதை உணரலாம்.

❍

பெருந்தேவி ஒரு கவிதையில் 'அலகிலா விளையாட்டின்/அழிக்கும் கடவுள் டெட்டால்தான்' என்கிறார். ஆண் மைய மொழியைச் சந்திக்கிறபோது அதை டெட்டாலில் முக்கி எடுப்பவர்கள் பெருந்தேவியும் மாலதி மைத்ரியும். இந்தக் கவிதையில் வாசிப்பில் பழக்கமான 'ஆயிரத்து ஒரு இரவுகளை' ஆணிடமிருந்து மீட்டு ஆயிரத்து இரு இரவுகளாக மாற்றிவிடுகிறார்.

ஆயிரத்து இரு இரவுகள்

குருட்டு இரவில் கண்களைக் கட்டியபடி
தன் கத்திகளை வீசத் தொடங்குகிறான்
ஆயிரமாயிரம் காதலர்களை
மறைத்து வைத்திருக்குமவள்
வேசியென உமிழ்கிறான்
தலையணை உறைக்குள்ளா
படுக்கை விரிப்பிலா
பாய்ச் சுருளிலா
புத்தக அடுக்கிலா
பரணிலா அஞ்சறைப் பெட்டியிலா
அவனின் பழைய காதலிகள்
இப்படியொரு துரோகம் புரிந்ததில்லை
குற்றச்சாட்டுகளுடன்
திரிக்கப்பட்ட வடமாய் இறுகும் இரவுகள்

மந்திரி மகளின் இடத்தில் பெருந்தேவி அமர்ந்து கத்தியை மன்னன் பக்கம் திருப்பிவிடுகிறார். 'அவனின் பழைய காதலிகள்/இப்படியொரு துரோகம் புரிந்ததில்லை' என்கிற வரியின் விளைவே 'திரிக்கப்பட்ட வடமாய் இறுகும் இரவுகள்'. ஆயிரத்து ஒரு இரவுகளின் மொத்தக் கதையும் கரைந்து அவன் மண்டைக்குள் ஓடுகிறது. கவிதையின் மற்ற வரிகள் பல நூறு ஆண்டுகளாகப் பவனிவந்த கதையின் பின்புலத்தை ஒரு கவிதைசொல்லி ஒரு கவிதை நகர்தலில் மாற்றிவிடுகிறார்.

அவன் அச்சமெல்லாம்
அழுக்கை உருட்டியே
ஆணைச் சமைத்துவிடுவாளோ
அதுவும் துதிக்கையளவுக் குறியுடன்

ஆயிரத்து இரண்டாம் இரவின் முழுநிலவு
அவன் மண்டைக்குள் காய்ந்தது

இந்தக் கவிதை அதன் வீரியம் குறையாமல் எல்லா வீடுகளிலும் வாசிக்கப்பட்டால் என்ன நிகழும் என்று ஆவலுறும் மனத்தை நேசிக்கிறேன். இந்தக் கவிதையில் தோய்ந்த மனத்தின் ஈரம் உலர்வதற்குள் அடுத்த கவிதை வாசிப்பில் மோதுகிறது.

○

அவன்

பின்மாலை நேரத்து
தூங்குமூஞ்சி இலைகளென
அந்தி குவிந்து
அத்தெருவை மூடத் தொடங்கியது
சிறுகாற்றில் ஊரும் சருகென
மாலை வகுப்பு முடிந்து
வீடு திரும்பிக்கொண்டிருந்தாள்
அவள்

பெரும்வீடுகளால் அடைபட்ட வீதி
உப்புக்காற்று அலகில் இனிக்க
கூடு திரும்பும் ஆலாக்கள்
தூரத்துக் கடலோசை
மிகச் சன்னமாக
விளக்கொளியில் துலங்கும்
வீடுகளின் மௌனம்
மூடப்பட்டிருந்த கதவுகளின்
பின்னிருந்து எழும்
மீன் பொரிக்கும் வாசம்
அறுத்துப் போட்ட மரத்துண்டென
நீண்டு கிடந்தது தெரு

சட்டென்று உரசி நிற்கும்
இரு சக்கர வாகனம்
நீண்ட ஒருகரம்
அவள் முலை கசக்கிக்
கொக்கரித்துக் களித்தபடி
வெள்ளை நகரத்தில்
ஓடி மறையும் அதிவேகத்தில்

திருகி எறிந்த ஒற்றை முலையென
கட்டிடங்களுக்கிடையில் தொங்குகிறது நிலவு

உன் மகனாகவோ சகோதரனாகவோ
கணவனாகவோ காதலனாகவோ
தந்தையாகவோ இருக்கலாம்
அவன்

கவிதையில் மரபின் தொடச்சியும் நவீன சொல்முறையும் இணைந்து ஒலிக்கிறது. ஒவ்வொரு சொல்லும் முழுமையின் பகுதிகளாக இருப்பதால் கவிதை எல்லாப் பக்கங்களிலும் திறந்திருக்கிறது. இப்படியான நிகழ்வு கவிதைக்கு எண்ணற்ற பிரதிகளைச் சாத்தியமாக்குகிறது. அனுபவம் கவிதைக்குள் நிகழ அதன் சொல்முறை உதவுகிறது. 'சிறுகாற்றில் ஊரும் சருகென' என்ற வரியில் உணர்வின் அதீதம் தொற்றிக்கொள்கிறது. காட்சி யாகும் சித்திரங்கள் படிம ஒழுங்கில் விரியத் தொடங்குகின்றன. ஒவ்வொரு சொல்லும் அந்தந்த இடத்திற்கான சொல்லாக மாறி ஒலிக்கிறது. ஒரு வரி, ஒரு சொல்கூடக் கூடுதலாக இல்லை. 'திருகி எறிந்த ஒற்றை முலையென/கட்டிடங்களுக்கிடையில் தொங்குகிறது நிலவு' இந்த வரிகள் கவிதை கடத்த விரும்பும் உணர்வை முழுதாக்குகின்றன. கவிதைக்குள் வரும் ஒற்றை முலை காவிய நிகழ்வை நம் எல்லார்மீதும் இறக்கிவிட்டு மௌன மாகப் பார்க்கிறது. காரணம் கவிதையில் வருகிற 'பெரும்வீடு களால் அடைபட்ட வீதி' மௌனத்தை உடைக்க முயல்கிறது. கவிதைக்குள் பிறக்கிற நிலவின் வெளிச்சம் மற்ற வரிகளின்மீது படிகிறது. இருவரது கவிதைகளிலும் உள்ள சொல்முறை வேறுபாடு கவிதைக்குக் கிடைத்த இன்னொரு முகம்.

சிறுவர்கள் விளையாட்டில் காணாது போகிற பொம்மை, வாழ்வில் எப்போதும் சந்திக்கிற விடையற்ற கேள்வியைச் சிறுமி வழியாக எளிதாக்கிவிடுகிறது. தத்துவமும் கவிதையும் எவ்வளவு அழகாகச் சேர்ந்தும் விலகியும் நிற்கின்றன?

கடவுளைச் செய்பவள்

ஆட்டம் ஒரு கட்டத்தில் அலுப்புத்தட்ட
ஒவ்வொருவராக விலகி
அவரவர் வீடு திரும்பினர்
எல்லா விளையாட்டுப் பொருட்களையும்
மீண்டும் அட்டைப்பெட்டிக்குள்
வைத்துக்கொண்டிருந்தாள்
சிறு முகமாற்றத்தோடு எழுந்து வந்து
அம்மா என் கடவுளை யாரோ
திருடிவிட்டார்களென
கண்களைக் கசக்கியபடி எதிரே நின்றாள்

வாசிக்கிறபோது விரிகிற காட்சிப் பிம்பங்கள் ஒரு நாவல் போல எதையோ சொல்ல நங்கூரமிடுகிறது. குழந்தைகளின் விளையாட்டாக இருப்பதால் அதில் பெரியவர்களின் அழுக்குப் படியாது அல்லவா? கவிதை அந்தப் பொறுப்பை நேர்மையோடு எடுத்துக்கொள்கிறது. கடவுள் என்ற சொல் இதுவரையிலுமாகச் சேகரித்துவைத்திருந்த அதன் அர்த்தம், பயன்பாடு இரண்டையும்

இங்கே எடுத்துக்கொள்கிறது கவிதை. அர்த்தமும் பயன்பாடும் அந்தச் சொல்லின் வழியாக மட்டுமல்ல அதைப் பிரசவித்த சிந்தனையையும் கணக்கில் எடுத்துக்கொள்கிறது. அதன் விளைவே மற்ற வரிகள் ...

> கடவுள் யாருக்கும் சொந்தமில்லை
> எனவே அதைத் திருடுவது
> எனச் சொல்வதில் பொருளில்லை
> உனது களிமண்ணால்
> உனக்கான கடவுளை
> நீயே செய்துகொள் அல்லது
> ஒரு வெற்றுத்தாளை எடுத்து
> வரைந்துகொள் என்றேன்
> கடவுளின் நீளம் அகலம் உயரம்
> என்ன எனக் கேட்டாள்
> உனது கைப்பிடியளவு என்றேன்
> உருவாகப் போகும்
> கடவுளைப் பிசையத் தொடங்கினாள்

கடவுளைச் செய்பவள் அந்தச் சிறுமி மட்டுமல்ல; வாசிக்கும் யாருக்கும் ஒரு கடவுள் கிடைத்துவிடுகிறார். ஆனால் கவிதை முடிவில்லாமல் விரிகிற ஒரு சாத்தியத்தை வைத்திருக்கிறது. கவிதை தனக்குள் நிகழ்த்திக்காட்டுகிற அனுபவத்தின் வழியாகப் புதுப்பிக்கப்பட்ட சொற்களிலிருந்து கவிதையை வாசிக்க வேண்டும். கடவுளைக் காணவில்லை என்ற குரல் சிறுமியிட மிருந்து மட்டும் பிறக்கவில்லை. வாழ்வில் பல நேரங்களில் சிறுமிபோல நாமும் தவிக்கிறோம். ஆனாலும் சிறுமி தனக்கான கடவுளைப் பிசையத் தொடங்கும்போது புதிய கடவுள் தோன்றத்தானே வேண்டும்.

○

மேற்சொன்ன கவிதையில் வருகிற என் கடவுளை யாரோ திருடிவிட்டார்கள் என்ற சிறுமியின் குற்றச்சாட்டைப் பின் வருகிற கவிதையோடு ஏனோ பொருத்தத் தோன்றுகிறது. இந்தக் கவிதையில் வருகிற பெண்ணுக்குக் கைப்பிடியளவில் கிடைக்கும் கடவுளை யோசிக்கிறது மனம். அந்தக் கவிதையில் இருக்கும் அம்மா இந்தக் கவிதையிலிருக்கும் பெண்ணுக்கு இல்லை என்பதும் வாசிப்பில் மோதுகிறது.

முள்வேலி முகாம்

> வானமோ வானவில்லோ
> சூரியனோ சந்திரனோ
> மலைத்தொடரோ அலைகடலோ
> ஆற்றங்கரையோ அடர்ந்த காடோ

வீடோ விளையாட்டு பொருளோ
தோட்டமோ பள்ளியோ
எதுவும் அவளுக்குத் தேவையில்லை
முகாமிற்குள்
அச்சத்துடன் விரல்பிடித்து
பின்தொடரவும்
கருத்த இரவுகளில்
மடியில் சுருண்டு படுக்கவும்
அம்மா வேண்டும் அவளுக்கு
ஏதாவது ஒரு அம்மா

அம்மா என்ற சொல் எவ்வளவு அடர்த்தியானது? அம்மாவின் தேவையை, அம்மாவின் இருப்பை என்னவெல்லாம் சொல்லி வாசிப்பில் உரையாடுகிறது. பட்டியலிட முடியுமா? இன்னொரு கவிதையும் அருகே வந்து அம்மாவைப் பேசுகிறது. முள்வேலி முகாமிலிருக்கும் அவளுக்கு ஏதாவது ஒரு அம்மா அந்த நேரத்தில், அந்தச் சூழலில் எங்கிருப்பாள்? ஆனால் வாசிப்பில் அம்மாவைக் குழந்தை தேடுகிற அதே நேரத்தில் வாசகரைக் கவிதையின் ஆரம்ப வரிகளின்மீது உட்காரவைத்துவிடுகிறது. அந்த வரிகள் தீண்டிய வலியிலிருந்து அம்மாவைத் தேடும் குழந்தையைப் பின்தொடர்கிறோம்.

❍

வேம்பாயி

பெண்வாசனை வேம்புக்கு
வேப்பமனம் காற்றெல்லாம்
கோடையில் தழைத்துப் பூத்துக்குலுங்கும்
முதல் மசக்கையின் பூரிப்போடு வேப்பமரம்

பச்சை அழகு
பூமி கண்திறந்தால் பச்சை

சிறுவயதில் அடிவேப்பமரத்தில்
கட்டியிருந்த மஞ்சள் ஆடைக்குள்
கைவிட்டுத் தொட்டுப்பார்த்தேன்
அடிவயிறு வெம்மையாக இருந்தது
காது பொருத்திக் கேட்டேன்
உயிர் அசையும் முனகல் கேட்டது
இது அம்மாவின் வயிறு

இந்தக் கவிதையிலிருக்கும் வேம்பூ வாசம் காற்றெல்லாம் இருக்கிறது. 'முள்வேலி முகாம்' கவிதையின் சிறுமி மூச்சிலுக்கும் காற்றில் கலந்திருக்கும் வேம்பாயிதான் இருக்க முடியும். மனிதர்களல்ல. 'மரணங்கள் உருவாக்கப்படுகின்றன' கவிதையில் வரும் 'காரணங்கள்' என்ற சொல்லுக்குள் எத்தனை அடுக்குகள். எல்லாமும் மனித உருவாக்கங்கள்.

மரணங்கள் உருவாக்கப்படுகின்றன

விசும்பல்களும் குமுறல்களும்
ஒரு பாளை பூக்காமல் இருக்க
போதுமான காரணங்களைச் சுமக்கின்றன

கதறலும் ஓலமும்
அடுத்த மரணத்திற்கான
போதுமான காரணங்களைச் சுமக்கின்றன

நீயோ நானோ
ஒரு கொலையாயுதத்தின்
விசையில் விரல்பொருத்த
போதுமான காரணங்களைச் சுமக்கிறோம்

நம் எல்லா நிகழ்வுகளின் பின்னாலும் இருக்கிற காரணிகளை அவ்வளவு நேர்மையோடு பார்த்திருக்கிறோமா? அப்படி ஒரு மனம் வசப்படக் கவிதைகள் உதவுகின்றன. வாசிப்புக்குப் பின் கலைந்து உருவாகிற மனம்தான் கவிதையின் விளைவு. இந்தக் கவிதை முள்வேலி முகாம் கவிதையிலிருக்கும் பெண்மீது பட்டுத் தெறிக்கிறது. போதுமான காரணங்களைச் சுமக்கிறோம் என்ற மனம் வாசிப்பில் பிறந்தால் மூன்று கவிதைகளும் சேர்ந்து உரையாடும். தொகுப்பில் அது நிகழ வேண்டும். அப்படி நிகழ்ந்தால் தொகுப்பிலிருக்கும் மற்ற கவிதைகளும் சேர்ந்து கொள்ளும். மாலதி மைத்ரி திறந்துகாட்டுகிற சாளரம் எல்லாக் கவிதையிலும் ஒன்றே. ஆனால் காட்சி மாறிக்கொண்டே இருக்கிறது. நமது உயிரே சாளரமாகிற சாகசத்தை இவரது கவிதைகள் நிகழ்த்திவிடுகின்றன.

❍

பெரும் படையல்

எப்போதும் சிறு பிரார்த்தனையோடு
விடிகின்றன அவள் இரவுகள்
மந்தமான ஒரு காலை வேளையில்
புதுப்பெண் புருஷனிடம்
சிறிது தயக்கத்துடன்
காதிலும் மூக்கிலும் துளிப்பொன் மினுக்க
குடிசையோரம் நின்றபடி
சின்ன விண்ணப்பம் வைத்தாள்
இன்றாவது கொஞ்சமா குடிங்க

கவிதையின் தொடக்க வரிகள் ஒரு நம்பிக்கையை மெல்ல வளர்த்து நகர்கின்றன. வாழ்க்கையை வாழ விரும்பும் யாரும் அதைத்தான் செய்வார்கள். அவளும் அதையே செய்கிறாள். துளிப்பொன் மினுக்க எனும்போது கூடுதல் அர்த்தம் பெருகிறது.

விண்ணப்பம் என்ற சொல் அதிகார மையத்தைச் சுட்டுகிறது. நமது பண்பாட்டுத் தளத்தின்மீது பெண்ணிற்கு அமைந்துள்ள இருப்பின் போதாமையைச் சந்திக்கிற அதே வேளையில் தனக்கான இடத்தின்மீதிருக்கும் உரிமையைப் பார்க்காதிருக்கும் அவலத்தையும் உணர்த்துகிறது கவிதை. சிறு பிரார்த்தனை என்று தொடங்கும் அவளது முயற்சி கவிதைக்குள் ஆண்டுகளுக்கு நீள்கிறது.

அவளின் தினக்கோரிக்கைகள்
அவனின்
உலோகச் செவிகளைத் தீண்டயியலாமல்
ஆண்டுக் கணக்கில் அலைந்தன
அவளின் காதல் மொழியும்
அறுபத்து நான்கு கலைகளும்
கணவன் கல்லிதயத்தைக்
கரைக்கப் போதவில்லை
நிர்க்கதியானவள்
இழந்த நிம்மதியையும் வாழ்வையும்
மீட்டளிக்க வேண்டிக் கோயில் கோயிலாய்ப்
பிதற்றத் தொடங்கினாள்

குடும்பம் என்ற விளிம்பிலிருக்கும் பெண்ணிற்குப் பண்பாட்டுரீதியாக அளிக்கப்பட்ட இடத்தின் போதாமை இவரது கவிதைக்குள் ஒலித்தபடியிருக்கிறது. இடநெருக்கடி ஏற்படும்போது தனக்கான இடத்தின்மீதான உரிமையை யாரிடம் யாசிப்பது? இவரது முழுமைபெறாத கவிதைகள் அத்தகைய இடங்களை நிறையவே பேசுகின்றன. இந்தக் கவிதையில் ஒலிக்கும் மௌனத்தின் உரத்த பேச்சே அதுவாகத்தான் இருக்கிறது. அறுபத்து நான்கு கலைகள் என்பதின்மேல் எழும் விமர்சனம் அதைத்தான் முன்வைக்கிறது. உலோகச் செவி அவனுக்கு மட்டுமல்ல, அவள் வழிபடுகிற கடவுளுக்கும் அந்தச் செவிதான் என்ற செய்தி கவிதைக்குள் கரைந்திருக்கிறது. இருந்தும் அவள் அதையே தொடர்வதைக் கவனிக்கத் தூண்டுகிறது கவிதை.

பக்தியில் குத்தமிருக்குமென்று
விரதமிருந்தாள் தீ மிதித்தாள்
அலகு குத்தினாள்
அங்கப்பிரதட்சணம் செய்தாள்
அவளின் பிரார்த்தனைகள்
அனாதைப் பிணமென
நிராதரவாய் விடப்பட்டன
சட்டி சருவமெல்லாம் சாராயமாகப்
பண்டமாற்றும் வித்தையைக்
கைதேர்ந்த தந்திரக்காரனாய்
வெற்றிக் களிப்புடன்

நிகழ்த்திக்கொண்டிருந்தான் தினமும்
கடைசியாய்
மூத்த மகளின் குட்டியாட்டை விற்றுக்
குலதெய்வத்துக்குக் கறிச்சோறும் சாராயமும்
படையல் வைத்தாள்

குடும்பப் பண்பாடு சொல்லித் தந்த இடத்திலிருந்து எல்லாமும் செய்து முடிக்கிறாள். பக்தியும் ஒழுக்கமும் எப்படி பயிற்றுவிக்கப்பட்டதோ அதில் பிறழாத வாழ்க்கை. இத்தனை வேண்டுதலும் கவிதைக்குள் முழுதாக நடந்து முடிகிறது. இறுதி வரிகள் . . .

வேலையிலிருந்து வீடு திரும்பியவர்கள்
செய்தி சொன்னார்கள் அவள் கணவன்
கோயில் தோப்பில் மாண்டு கிடப்பதாக

கவிதை முழுக்க பிரார்த்தனை ஏன் வர வேண்டும்? மூத்த மகளின் குட்டியாட்டை விற்றுக் குலதெய்வத்திற்குக் கறிச்சோறும் சாராயமும் படையல் வைப்பது ஏன்? விரதமிருப்பதும் தீ மிதிப்பதும் அலகு குத்துவதும் ஏன் நடக்கின்றன? வாசித்து முடிக்கும்போது எழும் இப்படியான பல கேள்விகள் தொகுப்பி லிருக்கும் மற்ற கவிதைகளிலும் பட்டுத் தெறித்துப் பார்வையில் விரிக்கின்றன ஒரு நிலப்பரப்பை. அதன்மீது கவிவதே கவிதை விளைவு.

❍

சில தருணங்கள் அழகாவது அந்த நேரத்து மனத்தின் வினை. எவ்வுயிரும் தம்முயிர் ஆவதும் ஒன்று இன்னொன்றாவதும் கவிதையில் நிகழும். மாலதி மைத்ரியின் கவிதையில் கண்ணாடி பூனையாகிறது. கண்ணாடி பூனையாக வேறு வேறு இடங்களில் அமர்ந்துகொள்வது வாழ்வின் அழகியல். பூனைக்குட்டியாக உட்கார்ந்திருக்கும் அதன் இருப்பின்மீது ஆவல் கூடிவிடுகிறது. ஆரம்ப வரிகளே அதைச் செய்துவிடுகின்றன. உயிரற்ற பொருளை உயிராக்கிப் பார்ப்பது கவிதையில் பேரழகு.

கண்ணாடிப் பூனைகள்

பூனைக்குட்டிகளென ஆங்காங்கே
அமர்ந்திருக்கும் மூக்குக் கண்ணாடிகள்
மூக்கில் மேசையில் புத்தக அடுக்கில்
படுக்கையில் அடுப்படியில்

அவை என் விழிகளை
கண்களை உருட்டி மலங்க மலங்க
பார்க்கின்றன உட்கார இடம் தேடி

வெறுமையான மூக்கில்
தாவி ஏறிவிடுகிறது தன்னியல்பில்
சில நேரம் எங்கே இறங்கியதென்று
தெரியாமல் அலையவிடுகிறது
சரியென்று புறப்பட்டால்
தோள் பையுள் ஒன்று கவனமாய்
வந்து பதுங்கிக்கொள்கிறது

கவிதையை வாசித்த பின்பு என் பூனைக்குட்டி எங்கே யென்று யாரும் கன்னாடியைத் தேடாதிருக்க வேண்டும். அந்த அளவிற்குப் பூனைக்குட்டி இமேஜ் பொருத்தமாக அமைந்து விடுகிறது. இந்த மாற்றம் ஒவ்வொரு சொல்லையும் இசைக்கத் தொடங்குகிறது. சொல் கவிதைக்குள் புதிதாகப் பிறப்பதற்கு இந்தக் கவிதையில் நிகழும் சிறு மாற்றம் எவ்வளவு அதிசயத்தைக் காட்டி மயக்குகிறது? 'தாவி ஏறிவிடுகிறது' என்கிற வரியில் ஒரு கணம் சிலிர்த்துப்போகிறோம். கண்ணாடியை இனி எப்போது மாட்டினாலும் **மியாவ்** *சத்தம் மூக்கின் மேலிருந்து வியாபிக்குமோ!*

அவை என் விழிகளை
கண்களை உருட்டி மலங்க மலங்க
பார்க்கின்றன உட்கார இடம் தேடி

இந்த வரிகள் கண்ணாடியைப் பூனையாக்கி வெறுமையான மூக்கில் தாவி ஏறவிடுகிறது. கவிதையில் இதுவரையிலும் கண்ணாடியும் பூனையும் மட்டுமே ஆக்கிரமித்திருந்தன. கவிதை முடியும்போது அன்றாடத்தின் எண்ணற்ற பொருட்கள் பூனையாக உருமாறி வீட்டில் அலையத் தொடங்கிவிட்டன. பதுங்கியிருக்கும் இடம் தேடுவது தொடர் நிகழ்வாகிவிடுகிறது. சாவி . . . பேனா . . . பர்ஸ் என்று பல. இவை எல்லாமும் கண்களை உருட்டி மலங்க மலங்கப் பார்ப்பதாகத் தோன்றுகிறது. இவை எல்லாமும் கவிதையின் கடைசி வரிகள் நிகழ்த்துகிற மாயம்.

❍

பேய் மொழி தொகுப்பிலிருக்கும் பல கவிதைகள் தீவிர அரசியல், சமூகப் பார்வை, பெண்களுக்கான மொழி, இடம், அகதி வாழ்க்கை, மண்ணையும் வாழ்வையும் இழத்தல் என்று பலவற்றைப் பதிவுசெய்கிறது. அவற்றுக்கு வெளியேயும் அவரது கவிதைச் செயல்பாடு ஒளிர்கிறது. குறிப்பாக இயற்கையைத் தீண்டுகிறபோதெல்லாம் கவிதையின் வண்ணம் வெகுவாக ஈர்க்கிறது. எந்த நிகழ்விலும் ஊர் அல்லது இயற்கை பிரதான மாகப் பங்கேற்கிறது. அப்படியான கவிதைகளை மட்டும் தொகுத்து வெளியிட்டால் இவரது தனித்த மொழியும்

வடிவமும் கவனிக்கப்படும் என்று தோன்றுகிறது. 'பகலை மேய்ப்பவன்' கவிதை வாழ்வின் வண்ணத்தை வாசிப்பில் தூவிக் கொண்டாடுகிறது.

பகலை மேய்ப்பவன்

அத்துவானக் காட்டில்
ஆடு மேய்க்கும் சிறுவன்
வீடு திரும்ப
பட்டத்தின் கயிற்றைக் கவையில்
அவசர அவசரமாக
சுற்றத் தொடங்குகிறான்
மேகங்களுக்குள் அலையும் அது
இன்னும் தென்படவேயில்லை
அடிவானத்திலிருந்து
உருவ உருவ நூல்
வந்துகொண்டேயிருக்க
சலித்தமர்ந்து சற்றே
பின் வளைந்து இரு கைகளாலும்
கொஞ்சம் வலுக்கொண்டிழுக்கிறான்
தொடுவானத்திலிருந்து சூரியன்
உதிர்ந்த நூலோடு
கைக்கு வர அதைத்
தூக்குச் சட்டிக்குள்
திணித்துக்கொண்டு
வீடு திரும்புகிறான்

ஆரம்ப வரிகள் எளிய நிகழ்வாகத் தொடங்குகின்றன. ஆனால் அத்துவானக் காட்டில் ஒரு சிறுவன் ஆடுகளை மட்டும் மேய்க்கவில்லை. அவனால் பகலையே மேய்க்க முடிகிறது. அது எப்படிச் சாத்தியமாகிறதென்று கவிதைக்குள் ஓர் அனுபவமாக நிகழ்த்திக் காட்டிவிடுகிறார். இதில் கவிதைசொல்லியும் பாத்திரமும் இணைந்து கவிதைக்குள் ஒரு பொருளாவது அழகியல். கித்தானில் உருப்பெருகி வழியும் ஓவியம்போல மண்ணும் விண்ணும் ஒரு நூலில் இணைகிறது. பட்டமாக சிறுவனுக்குள் காட்சியாகிற ஓவியம் வாசித்து முடிப்பதற்குள் சூரியனே பட்டமாவது மேய்க்கும் தொழிலைக் கலையின் இடமாக மாற்றிவிடுகிறது.

பின் வளைந்து இரு கைகளாலும்
கொஞ்சம் வலுக்கொண்டிழுக்கிறான்
தொடுவானத்திலிருந்து சூரியன்
உதிர்ந்த நூலோடு . . .

இந்த வரி சிறுவனின் மேய்க்கும் எல்லையைச் சுட்டுகிறது. சூரியன் பட்டமாகத் திரும்புவது கவிதைக்குள் நிகழ்வது.

அதனால்தான் அதைத் தூக்குச் சட்டிக்குள் திணித்துக்கொண்டு வீடு திரும்ப முடிகிறது. ஆடுகளை மட்டும் மேய்க்கத் தெரிந்தவன் அல்ல பகலையும் மேய்க்க வல்லவன். நாள் சிறுவனது எல்லையில் இருப்பது எவ்வளவு அழகு. இனி சிறுவனது தூக்குச் சட்டியி லிருந்துதான் சூரியன் உதிக்க முடியும். இயற்கையில் ஊடாடும் இவரது கவிதைகள் வாசிப்பில் முடிவிலிவரை கூட்டிப்போக யத்தனிக்கின்றன.

❍

அனுபவம் மட்டும் கவிதையாவதில்லை. அனுபவம் பட்டுத் தெறிக்கிற இடமே கவிதையின் ஊற்று. அந்த இடம் இது என்று அவ்வளவு தெளிவாகச் சுட்ட முடியாது. மொழியற்ற ஆழ்மன நீரோட்டத்தில் அந்தக் கண ஆறு நாம் அறியாதது. கீழே உள்ள கவிதையில் தன் வாழ்விடம் ஐந்திணையில் இல்லை என்று மறுக்கிறது. அப்படியானால் அவளின் வாழ்விடம் எங்கே இருக்கிறது?

என் வீடு

பல காதம் நடந்து பாலை கடக்க
ஓர் அழகிய மலை அடிவாரத்தில்
மரங்கள் அடர்ந்த காட்டின் நடுவில்
எனது சிறு வீடு
இல்லை
அதை ஒட்டிய நதிக்கரையில்
இல்லை இல்லை
சற்று தூரத்தில் கடலலை தெரியும்
முகத்துவாரப் பக்கத்தில்
இல்லை
எந்நேரமும் வரவேற்கும்
எனக்கான ஒரு அறை
ஐந்திணை
எதற்குள்ளும் இல்லை
என் வீடு
ஆனால்
நான் எப்போதும்
இளைப்பாற இடமளிக்கும்
குயில் கூட்டில்
எனது அரண்மனையைக்
கட்டியெழுப்புகிறேன்
தயவுசெய்து
எனது முகவரியை
வேறெங்கும் தேடாதீர்கள்

கவிதைக்குள் ஐந்திணையும் வருகிறது. ஆனால் 'எந்நேரமும் வரவேற்கும்/எனக்கான ஒரு அறை/ஐந்திணை/எதற்குள்ளும் இல்லை' என்கிறபோது அந்த இடம் எது என்று அறிகிற ஆர்வம் கூடுகிறது. முகவரி உள்ள எந்த வீட்டையும் நீங்கள் அன்றாடம் மாற்றியமைக்க முடியாது. அன்றாட வலியிலிருந்து தன்னை விடுவித்துக்கொள்ள முயல்கிறதோ? குயில் தன் கூட்டில் தனக்கான அரண்மனையைக் கட்டி எழுப்புகிறது. குயிலுக்குக் கூடு ஏது? குரல்தான் வாழ்விடமோ? குக்கூ என்று குயில் பாடும் பாட்டினிலே தொக்க பொருளெல்லாம் தோன்றியது என்பார் பாரதி. அப்படியான அரூப இடத்தில் தனக்கான வீட்டை எழுப்புவதைப் பேசுகிறதா கவிதை. குயில் கூடு என்பதே முரணாக அல்லவா இருக்கிறது. இல்லாத வாழ்விடத்தைப் பேசுகிறதா கவிதை? கவிதையில் அர்த்தம் தேடுவது கவிதையைச் சிதைத்துவிடும். குயில் கூட்டில் அவள் எழுப்பும் அரண்மனை மீது மனம் சரிந்தால் போதுமானது.

அனார்:
உருவேற முயலும் சொற்களின் பெருந்திரள்

அனாரின் கவிதையை வாசிக்கத் தூண்டிய என்னளவிலான காரணிகள் இரண்டு. இலங்கையிலிருந்து எழுதுகிறார். ஒன்று – இனப்போராட்டத்தின் தாக்கம், அதன் மத்தியிலான வாழ்க்கை. இரண்டு, இஸ்லாமியராக வாழ்கிற அன்றாடத்தில் பெண்ணின் சுதந்திரம். இந்த இரண்டின் தவிர்க்க முடியாத

இருப்பு அவரது கவிதைக்குள் என்னவாக எதிரொலிக்கிறது அல்லது அந்த இடத்திலிருந்து எழுதுகிற அவரது கவிதை மொழி எதை முன்வைத்து உரையாடுகிறது? இந்த எண்ணமே அவரது கவிதைக்குள் நுழைய என்னை உந்தியது. வாசிப்பின்போது இந்த எண்ணமெல்லாம் இருந்ததா என்று உறுதியாகத் தெரியாது. சொற்கள் பெருக்கெடுத்தோடுகிற நதி ஓட்டத்தில் நின்று வயல்களைக் காணும் நீரின் வழித்தடமே வாசிப்பாக இருந்தது. முடிவிலாது விரிகிற மனம் அவரது கவிதைகள். அவரை, அவரது எழுத்தை, கவிதையிலிருந்தே பார்க்கத் தொடங்கினேன். அவருக்கான கவிதை மொழி எதுவென்று அறிய அவரது இரண்டு கவிதைகள் உதவின.

நான் பெண்

ஒரு காட்டாறு
ஒரு பேரருவி
ஓர் ஆழக் கடல்
ஓர் அடை மழை
நீர் நான் . . .
கரும் பாறை மலை
பசும் வயல் வெளி
ஒரு விதை
ஒரு காடு
நிலம் நான் . . .

நீராக நிலமாக வெவ்வேறுவகையில் தன்னைச் சொல்லிக் கொண்டே வருகிறார். நீரின் பல தன்மைகள்... கூடவே நிலத்தின் பன்முகங்களும் நான் என்கிறார். கவிதை தொடர்கிறது.

உடல் காலம்
உள்ளம் காற்று
கண்கள் நெருப்பு
நானே ஆகாயம் . . .
நானே அண்டம் . . .
எனக்கென்ன எல்லைகள்
நான் இயற்கை
நான் பெண்

நான் அல்லாத எல்லாமும் நான் என்கிறார். 'நானே அண்டம் . . . / எனக்கென்ன எல்லைகள்' எனும்போது தன் விளிம்பே அண்டமாவதை உணர்த்துகிறார். இயற்கையே நான் என்று சொல்லியும் தீராதபோது 'நான் பெண்' என்று கொண்டாடுகிறார். அவர் சுட்டும் அந்தப் பெண் கவிதையில் கொள்கிற தோற்றமே முக்கியம். இந்தக் கவிதை வாயிலாகப் பெண்ணை இயற்கையின் ரூபமாக அவர் பார்க்க விழைவதை

அறிகிறோம். சொற்கள் வழியாகப் பெண்ணை அல்லது தன்னைப் பார்க்கத் தொடங்குவது வசீகரிக்கிறது. இவற்றின் வெளிப்பாட்டு வடிவமான கவிதைமீது மேலும் ஆர்வம் வருகிறது. தன்னைப் பற்றிச் சொல்லிவிட்ட அவர் தனது கவிதைபற்றியும் சொல்லுகிறார்.

பூக்க விரும்புகின்ற கவிதை

நீ வரைந்து காட்டு
என் மறைந்துள்ள முகத்தை
நீ வரைந்து காட்டு
அடைய முடியாத அந்த இரவை
இன்னும் ... வெளிப்படாத கனவை
பூக்க விரும்புகின்ற கவிதையை

மலையடி வாரத்தே
பசுந் தாவரங்களின் மத்தியில்
இட்டு வைத்திருக்கும் பொன் முட்டையைக்
கண்டெடுப்பதற்கானத் திசையினைச் சொல்லிக்கொடு
பறவைக்கு

வாசித்து வருகிறபோதே நங்கூரமிட்டு நின்று அந்த வெளிமீது கவனம் கொள்கிறோம். சொற்கள் சுட்டுகிற உணர்வெளி பிடிபட எத்தனிக்கிறோம். கவிதைக்குள் வருகிற நீ... அந்த 'நீ' வரையப் போகிற எல்லாமும் உள்ளே அலைகிறது. ஆர்வம் கூடவே மேலும் பயணிக்க வேண்டி நங்கூரத்தை விடுவிக்கிறோம். பூக்க விரும்புகின்ற கவிதையைப் பின்தொடர்கிறோம்

அருவியின் மடியில்
அபூர்வ ராகங்களுடன் புதைந்து போயுள்ள
(எவராலும் பூரணமாக இசைக்க முடியாமல்போன)
இசைக் கருவியை மூழ்கி எடு
பொக்கிஷங்களே உடலாகி
நர்த்தனம் பெருகும் சிற்பம் ஒளிந்துள்ள
பெருங்குகை வாயிலில் ஏற்றப்படாத சுடரை
ஒளிர விடு

மேகங்களுக்கு மேலேறிச் சென்று
நிலவின் கதவைத் திறந்து
எடுத்துக்கொள்
கொஞ்சமும் குறையாத என்னை

மீட்டெடுக்கும் இசைக்கருவியின் ராகங்கள் எப்படியிருக்கும்? அபூர்வ ராகங்களுடன் புதைந்துபோயிருக்கும் அதன் இசை மொழி கேட்க கவனம் குவிகிறது. எவராலும் பூரணமாக இசைக்க முடியாமல்போன இடத்தை எவ்வகையில் மீட்டு அந்த ராகத்தை இசைக்கப்போகிறார் என்பதை இனியான அவரது எழுத்தில்

காண ஆர்வம் கூடுகிறது. பொக்கிஷங்களே உடலாகி நர்த்தனம் பெருகும் சிற்பம். அவரது சொற்கள் தீண்டிச் சுடரப்போவதைக் கவிதையில் காண விழைகிறது மனம். எல்லாமும் எனக்குள் இருக்கிறது என்கிற வரிகள் நம்பிக்கையின் மூச்சு. தான் வதியும் இடம் அது என்று அழகாகச் சொல்வதோடு கவிதையை அந்த இடத்திற்கு அழைக்கிறது. கனவு மெய்ப்படும் அழகைக் கவிதையில் பார்ப்போம். ‘அரசி’ என்ற கவிதையில் . . . . . .

உன் கனவுகளில்
நீ காண விரும்புகின்றபடியே
நான் அரசி

அயல் நாட்டு மகாராஜாக்களின் அரியணைக்கு
சவால் விடும் பேரரசி
அடிபணிய அல்ல
கட்டளையிடப் பிறந்தவள்
ஆணையிடுகிறேன் மந்தைகளுக்கு
குகைகளிலிருந்து தப்பிச் செல்லுங்கள்
ஆணையிடுகிறேன் சூரியனுக்கு
ஓர் இனத்தையே விழுங்கிக்கொண்டிருக்கும்
சமையலறையின் பிளந்தவாயைப் பொசுக்கிவிடுமாறு
பெரும் மலைகளை நகர்த்தித் தளர்ந்துவிட்ட
மூதாட்டிகளின் பாரித்த பெருமூச்சுக்களை
வருடி விடுமாறு பறவைகளைப் பணிக்கிறேன்

ஒருத்தி சொல்கின்றாள்
“என்னிடமிருப்பது தீர்வற்ற புலம்பல் கசப்பு”
இன்னொருத்தி கூறுகின்றாள்
“குரலில் இறக்க முடியாச் சுமை”
இருண்டு வரும் பொழுதுகளில் நேர்ந்த
துஷ்ப்பிரயோகங்களைக் காட்டுகிறாள் எளிய சிறுமி

‘நான் இயற்கை/நான் பெண்’ என்று பெண்ணை இயற்கையின் ரூபமாகவும் அதன் சக்தியாகவும் பார்க்கிற அவரின் உள் வினை ‘அரசி’ கவிதையில் எதிரொலிக்கிறது. மந்தைகள் என்று விளித்து வெளியேறச் சொல்வது, பெருமூச்சுவிடுகிற மூதாட்டிகளின் மார்பை வருடிவிடப் பறவைகளுக்குக் கட்டளையிடுவது, சமையலறை விடுதலை ஆகிய எல்லாமும் சொற்களில் இருக்கின்றன. சொற்கள் உணர்வில் ஊறித் ததும்பக் கவிதை தனக்குள் ஓர் அனுபவத்தை நிகழ்த்திக்காட்ட வேண்டும். இந்த உள் நிகழ்வுதான் கவிதையாகிற இடம். கவிதைக்குள் கிடைக்கிற அனுபவத்தின் வழியாகத்தான் உரையாட முடியும். சொற்கள் வழியாக அல்ல. உணர்வில் இறங்கி வினைப்படக் கவிதைக்குள் என்ன இருக்கிறது என்று பார்க்க வேண்டும். எந்த வினையும் தனக்குள் நடக்க வேண்டும். மனம் அந்த இடத்திற்கு உறுதியோடு

நகர வேண்டும். கவிதைக்குள் இரண்டு பெண்களையும் அவர்கள் வெளிப்படுத்துகிற வலியையும் பேசுகிறார். கூடவே எளிய சிறுமிக்கு நேர்ந்த துஷ்பிரயோகங்களும் வருகின்றன. இதில் எளிய சிறுமி என்று சொல்வது கவனிக்க வேண்டிய இடம். இந்த இடங்களைக் கவிதை எப்படி சந்திக்கிறது என்பது வாசக உரிமை. தீர்வைச் சொல்வதல்ல கவிதை. உன் உலைக்களத்தில் உனக்கான கருவியைக் கண்டடையத் தூண்டுவது கவிதை. விடையில்லாத கேள்விகளைச் சந்திக்கிற இடத்தில்தான் கவிதையின் வெற்றி இருக்கிறது. அங்கே சொற்கள் பின்நகர்ந்து கவிதை தருகிற அனுபவம் முன் நகர்ந்துவிடும்.

கவிதை தொடர்கிறது . . . . . .

நான் என்னுடைய வாளைக் கூர் தீட்டுகிறேன்
சுயபலம் பொருந்திய தேவதைகள்
விடுதலைபெற்ற பரவச வாழ்வொன்றை
வென்றெடுத்ததாய்க் கொண்டாடுகிறார்கள்
பாட்டம் பாட்டமாய்ப்
பெண்கள் குலவையிடும் ஓசை
பெரும் பேரிகைகளாய்க் கேட்கின்றன

நான் சாம்ராஜ்ஜியத்திலிருந்தபடியே
கைகளிரண்டையும்
மேலுயர்த்திக் கூவுகின்றேன்
நான்
நான் விரும்புகிறபடியான பெண்
நான் எனக்குள் வசிக்கும் அரசி

இந்த வரிகள் சொற்களை உணர்வில் தோய்க்கின்றன. மனம் கொஞ்சமும் விலகாத தன்மையை சாம்ராஜ்ஜியத்திலிருந்தபடியே என்ற வார்த்தை சொல்கிறது. முற்றிலும் நடைமுறை சார்ந்த செயலாக இதை எடுத்துக்கொள்கிறேன். மேலும் இதே கவிதையில் இன்னொரு வரி 'சுயபலம் பொருந்திய தேவதைகள் . . .' இந்த வரியும் இறுதி வரிக்குப் பொருள் சேர்க்கிறது. 'நான் என்னுடைய வாளைக் கூர் தீட்டுகிறேன்' என்று ஓர் இடத்தில் நகர்கிறார். இந்த நகர்தல் ஓர் உள்வினையைக் குறிக்கிறது. கவிதை சொற்களால் தொடங்கி உணர்வால் தீண்டுகிறது. இந்த மெய் கவிதைக்கு முக்கியம்.

❍

வண்ணத்துப்பூச்சியின் கனாக்காலக் கவிதை

உனது பெயருக்கு
வண்ணத்துப்பூச்சியென்றோர் அர்த்தமிருப்பது
எவ்வளவு பொருத்தம்

இல்லாவிட்டால்
என் கூந்தலிலும் தோள்களிலும்
உதடுகளிலும் அமர்ந்து பரந்து திரிய
உன்னால் முடிந்திருக்குமா என்ன ?

உணர்வெங்கும் குந்திச் சிறகடித்துத் திரியும் சாகசத்தை
வண்ணத்துப்பூச்சியாய் இல்லாது போனால்
எப்படி நிகழ்த்திக் காட்டுவாயெனக்கு
உன் தந்திரத்தின் மாயம் அளவற்றது

உள்ளே பாடல்போல மிதக்கின்ற வண்ணத்துப்பூச்சி
வெளியே பிடித்துவைக்க முடியாத கனா
....

கவிதையில் வருகிற வண்ணத்துப்பூச்சி உருவகமாகத் தோன்றிப் படிம உருவேறிக் கவிதை முழுவதும் வியாபிக்கிறது. காணுகிற ஆவல் ததும்பத் தொடங்கியதும் கவிதை, வண்ணத்துப்பூச்சியை உணர்வெளிக்குக் கடத்திவிடுகிறது. 'உணர்வெங்கும் குந்திச் சிறகடித்துத் திரியும் சாகசத்தை' என்று சொல்லும்போது அழகியல் பரப்பில் அதன் வண்ணம் கூடியபடியிருக்கிறது. வெளியே பறக்கும் பூச்சியை உள்ளே மிதக்கவிடுவது மட்டுமல்ல, வெளியே பிடித்துவைக்க முடியாத கனா என்கிறது. இந்தக் கவிதையின் ஆகச்சிறந்த சொல்முறை, இருவருக்குமான நெருக்க மாகத் தொடங்கும் கவிதை முடிகிறபோது மனிதவெளி வரை விரிகிறது.

பைத்தியம் பிடித்திருக்கும் இந்நாட்களிலெல்லாம்
வண்ணத்துப்பூச்சியை மொய்க்கின்ற மலராக
பறந்து கொண்டேயிருக்கிறேன்
வாழ்வின் கனாக்காலம் முழுவதும்
பருவங்கள் மாறிமாறிப் பறக்கும் வண்ணத்துப்பூச்சிகள்
தம் வண்ணங்களால் உயிரூட்டுகின்றன
நம் அந்தரங்கவெளிகளில்
வானவில் படிந்து உருகிக்கிடக்கும்
மலைகளின் தொன்மப் புதையல்களில்
மௌனம் குருதிச்சொட்ட ஒளிந்திருக்கின்றேன்
இன்னொரு முறை ...
மகரந்தச் சொற்களினால் சிலிர்ப்பூட்டு ...
பூங்கொத்துகளில் துளிர்த்துத் தேனூறும்
வண்ணத்துப்பூச்சியின் பிரமாண்டமான
கனாக்காலக் கவிதை நானென்பதில்
உனக்குச் சந்தேகமிருக்கிறதா இனியும்

கவிதையை வார்த்தையாக, வார்த்தைகளாக, வரியாக, வரிகளாகவும் வாசிக்கலாம். சொற்களை அவ்வளவு நேர்த்தியாகக் கட்டுகிறார். 'நம் அந்தரங்கவெளிகளில்/வானவில் படிந்து

உருகிக்கிடக்கும் /மலைகளின் தொன்மப் புதையல்களில்/ மௌனம் குருதிச் சொட்ட ஒளிந்திருக்கின்றேன்' அந்தரங்க வெளிகளில் வானவில் படிந்து என்கிற சொல்முறை மனவெளியில் வண்ணங்களைத் தீட்டுகிறது. மௌனம் குருதிச் சொட்ட ஒளிந்திருக்கிறேன் என்கிற இடத்தில் வலியின் துயரம் அடர்ந்து பெருகுகிறது. வாசிப்பில் மனம் காண முயல்கிற காட்சிகளின் அதிர்வு சொற்கள் தீட்டுகிற சித்திரம்தானா எனும் சந்தேகம் அலைக்கழிக்கிறது. அதனால் இந்த நீளும் படிம அடுக்குகள் வாசிப்பில் சற்றே இடறுகின்றன. தொன்மப் புதையல் மீது படிவது, மௌனம் குருதிச் சொட்ட இவையெல்லாமும் சேர்ந்து அதிருகிற பிம்பம் என்னவாக இருக்கும். யோசிக்கலாம், யோசித்துக்கொண்டே இருக்கலாம். அவ்வளவு அடர்த்தி. இதுபோலப் பல கவிதைகள். தேர்ந்த ஓவியர்கள் இவற்றைத் தீட்ட முயலலாம். ஷாஅ வின் கவிதையில் வருவதுபோலச் சில கண்புகா வெளிகள் காட்சியாகலாம்.

இவரது கவிதைகளின் சில வரிகளிலிருந்து அவ்வளவு எளிதில் வெளியே வர முடியாது. கவிதை இரண்டு சொற்களில், ஒரு வரியில், சில வரிகள் இணைந்து எப்படியும் இருக்கலாம். சாளரத் திறப்பில் காட்சியாகிற எண்ணற்றப் பிம்பங்கள் போலவும் கணத்தில் கோடி நிகழ்வுகளின் சாத்தியம்போலவும் இயங்கவல்லது கவிதை. சில எடுத்துக்காட்டுக்கள் . . .

> கடல் திறக்கும் கள்ளச் சாவிகளென
> பத்து விரல்கள்
>
> வானம் பூனைக்குட்டியாகி
> கடலை நக்குகின்றது
>
> சுவையில் மதர்த்த நடனம்
> மேன்மையின் திறவுகோலாகி
> தன்னையே திறக்கின்றது
>
> ஆந்தையின் கண்களில் விடிந்திருக்கின்ற
> பௌர்ணமி . . .
>
> கற்களின் இடுக்குகளுக்குள்ளே
> தாபத் திவலைகளின்
> நீர் வளையங்களாகிறேன்
>
> இடையனின் பறந்தலையும் பாட்டொலி
> இறகாய் வருடுகிறது
> தொட்டுக் கைகளில் பிடிக்கிறேன்
> பொன் துகள்களாய்
> இறகின் நிறங்கள் விரல்களில் அப்பியிருந்தன
>
> சூரியனின் எலும்புகள் முறிய
> கடித்துச் சப்பிவிட்டு ஓடுகிற பைத்தியம்

ஒருநாள்
எல்லா நட்சத்திரங்களையும்
ஊதி அணைத்துவிடும்

இதுபோன்று நிறைய நிறைய காட்சிப் படிமங்கள் கவிதை யிலிருந்து விலகித் தனித்து வாசிக்கிறபோது உள்ளே அலைகளை எழுப்பிக் கவனிக்கத் தூண்டுகிறது. முழுக் கவிதைக்குள் வருகிற படிம அடுக்குகள் கவிதை வாசிப்பை எளிதாக்கவில்லை. அவரது விரிதல்... விரிகிற வெளி... எல்லாமும் கை புனைந்து இயற்றா கவின் பெரு வனப்பே. ஆனால் எல்லாமும் கவிதையின் உருப்பாக ஒளிரவேண்டிய அவசியம் உள்ளதே. அது அவசியம் இல்லை என்பதும் இருக்கிறது. அதை வாசகவெளிக்கு விட்டுவிடலாம்.

○

"மேலும் சில இரத்தக் குறிப்புகள்" முதல் வரியிலிருந்தே உணர்வின் விளிம்பில் வாசிப்பை நிகழ்த்துகின்றன. இந்த ஒரு கவிதை மொத்த போர்ச் சூழலையும், கடந்தகால இருப்பின் வலியையும், ஒன்றும் செய்ய இயலாத தாய்மையின் இடத்திலிருந்து முழுமையாகப் பேசிவிடுகிறது. கவிதையின் சிறப்பு, இது மனிதம் சிந்துகிற எல்லா இரத்தத்தின் மீதும் பார்வைகொள்ள வைக்கிறது. முதல் இரண்டு வரிகளிலிருந்து கொஞ்சமும் பிசகாமல் மொத்தக் கவிதையும் நகர்கிறது. இந்தக் கவனிப்பு கவிதைக்கு மிக அவசியம்.

மாதம் தவறாமல் இரத்தத்தைப் பார்த்துப்
பழக்கப்பட்டிருந்தும்
குழந்தை விரலை அறுத்துக் கொண்டு
அலறி வருகையில்
நான் இன்னும் அதிர்ச்சியுற்றுப் பதறுகின்றேன்
இப்போதுதான் முதல் தடவையாகக் காண்பதுபோன்று
"இரத்தம்" கருணையை, பரிதவிப்பினை
அவாவுகின்றது
இயலாமையை வெளிப்படுத்துகின்றது

வன் கலவி புரியப்பட்ட பெண்ணின் இரத்தம்
செத்த கொட்டுப் பூச்சியின் அருவருப்பின் இரத்தமாயும்
குமுறும் அவளுயிரின் பிசுபிசுத்த நிறமாயும்
குளிர்ந்து வழியக்கூடும்
கொல்லப்பட்ட குழந்தையின்
உடலிலிருந்து கொட்டுகின்றது இரத்தம்
மிக நிசப்தமாக
மிக குழந்தைத்தனமாக

மொத்தக் கவிதையும் இந்த மன இருப்பிலிருந்தே இயங்கு கிறது. வாசிப்பில் ஒரு சிரமமும் இல்லாமல் அவரைப் பின்தொடர முடிகிறது. மாதம் தவறாமல் இரத்தத்தைப் பார்த்துப் பழக்கப்பட்டிருக்கும் பெண் மனத்தில் ஏற்படுகிற அதிர்ச்சி இங்கு

கவிதையின் அந்தரங்கம்

கவிதையாகிறது. ‘குழந்தை விரலை அறுத்துக் கொண்டு/அலறி வருகையில்/நான் இன்னும் அதிர்ச்சியுற்றுப் பதறுகின்றேன்’ என்று கவிதையும் பேசுகிறது. ஒவ்வொரு சொல்லும் அவ்வளவு கச்சிதமாக இருக்கிறது.

வாசித்துமுடிக்கும்போது ஆரம்ப வரிகளின் வலிமையை மேலும் நன்றாக அறிய முடிகிறது. மேற்குறித்த கவிதை வரிகள் எல்லாமும் கடத்த விரும்புகின்ற உணர்வு அணுவளவும் குறையாமல் உள்ளிறங்குகிறது. போரின் மிக முக்கியமான நிகழ்வு ‘இரத்தம்’ கருணையை, பரிதவிப்பினை/அவாவுகின்றது/ இயலாமையை வெளிப்படுத்துகிறது என்பதுதன்.

‘மிக நிசப்தமாக/மிக குழந்தைத்தனமாக’ என்று வாசிக்கிற போது அனாரின் கவிதை, வரலாற்றின் எல்லா தீவினைகளின்மீதும் வினைபடுகிறது. கவிதையின் மற்ற வரிகள் இந்தப் பின்புலத்தில் பட்டுத் தெறிப்பதால் இவரது நேரடியான சொல் முறை அவ்வளவு அடர்த்தியோடு இருக்கிறது.

களத்தில்
இரத்தம் அதிகம் சிந்தியவர்கள்
அதிக இரத்தத்தைச் சிந்த வைத்தவர்கள்
தலைவர்களால் கௌரவிக்கப்பட்டும்
பதவி உயர்த்தப்பட்டும் உள்ளார்கள்
சித்திரவதை முகாம்களின்
இரத்தக் கறைபடிந்திருக்கும் சுவர்களில்
மன்றாடும் மனிதாத்மாவின் உணர்வுகள்
தண்டனைகளின் உக்கிரத்தில்
தெறித்துச் சிதறியிருக்கின்றன
வன்மத்தின் இரத்த வாடை
வேட்கையின் இரத்த நெடி
வெறிபிடித்த தெருக்களில் உறையும் அதே இரத்தம்
கல்லறைகளில் கசிந்து காய்ந்திருக்கும் அதே இரத்தம்
சாவின் தடமாய்
என்னைப் பின்தொடர்ந்துகொண்டே இருக்கிறது

மொத்தக் கவிதையிலிருக்கும் இரத்தம் பெண் மாதந்தவறாமல் பார்த்துப் பழகிய இரத்தத்தில் பட்டுத் தெறிப்பது தாய்மையின் இடமென்ற உண்மையைச் சொல்கிறது கவிதை. தாய் எல்லாருக்கும் ஆனவள் என்பதால் தீரா வலியில் நிறுத்துகிறது கவிதை.

❍

நாட்டுபுறப் பாடகி

ஒரு வார்த்தைக்குள் ஒளித்துக்கொண்டேன்
நமது அந்தரங்கத்தை

கனிக்குள் புழுவாகி
அச்சொல் இனிப்பில் ஊறி நெளிகிறது

கனிகளைத் தராத மௌன மரமாகி
நீ மரத்துப்போகத் தொடங்கிய நாளில்
அந்த வார்த்தை
பெரும் மலையாக மாறிவிட்டிருந்தது
இறுகவும் பாழ்படவும் தொடங்கியது

தனியே நாட்டுப்புறப் பாடலைப் பாடிக்கொண்டே
மலையைச் சுற்றத் தொடங்கினேன்

ஆன்மாவின் செவிகளுக்குக் கேட்கின்ற
உன் மிருதுவான இசைக்கருவி
மௌனத்தின் உறுப்பாகிவிட்டதா

வனப்பறவைகளது தானியங்களால்
பசி தணிக்கிறேன்
எதிர்ப்படும் அபாய விலங்குகளின் கண்களில்
உன் இசையிலிருந்து மந்திரித்த
பொடிகளைத் தூவுகின்றேன்

"பாலாய்க் கொதிக்கிறேனே
பச்சைபோல வாடுகிறேனே
நெய்யாய் உருகுகிறேனே
உன் நினைவு வந்த நேரமெல்லாம்"

என் நாட்டுபுறப் பாடல்
மலையில் எதிரொலித்து வீழ்கிறது

அனாரின் பல கவிதைகள் இரு பால் உயிர்களின் நெருக்கமும் ஏக்கமும் கொண்டாட்டமும் தவிப்பும் கொண்டவை. உடலை, உயிரின் வினையை, மனத்தை, மனத்தின் விரிவைப் பிரபஞ்சமெங்கும் நிரப்பி அவற்றில் ஊடாடி மகிழ்கிறது அனாரின் கவிதை மொழி. எல்லாமும் சொற்கள் முயன்று பார்க்கிற காட்சிப் படிமங்களால் ஆனவை. எல்லாப் படிமங்களும் முழுமையாவது அவ்வளவு எளிதல்ல. அதனால் நமது வாசிப்பு பல நேரங்களில் திகைத்து நின்றுவிடுகின்றது. காரணம் கவிதைக்குள் முயல்கிற எண்ணற்ற படிம அடுக்குகள்.

ஆனால் சில கவிதைகளில் படிம ஒழுங்கு கவிதையை முழுமையாக்கிவிடுகிறது. 'நாட்டுப்புறப் பாடகி' ... கவிதையில் 'ஒரு வார்த்தைக்குள் ஒளித்துக்கொண்டேன்/நமது அந்தரங்கத்தை' என்று தொடங்கிய வரியில் காட்சியாகிற மனம் கவிதை முழுவதும் பிசகில்லாமல் விரிகிறது. கூடலும் விலகலும் தவிப்பும் காட்சியாகி உரையாடுகின்றன. சிற்பம் பேசுவது படிம ஒழுங்கு. சிற்பம் எப்படியோ அப்படியே எனக்குள் அது

உரையாடவும் வேண்டும். அது அவ்வளவு எளிதானதன்று. இந்தக் கவிதையில் அது சாத்தியமாகியிருக்கிறது. கனிக்குள் புழுவாகி அச்சொல் இனிப்பில் ஊறி நெளிகிறது என்கிறபோது அந்தச்சொல்மீது கவனம் குவிகிறது. அடுத்த வரி கனிகளைத் தராத என்று தொடங்கும்போது மனத்தின் பிம்பம் மேலும் விரிகிறது. கவிதை அதைக் கொஞ்சமும் குறையாமல் விரியும் காட்சியில் கொடுத்துவிடுகிறது. முழுக் கவிதையும் நம்மோடு சொற்களை அழித்துவிட்டுப் காட்சியில் அதிரும் பிம்பங்களால் எதிர்கொள்வதால் உணர்வில் தோய்கிறது கவிதை.

❍

சுலைஹா

மேலும்
உங்களுக்குச் சொல்ல வேண்டும் என்றால்
நான் அர்த்தங்களுக்கு வெளியே வளர்பவள்

கல்லும் கல்லும் மோதிவரும்
நெருப்புப் பொறிகளால் உருவானவள்

இங்கிருந்தும் அங்கிருந்தும்
தாவுகின்ற மின்னொளி
கடந்தகாலச் சாபங்களிருந்து மீண்டவள்
எதிர்காலச் சவால்களை வென்றவள்

ஒட்டகங்களைப்போல்
மலைகளைக் கட்டி இழுத்துவரும் சூனியக்காரி

ஒளியை அணிந்திருப்பவள்
உப்புக் குவியலைப்போல் ஈரலிப்பானவள்

'இறுமாப்பு' என்னும் தாரகைகளாக
வீசியெறிந்திருக்கிறேன் என் பருவங்களை

கண்களிலிருந்து காதலைப் பொழியச் செய்பவள்

கனவுகள் காண ஏங்கும் கனவு நான்

என் உடல் செஞ்சாம்பல் குழம்பு

கத்திகளால்
கைகளையோ கனிகளையோ
வெட்டிக்கொள்ளாதவள்

காதலால் கத்தியை உடைத்தவள்

நான் யூசுப்பைக் காதலிப்பவள்
சுலைஹா

கவிதைக்குள் வரும் பெண் சுலைஹாவா அல்லது அந்த இடத்திற்குத் தன்னை நகர்த்திப் பார்ப்பவளா? எதுவாக

வேண்டுமானாலும் இருக்கலாம். அது முக்கியமல்ல. யூசுப்பை அறிந்தவள் இந்தப் பெண். அதனால் இறைவனையும் அறிந்தவள். சகோதரர்களே பொறாமைப்பட்டுக் கொல்ல நினைக்கிற அழகன் யூசுப்பைக் காதலிப்பவள். கனவில் கண்ட அவனை அன்றி யாரையும் கூட மாட்டேன் எனப் பிடிவாதம் பிடிப்பவள். யூசுப்பே சொன்னாலும் காத்திருந்து இறுதியில் அவனையே அடைந்தவள். சுலைஹா காதலின் வீரியம். தோழிகள் வேண்டுமானால் அவனைக் காணுகிற அந்தப்பொழுதில் மயங்கித் தங்கள் கைகளை வெட்டிக்கொள்ளலாம். “அவள் கத்திகளால்/கைகளையோ கனிகளையோ/வெட்டிக்கொள்ளாதவள்”. சுலைஹாவிற்கு அந்தத் தேவைகள் இல்லை. கவிதை . . . காதலின் வீரியத்தை மட்டும் சொல்லவில்லை. இறைத்தூதராக அறியப்பட்ட யூசுப்பை விரும்பும் அவள் ஆண்டாள்போல இறைவனையே காதலிப்பவள்; அல்லது அவள் காதல் அப்படியான இடத்தில் மட்டுமே நிகழக்கூடியதாகவும் இருக்கலாம். ஆனால் கவிதை, பெண்களை சுலைஹாவின் இடத்திற்கு நகர்த்துகிறது. தங்களது உரிமையைப் பேசத் தூண்டுகிறது. விரும்பியதை அடையப் போராடும் சுலைஹாபோல . . . கவிதைக்குள் தோற்றம்கொண்ட பெண் இருப்பதை உணர முடிகிறது.

‘ஒட்டகங்களைப்போல்/மலைகளைக் கட்டி இழுத்துவரும் சூனியக்காரி’ என்பதை மனத்திடமாகத்தான் பார்க்க வேண்டும். ‘கனவுகள் காண ஏங்கும் கனவு நான்’ என்கிற வரியில் கனவில் கண்ட யூசுப்பின் பிம்பம் அதிர்கிறது. அனாரின் பல கவிதைகளில் கனவு வருகிறது. அந்தக் கனவுகளை இந்தக் கவிதையின் வெளிச்சத்திலிருந்து வாசித்தால் வேறு பிரதிகளும் கிடைக்கலாம். ஆக சுலைஹா அனாரின் கவிதைகளில் வெவ்வேறு உருவம் எடுக்கிறாள். சுலைஹாவின் வண்ணம் ஏதோ ஒருவகையில் அனாரின் பெண்கள்மீது படிந்திருப்பதாகத் தோன்றுகிறது.

காலச்சுவடு பப்ளிகேஷன்ஸ் (பி) லிட்.
Published by Kalachuvadu Publications (Pvt. Ltd.),
669, K.P. Road, Nagercoil 629001, India
Phone: 91-4652-278525
e-mail: publications@kalachuvadu.com

07/2022/S.No. 1084, kcp 3611, 18.6 (1) rss